પરિક્રમા નર્મદા મૈયાની

અમૃતલાલ વેગડ

ગુજરાત સાહિત્ય અકાદમીનો પ્રથમ પુરસ્કાર ૧૯૯૪

ગુજરાત સાહિત્ય પરિષદનું કાકાસાહેબ કાલેલકર પારિતોષિક ૧૯૯૪-૯૫

AF888900

ઉત્તમ
સાહિત્યનું પ્રતીક

1926થી...

આર. આર. શેઠ

ISO 9001:2015 પ્રકાશક

rrsheth.com

PARIKRAMA NARMADA MAIYANEE
Travelogue
Written by Amritlal Vegad
Published by R. R. Sheth & Co. Pvt. Ltd.
Mumbai □ Ahmedabad
2023
ISBN : 978-93-5122-660-4

૧૮૩૬, રાઇટ ટાઉન, જબલપુર-૨ મ. પ્ર.

મુદ્રણો

પ્રથમ આવૃત્તિ : સપ્ટેમ્બર, ૧૯૯૪	પુનર્મુદ્રણ : ઑગસ્ટ, ૨૦૧૨
પુનર્મુદ્રણ : સપ્ટેમ્બર, ૧૯૯૮	પુનર્મુદ્રણ : ઓક્ટોબર, ૨૦૧૩
પુનર્મુદ્રણ : ફેબ્રુઆરી, ૨૦૦૩	પુનર્મુદ્રણ : મે, ૨૦૧૫
પુનર્મુદ્રણ : જાન્યુઆરી, ૨૦૦૬	પુનર્મુદ્રણ : જુલાઈ, ૨૦૧૭
પુનર્મુદ્રણ : ફેબ્રુઆરી, ૨૦૦૭	પુનર્મુદ્રણ : ફેબ્રુઆરી, ૨૦૧૯
પુનર્મુદ્રણ : મે, ૨૦૦૯	પુનર્મુદ્રણ : એપ્રિલ, ૨૦૨૧
પુનર્મુદ્રણ : માર્ચ, ૨૦૧૦	પુનર્મુદ્રણ : જાન્યુઆરી, ૨૦૨૩

₹ ૨૦૦

R. R. Sheth & Co. Pvt. Ltd.
Publishers, Booksellers & Exporters
'Dwarkesh', Nr. Royal Appartment, Khanpur, Ahmedabad 380 001 Tel. (079) 25506573
7, 'Earthbaug', 116, Princess Street, Mumbai 400 002 Tel. (022) 22013441
Email : sales@rrsheth.com / **Visit us at :** www.rrsheth.com

મુદ્રણ નટરાજ ઑફસેટ, અમદાવાદ ખાતે થયું.

અર્પણ

કાકા કાલેલકર
ઝવેરચંદ મેઘાણી
બચુભાઈ રાવત

જેમના પ્રતાપે જોઈ શક્યો
ધૂંધળોશો સૌન્દર્યલોક
એ નરદેવોને ઉપકૃતના
નવ-પ્રાણ-પ્રવર્દ્ધિત નમસ્કાર !

અમૃતલાલ વેગડ દેશના પહેલા ચિત્રકાર-લેખક છે જેમણે નર્મદાની પૂરી પરિક્રમા કરી છે અને પરિક્રમા-ચિત્રોનાં અનેક એકલ પ્રદર્શનો કર્યાં છે. આ પહાડી નદીમાં એક કવિતા છે જે વેગડે જોઈ છે અને પોતાની કૃતિઓમાં ઉતારી છે. એમનાં બે પુસ્તકો "પરિક્રમા નર્મદા મૈયાની" અને 'સૌંદર્યની નદી નર્મદા"માં પ્રકૃતિનું – અને સંસ્કૃતિનું – મનોરમ ચિત્રણ છે. એમાં નર્મદાકાંઠાના જનજીવનની એક માર્મિક અંતઃછવિ પણ છે. 'થોડું સોનું, થોડું રૂપું' એમનો નિબંધસંગ્રહ છે. આનું સોનું-રૂપું ઘરની તિજોરીને નહીં, હૃદયની મંજૂષાને સમૃદ્ધ કરે તેવું છે.

મૂળ વતન કચ્છ – ગુજરાત. જન્મ જબલપુર (મ.પ્ર.)માં તા. ૩-૧૦-૧૯૨૮. શાન્તિનિકેતનના કલાભવનમાં ચિત્રકળાનો અભ્યાસ ૧૯૪૮થી ૧૯૫૩. નર્મદાકાંઠાની ૨૬૨૪ કિ.મી.ની કઠણ પદયાત્રા. ચિત્રકળા માટે મધ્યપ્રદેશ શાસનના પ્રતિષ્ઠિત "શિખર સન્માન"થી સન્માનિત. હિન્દી પુસ્તક **"સૌંદર્યકી નદી નર્મદા"**ને મધ્યપ્રદેશ સાહિત્ય પરિષદનો અખિલ ભારતીય પુરસ્કાર. હિન્દી પુસ્તકો **"સૌંદર્યકી નદી નર્મદા"** અને **"અમૃતસ્ય નર્મદા"** માટે મધ્યપ્રદેશ શાસનનું રાષ્ટ્રીય શરદ જોશી સન્માન. ગુજરાતી પુસ્તકો **"પરિક્રમા નર્મદા મૈયાની"** અને **"સૌંદર્યની નદી નર્મદા"**ને ગુજરાત સાહિત્ય અકાદમીનું પ્રથમ પારિતોષિક. 'સૌંદર્યની નદી નર્મદા'ને કેન્દ્રિય સાહિત્ય અકાદમી, દિલ્હીનો પુરસ્કાર. પરિક્રમાનાં હિન્દી પુસ્તકોને કેન્દ્રિય હિન્દી સંસ્થાનનો મહાપંડિત રાહુલ સાંકૃત્યાયન પુરસ્કાર અને મ.પ્ર. હિન્દી ગ્રંથ અકાદમીનું ડૉ. શંકર દયાલ શર્મા સૃજન સન્માન. વારાણસીમાં પં. વિદ્યાનિવાસ મિશ્ર સ્મૃતિ સન્માન. ગુજરાત સાહિત્ય અકાદમીનો ગૌરવ પુરસ્કાર.

૧૮૩૬, રાઈટ ટાઉન, જબલપુર-૨ (મ.પ્ર.)

લેખકનું નિવેદન

નર્મદાકાંઠેની ભૂગોળ દિવસોદિવસ તેજીથી બદલાઈ રહી છે. જબલપુર પાસેના બરગી બંધને કારણે નર્મદાકાંઠેનાં કેટલાય ગામોનું અસ્તિત્વ હવે ન રહ્યું. નર્મદા સાગર અને સરદાર સરોવર બંધોને કારણે કેટલાંય ગામો તથા નર્મદાના સેંકડો કિલોમીટર લાંબા કિનારા ડૂબમાં આવી જશે. જ્યારે મેં આ પદયાત્રાઓ કરેલી, ત્યારે એક પણ ગામ ડૂબ્યું નહોતું. નર્મદા લગભગ એવી જ હતી, જેવી લાખો વર્ષો પહેલાં હતી. મને એ વાતનો સંતોષ રહેશે કે નર્મદાના એ વિલુપ્ત થતા સૌન્દર્યની એક ઝલક હું આ પૃષ્ઠોમાં ઝીલી શક્યો છું.

નર્મદાકાંઠેની પ્રથમ પદયાત્રા મેં ૧૯૭૭માં અને અંતિમ ૧૯૮૭માં કરેલી. આ અગિયાર વર્ષો દરમ્યાન કરેલી દસ યાત્રાઓનું વર્ણન છે આમાં. સાથે થોડાં રેખાંકનો પણ છે. એ મેં આ યાત્રાઓમાં કરેલાં.

આ લેખમાળાના શરૂના ૧૮ હપ્તા ‘અખંડ આનંદ’માં ૧૯૮૨ થી ૧૯૮૮ના સમયગાળા દરમ્યાન પ્રસિદ્ધ થયેલા અને વાચકોની ખૂબ ચાહના મેળવી શકેલા. એ પછી આ લેખોમાં મેં ઠીક ઠીક સમારકામ કર્યું અને એ દ્વિજ થઈને ‘જન્મભૂમિ-પ્રવાસી’માં આવ્યા. અહીં એના પૂરા ૨૨ હપ્તા આવ્યા. અહીં પણ વાચકોએ એનું એવું જ ઉમળકાભેર સ્વાગત કર્યું.

હું હિંદી તેમજ ગુજરાતી બંને ભાષામાં લખું છું. હિંદીનાં અનેક પ્રતિષ્ઠિત સામયિકોમાં પ્રસિદ્ધ થયા બાદ આ લેખમાળા હિંદીમાં પુસ્તક રૂપે પ્રગટ થઈ ચૂકી છે. બે વરસમાં એની બે આવૃત્તિ થઈ ગઈ છે અને બે પુરસ્કારો મેળવી ચૂકી છે – એક તો અખિલ ભારતીય. હવે ગુજરાતીમાં પણ પુસ્તકાકારે પ્રકટ થઈ રહી છે એનો મને આનંદ છે.

મને ખુશી છે કે મારી લેખમાળા વરિષ્ઠ સાહિત્યકારો તેમ જ સામાન્ય વાચકો બંનેને પ્રસન્ન કરી શકી છે.

પૂ. નર્મદાનંદજીના નર્મદા પરિક્રમા ગ્રંથોએ મને પ્રવાસપથ વિષે બહુ ઉપયોગી માહિતી પૂરી પાડી છે. હું એમનો ખૂબ આભારી છું. શ્રી ભગતભાઈ શેઠ જેવા નિષ્ઠાવાન પ્રકાશક આ પુસ્તક પ્રકટ કરી રહ્યા છે. હું એમનો અત્યંત આભારી છું.

થોડું પુસ્તકના નામ વિષે. આ લેખમાળા 'અખંડ આનંદ'માં 'પરિક્રમા નર્મદા મૈયાની" એ શીર્ષક હેઠળ પ્રકાશિત થયેલી. ખરી રીતે તો આ નિયમાનુસાર કરેલી પરિક્રમા નથી, પણ દિવાળી અથવા ઉનાળાની રજાઓ દરમ્યાન કરેલી નર્મદાની તૂટક પદયાત્રાઓ છે. પરંતુ આ યાત્રાઓમાં મારી ભાવના તીર્થાટન માટે નીકળેલા પરકમ્માવાસીની જ રહી છે. એથી પુસ્તકનું પણ એ જ નામ રહેવા દીધું છે.

ગુજરાતી ભાષાથી અમારો નાતો દિવસોદિવસ તૂટતો જાય છે. મારાં બાળકો ગુજરાતી વાંચતા નથી, આપસમાં હિંદીમાં બોલે છે. મારીય ગુજરાતી ક્યાં સારી છે ? આ પુસ્તકથી જાણે હું ગુજરાત અને ગુજરાતી ભાષાથી વિદાય લઈ રહ્યો છું. આ નર્મદા-વંદના તો છે જ, માતૃભાષા-વંદના પણ છે.

૧૮૩૬, રાઈટ ટાઉન — **અમૃતલાલ વેગડ**
જબલપુર-૨ (મ.પ્ર.)

બીજી આવૃત્તિનું નિવેદન

નર્મદાના ઉત્તર કાંઠાની બાકી રહેલી પદયાત્રા હું કટકે કટકે પૂરી કરી રહ્યો છું. મને આશા છે કે બેક વર્ષમાં હું આ પુસ્તકનો 'ઉત્તરાર્ધ' આપી શકીશ.

૫ માર્ચ ૧૯૯૮ — **અમૃતલાલ વેગડ**

આવકાર

૧.

'પરિક્રમા નર્મદામૈયાની' એ સુભગ, ભદ્ર નામનું આપનું પુસ્તક સુંદર અને રસપ્રદ છે એમાં શક નથી. પ્રવાસનાં થાણાની એ યાદી નથી : પ્રકૃતિનાં ચિત્રો સ્પષ્ટ દેખાય છે અને તમે તે માણ્યાં છે, તેથી તેમાં પ્રાણ આવ્યો છે. તમારી સાથે વાચક પણ પ્રવાસ કરે એવી એની સ્વાભાવિકતા છે. વીગતો છે પણ વીગતો સૌંદર્યબોધમાં, રમણીયતાના આસ્વાદમાં ઓગળી જાય છે. એમાં વળી ધર્મભાવ સ્ફુરે છે તેથી પ્રવાસવર્ણનમાં પાવિત્ર્યની અનુભૂતિ પણ મળે છે. બનશે તો વીગતે લખીશ પણ મારો આહ્‌લાદ જણાવવા આ બે શબ્દો આગોતરા લખી દઉં છું.

૨.

તમારું યાત્રાવર્ણન રસાર્દ્ર કરે છે. ધુઆંધારનું વર્ણન યથાર્થ અને હૃદયસ્પર્શી છે. ઝલકનસંગમ પહેલાંનું વર્ણન, ઉદાહરણ તરીકે લઉં તો, તમારા વ્યક્તિગત ચિંતનને લીધે, નાનીમોટી ઘટનાઓને લીધે મનોહર લાગે છે. કપિલાસંગમ આગળ નર્મદાનું રાજરાજેશ્વરી રૂપ, રાતનું આકાશ જોઈને સ્ફુરેલી કવિતા અને તત્ત્વમીમાંસા, લંગોટ આપનાર બાવાજીની વાત, બડવાનીની કથા, ભીલખેડાના સેવાવ્રતીની વાત, વિનોદ ચમકારા, કૃષ્ણકલીનું ચિત્રાંકન અને રેવાનું વર્ણન – બધું નવલકથાનો રસ આપે છે, અને તે પાછો વાસ્તવિક અનુભવનો. પંદરમા અધ્યાયનો પ્રસ્તાવ ખૂબ રસમય છે.

૩.

આ રસમય પરિક્રમા-ગ્રંથને હું વધાવું છું. ગુજરાતીમાં સુંદર રસપ્રદ પ્રવાસ પુસ્તકો છે. કાકાસાહેબ, સ્વામી આનંદ, ઉમાશંકર, રસિક ઝવેરી, સ્વામી સચ્ચિદાનંદ, ભોળાભાઈ વગેરે મોટા યાત્રાળુઓ છે; તેમનાં પ્રવાસ-પુસ્તકો સાથે આ ગ્રંથનું નામ લેવું પડે એવું સાદ્યન્ત રમણીય આ છે.

સારો પ્રવાસ-ગ્રંથ કૌતુકરાગી જ હોય, રમણીય હોય. ઘડીએ ઘડીએ ચિત્ર બદલાતું જાય, સ્મરણો જાગે, જાગ્યા જ કરે, નવી નવી આતુરતા ઊભરાય, વિસ્મય થાય, ગ્લાનિ થાય, શોક અને ઉલ્લાસ અને પ્રસન્નતા બધું અનુભવાય. પણ મુખ્ય આનંદ સાહસ, કુતૂહલ અને સંસ્કાર જાગૃતિનો હોય – ઓહો ! આ નદી ઓળંગીને અગસ્ત્ય ગયા હશે, આને તીરે શંકરે વેદ-વેદાન્તનું કિશોર વયમાં અધ્યયન કર્યું હતું. આ રેવાનાં નિરંતર વહેતાં ધાવણથી કેટલીયે પેઢીઓ પુષ્ટ થઈ હશે. રેવાએ પ્રજાને પુષ્ટ કરી; ઋષિઓએ તેને દેશની મૈયા બનાવી.

નર્મદાને ક્યાંક ધારીએ દૂરસ્થ, પણ કહો તો સામે જ હોય ! ક્યાંક કેડી એવી વિકટ હોય કે ભમીભમીને તમે ત્યાંના ત્યાં જ આવો. અરણ્યમાર્ગમાં બાવાઓ મળે, લૂંટારા મળે અને પ્રવાસી એમને સમજવામાં ભૂલ પણ કરે. ગરીબ આદિવાસી અતિથિનો સત્કાર, આવડે એવો કરે છે. પણ મુખ્ય પ્રાપ્તિ તો પ્રવાસીની ભાવાર્દ્રતાની છે. ક્ષણે ક્ષણે બદલાતું લોકમાતાનું સૌન્દર્ય, જનપદનું સીધુંસાદું માનવજીવન, પરિક્રમામાં યોગ્ય રસ્તો કાઢવામાં થતી દ્વિધા અને અકળામણ – આ સર્વથી પ્રવાસકથા નિબંધસંગ્રહ કરતાં કથા અને કવિતા વધુ બને છે. લેખકના ઠાવકા વિનોદના પણ અવારનવાર દર્શન થાય છે.

શ્રી વેગડ વિબુધ, વિદ્વાન અને કલાવિદ્ છે – વિવિધ ભારતીય સાહિત્યનો તેમનો અનુરાગ જણાઈ આવે છે. નિસર્ગલીલા તેઓ માણે છે. કહે છે : ‘નર્મદા સૌન્દર્યની નદી છે. વનો, પહાડો

અને ખીણોમાં થઈને વહે છે. એ ચાલે છે રખડતી, રસળતી, હસતી રમતી, વનોમાં લપાતી, પથ્થરોને કંડારતી, ડગલે ડગલે શોભા વેરતી.' ધુઆંધારનો ધોધ કવિ વર્ણવે છે, 'અહીંનું તાંડવ જોવા જેવું છે. પાણી જાણે ધિંગાણે ચડ્યું છે. નર્મદા પર અહીં મસ્તીનો કેવો અલબેલો નશો છાયો છે !' અથવા 'રાત્રિના અંધારામાં નર્મદા અમૂર્ત, રહસ્યપૂર્ણ અને ભયાવહ લાગતી હતી. આછી ચાંદનીની સોડમાં ચોમેરના ડુંગરા વધુ કાળા જણાતા હતા. નીરવ નર્મદામાં રાત્રિસ્નાન કર્યું. મને લાગ્યું, હું નદીમાંય નાહી રહ્યો છું ને અંધારાથીય નાહી રહ્યો છું.' આનું નામ પ્રવાસનો કૌતુકરાગ.

'કૃષ્ણકલી' કે મુખીની બેટી એવાં ચિતરાયાં છે કે વાચકના મનમાં એમની છબી – છવિ – છપાઈ જાય ! 'રંગ તો કાળો હતો પણ આવો સુંદર, આવો કોમળ – મૃદુલ સંઘેડાઉતાર ચહેરો મેં ક્યારેય નહોતો જોયો. દેખેછિ તાર કાલો હરિન ચોખ.'

શ્રી વેગડ કહે છે, 'પાણી, પથ્થર, પ્રપાત, શોર અને વળાંક – આ પાંચ તત્ત્વથી નર્મદાનો પિંડ રચાયો છે.' હું ઉમેરું : એ પિંડને તીર્થોત્તમ બનાવનાર આપણા ઋષિઓ, આચાર્યો અને સંતો છે. રેવાના શોરમાં ઋષિઓનો સ્વર સંભળાય છે, નિરંતર.

ગ્રંથ નીવડ્યો છે – સ્વાન્તઃ સુખાય, તેમ જ બહુજન સુખાય.

સૂરત, ૧૪–૪–૮૮ **—વિષ્ણુપ્રસાદ ર. ત્રિવેદી**

ઉત્તમ 'સફરનામા'

૧.

તમારું કામ સુંદર રીતે વિકસી રહ્યું છે જાણી અંતર પ્રસન્ન પ્રસન્ન થઈ જાય છે. બારસો કિ.મી. પરિક્રમાના થઈ પણ ગયા ! થાય છે કૂદકો મારીને ત્યાં તમારી સાથે નર્મદાતટે જોડાઉં. લખાણ પણ એક ઉત્તમ 'સફરનામા' નીવડશે.

કોઈ વાર આ તરફ નીકળો ત્યારે મારે ત્યાં ઊતરો – રહો. સિર્ફ વાતો-ગપાટા – (પેલા નર્મદાતટ પર નાગમિલનના જેવા) – અને ફરી જાણે શાંતિનિકેતનમાં તમારી સાથે ગાળેલા અત્યંત સુખદ સમયને પાછો પકડી લાવીએ.

નર્મદાને તમે તમારી કરી દીધી. ૬–૪–'૮૫

૨.

'અખંડ આનંદ'માં નર્મદાજળ ઝળક્યાં ને જ હું રાજીરાજી થઈ ગયો અને શ્રી રમણલાલભાઈ ભટ્ટને અભિનંદન પણ આપ્યાં. અને વળી તમે તો સવ્યસાચી – ચિત્રો પણ આપો. કેવી સુંદર મનહર-મનભર આકૃતિઓ છે ! નિર્વિઘ્ને આ પરકમ્મા પૂરી કરો. મારે તો હવે તમારાં વર્ણનોથી જ પરકમ્માસુખ મેળવવાનું.

તમારી કૃતિ તો સ્વયં-પ્રકાશ બનશે. ૩૦–૭–'૮૭

૩.

હું સમજેલો કે નર્મદાપરિક્રમાના બાકીના પ્રવાસો થઈ જાય – અને લખાઈ જાય તે પછી પુસ્તકરૂપે જે પ્રગટ થાય તેને વિષે મારે કાંઈક લખવું. તમે આપેલા અંશો અમદાવાદમાં ઘરે સુરક્ષિત છે. હમણાં જ હાથમાં આવ્યા હતા અને તે નિમિત્તે તમારું સ્મરણ ઝબક્યું હતું. તો, શું વચ્ચે, હમણાં સુધી લખાયું છે તે જ પ્રકાશિત કરવું છે અને તમે મારા શબ્દો માગો છો ? જે હોય તે જણાવશો. એક વરસની કુંભકર્ણનિદ્રા તો મારી ગેરસમજમાં ગઈ ગણશો.

મારું સ્વાસ્થ્ય બેએક મહિનાથી ઠીક નથી. તમારે તરત લખાણ જોઈતું હોય તોપણ મને થોડોક વધુ વખત આપવો પડશે. તરત કાગળ લખો તો હજી દસેક દિવસ દિલ્હી જ છું.

તમારી સુંદર પ્રવૃત્તિઓ સુપેરે વધે ફલદાયી થાય એ શુભાકાંક્ષા સાથે.

૧૩–૯–'૮૮ **–ઉમાશંકર જોશી**

આનંદનાં અજવાળાં

૧.

બહુ દિવસે કાવ્યસભર પ્રવાસવર્ણનનાં દર્શન થયાં. એમાં મુખ્ય પાત્ર જેમ નર્મદા છે, તેમ તમે પણ છો. તમે ચંદ્રને, સૂર્યને, ધરતીના થાળને, જળને, વૃક્ષોને, વનવાસીઓને ખૂબ પ્રેમ કર્યો. વાચકને તમારી સાથે ગામમાંથી વનમાં લઈ ગયા, ત્યાંનાં ચિત્રો દોર્યાં. આ ચિત્રો તમારાં વર્ણનો જેવાં જ જીવંત છે. ચિત્રો દોરો છો રેખાથી, તેમ શબ્દથી પણ દોરો છો. તેથી બધું તાદૃશ થાય છે ને ભાવ જાગે છે. મન ભર્યું ભર્યું થયું છે. આનંદ ઊભરાય છે. નર્મદા મેં પણ જોઈ છે. હોડીમાં ફર્યો છું. પાર કરી છે. ગુજરાતમાં ને બીજા પ્રદેશોમાં પણ જોઈ છે. પણ એનું માધુર્ય તો તમે જ પીવડાવ્યું.

કુંડમાં ભલે તમે એક જ દીવો મૂક્યો, એની સહસ્રશિખાઓ થઈ ને આનંદનાં અજવાળાં ઘણાં થયાં.

૨.

તમારામાં કાવ્યનો પ્રવાહ છે. આવાં પ્રવાસ વર્ણનો ભાગ્યે જ મળે છે. કુદરતનું સૌન્દર્ય તમે જેમ માણ્યું તેમ એનું રસપાન અનેકને કરાવ્યું. આ લેખો ઘણા રસથી વાંચ્યા ને બીજા ભાઈઓને વંચાવ્યા. કેડીએ કેડીએ ચાલીને જનારા નિસર્ગના અગાધ સૌન્દર્યનું કેમ પાન કરે-કરાવે, તેની આપ-લે કરી. લાગે છે કે કોઈ પૂર્વજે વગડા ખૂંદ્યા હશે ને તમને વેગડ કર્યા હશે. તમારી પરિક્રમાનું આકર્ષણ સારું રહ્યું.

૩.

હજી લખો. લખવા ખાતર ફરો. એનો નશો તમને કદી નવ ખૂટો. અરણ્યો છે, પહાડો છે, સરોવરો છે, આકાશ ને ધરતી છે. હૃદયગુહાની આસપાસના ડુંગરોમાં અંતર્યામી મોર ગહેકી રહ્યા છે. રાધિકાજીએ 'ઝીણા ઝીણા' સાંભળ્યા, તમે પણ સાંભળ્યા. સાંભળ્યા તેમ સંભળાવ્યા. એની મસ્તી માણી. રૂડું થયું. આજે નહીં ને કાલે એનો છંદ બીજાને લાગશે. મને વિશ્વાસ છે કે ગુજરાતના યુવકોને એનું તાન ચડશે. ફરતા થશે. ઘણી સગવડો છોડીને નદી, ડુંગરા, વગડા, સૂર્ય ને ચંદ્ર, આકાશ ને વાદળાં, એ બધાંની સાથે પોતાનો તાલ મેળવતા થશે. ત્યારે નર્મદા કહેશે, તું જો અમૃતલાલ કે આનંદ વધાર્યો કેવોક વધે છે.

તમને સૌ. કાન્તાબેને સારો સાથ આપ્યો. બીજી ઘણી સ્ત્રીઓ ભય ચીંધે કે પોતાની અગવડો આગળ કરે. એમણે તો દઈ દીધું વીંટી કેરું સર્વસ્વ દાન ! એણે તમારી રક્ષા કરી, બળ આપ્યું, આનંદ વધાર્યો ! બેન, તું સુખી થજે. આવજો ભાઈ ! મળ્યા કરતાંય વધારે હેતભાવ થઈ ગયો.

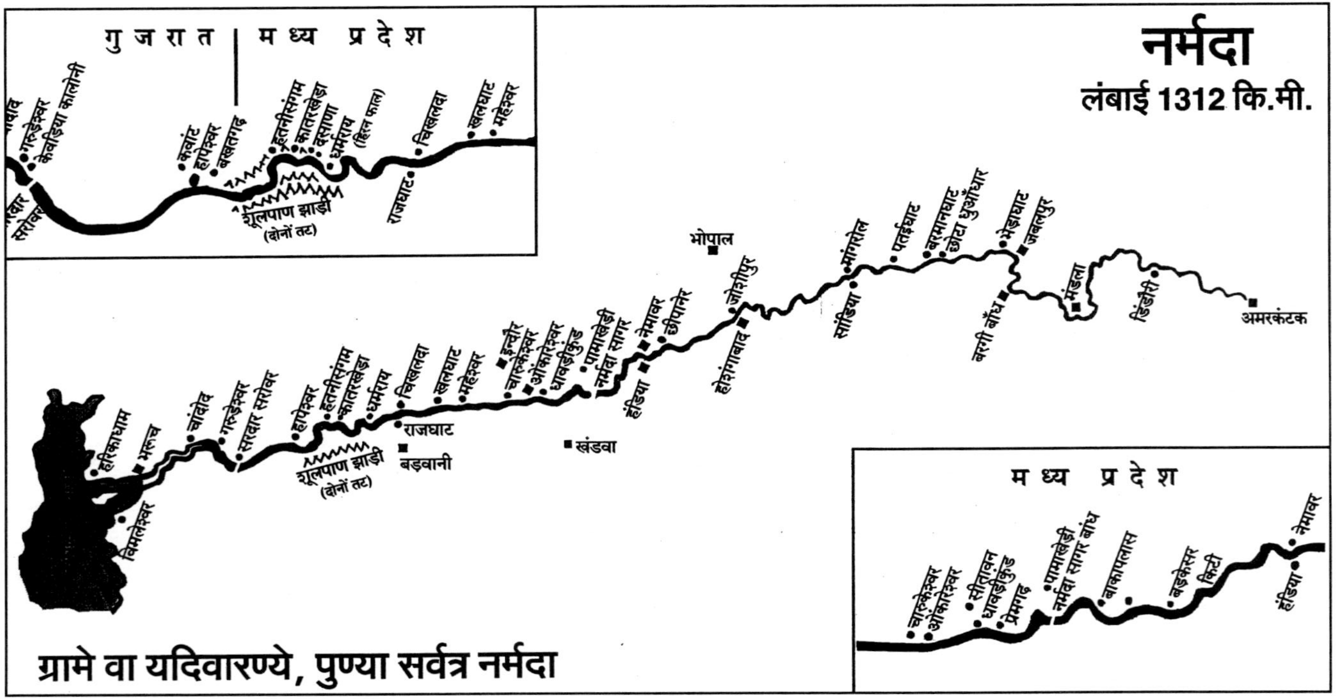

नर्मदा
लंबाई 1312 कि.मी.
गुजरात
मध्य प्रदेश
अमरकंटक
डिंडोरी
मंडला
बरगी बाँध
जबलपुर
भेड़ाघाट
छोटा धुआँधार
बरमानघाट
पतईघाट
मांगरोल
सांडिया
भोपाल
जोशीपुर
होशंगाबाद
छीपानेर
नेमावर
हंडिया
नर्मदा सागर
पामाखेड़ी
धावड़ीकुंड
ओंकारेश्वर
इन्दौर
खंडवा
महेश्वर
खलघाट
चिखलदा
राजघाट
बड़वानी
धर्मराय
कातरखेड़ा
हतनीसंगम
हापेश्वर
शूलपाण झाड़ी
(दोनों तट)
सरदार सरोवर
गरुडेश्वर
चांदोद
भरूच
विमलेश्वर
केवड़िया कालोनी
बखतगढ़
सीतावन
प्रेमगढ़
नर्मदा सागर बांध
बाकापलास
बड़केसर
किटी
ग्रामे वा यदिवारण्ये, पुण्या सर्वत्र नर्मदा

અનુક્રમણિકા

૧. જબલપુરથી છેવલિયા

નર્મદા સૌંદર્યની નદી છે. એ વનો, પહાડો અને ખીણોમાં થઈને વહે છે. એ ચાલે છે રસળતી, રખડતી, હસતી, રમતી, વનોમાં લપાતી, પથ્થરોને કંડારતી, પગલે પગલે સૌંદર્યની સૃષ્ટિ કરતી, ડગલે ડગલે શોભા વેરતી !

નર્મદા મને બચપણથી જ ખેંચતી રહી છે. એનાં વિવિધ રૂપ જોવા હું સુદૂર ગામડાંઓમાં ગયો છું. એની શોભાને મુગ્ધ થઈને નિહાળતો રહ્યો છું. પણ તૃપ્તિ ક્યાં ! પરકમ્માવાસીઓને જોઈને મન ચંચળ થઈ જતું. થતું, સ્કેચબુક લઈને આ લોકો સાથે નીકળી પડું. પણ એમ ક્યાં નીકળાય છે !

પણ નર્મદાએ મારી ધા સાંભળી. મારા સાથી પાંડેજી જબલપુરથી મંડલા સુધીની નર્મદાકાંઠેની પદયાત્રા માટે તૈયાર થઈ ગયા. હવે અમે ત્રીજા સાથીને શોધવા લાગ્યા. જેને પૂછતા એ જ હસતો. કોઈકે કહ્યું કે વીલ લખીને જજો-- પાછા આવો અથવા ન પણ આવો ! કોઈ વળી કહે, સાથે ગધેડો જરૂર લઈ જજો. બોજો ઊંચકવા કામ આવશે ને સવારી કરવાય કામે લાગશે !

કોઈ સાથી તો તૈયાર ન થયો પણ અમારા બે વિદ્યાર્થીઓ ચાલવા તૈયાર થઈ ગયા – યાદવેન્દ્ર અને સૂર્યકાન્ત. ૨૨ ઑક્ટોબર '૭૭, સવારે આઠ વાગ્યે અમે ચારે ગ્વારીઘાટ પહોંચ્યા અને પીઠ પર સામાન લાદીને 'નર્મદે હર !' કહેતાં નીકળી પડ્યા.

ત્રીજે પહોરે છતરપુર પહોંચ્યા. રાત્રે એક ગ્રામીણના ઘરે જ્યારે સૂતા, ત્યારે પગ તો દુખતા જ હતા, એમ લાગતું હતું કે ખભા મૂળથી ઊખડી જશે.

સવારે આગળ ચાલ્યા. સાંજે બિજોરા પહોંચ્યા. અહીં નર્મદા પર મોટો બંધ બની રહ્યો છે– બરગી બંધ. બંધના ઊંડા પાયામાં ઊતરીને જ અમે બિજોરા આવી શક્યા હતા. સૂવા માટે પાઠશાળા મળી ગઈ. પણ દરવાજામાં બારણાં ન મળે, મારું બિછાનું દરવાજા પાસે. પાંડેજી કહે, 'વાઘ આવશે તો પહેલો શિકાર તમે જ થશો.'

મૂઠી હાડકાં જ છે મારા શરીરમાં. કહ્યું, 'બિચારાને પ્રથમ ગ્રાસે મક્ષિકાપાત થશે. હા, મને ખાઈને તારી બાજુ આવશે તો મધુરેણ સમાપયેત્ થશે !'

સવારે નારંગી રંગના વિશાળ સૂરજને ઊગતો જોયો. છોડ જેમ જમીનમાંથી ઊગે છે એમ. તાજો જન્મેલો સૂરજ નવજાત બાળક જેવો કૂણો અને કોમળ લાગતો હતો.

તૈયાર થઈને વણજારાની જેમ ચાલી નીકળ્યા. આગળ એક સાધુની કુટી આવી. મેં એને પૂછ્યું કે કેવા કેવા માણસો નર્મદાની પરિક્રમા કરે છે, તો કહે, 'વધુ પડતા લોકો તો ભીખ માગવા માટે જ પરિક્રમા કરતા હોય છે. આથી પેટ પણ ભરાય અને પગ પણ પૂજાય.'

ત્યાં થોડી વાર બેસીને આગળ ચાલ્યા. રસ્તામાં એક હજામનો સાથ થઈ ગયો. કહે, 'આજે સામેના ગામમાં જ રોકાજો. આજે ત્યાંના માલગુજારના ભાઈનું તેરમું છે. ખૂબ માણસો ભેગા થયા છે. એ જમાતમાં તમે પણ સામેલ થઈ જજો. રહેવાની સાથે જમવાની સમસ્યા પણ હલ થઈ જશે.'

મેં નારાજ થઈને કહ્યું, 'તેરમાનું અમે નથી ખાતા.'

એ ગામમાં અમે રોકાયા નહીં. ખેતરોમાં ભરાયેલું પાણી બહાર કાઢવામાં આવ્યું હતું. ક્યારેક કાદવમાં તો ક્યારેક શેઢા પર થઈને અમે આગળ વધી રહ્યા હતા. ત્યાં આવ્યું હિંગનાનાલું. એમાં પાણી ઓછું ને કીચડ વધુ હતો. પગ ખૂંપી જતા હતા. પાર કરતાં છઠ્ઠીનું દૂધ યાદ આવી ગયું. આગળ વધ્યા એટલે સાગવાનનું ગાઢું જંગલ શરૂ થયું. પછી પહાડની ચઢાઈ. હાંફવા લાગ્યા. પરંતુ મજા પણ કમ ન આવી.

પેલો પહાડ પાર કર્યા બાદ જાણે કે એક સાવ નવા જ સૌંદર્યલોકમાં આવી ગયા હતા. ચારે બાજુ હરિયાળી જ હરિયાળી. ધીરે ધીરે ખેતરો પાછળ રહી ગયાં અને જંગલ શરૂ થયું. ક્યાંય કોઈ માણસ દેખાતો નહોતો. એમ લાગતું હતું કે કોઈ નવી ધરતી પરથી જઈ રહ્યા હોઈએ. પગ અને ખભા દુખી રહ્યા હતા પણ મનનો ઉલ્લાસ ઉછાળા મારી રહ્યો હતો.

ક્યારેક ડુંગર પર ચઢાવતી, ક્યારેક ખીણમાં ઉતારતી, ક્યારેક ઝાડીમાં ગૂંચવતી તો ક્યારેક ઝરણાંઓમાં ઝબોળતી અમારી પગદંડી અમને એક એવા સ્થળે લઈ આવી કે જેને જોઈને અમે ખુશીથી નાચી ઊઠ્યા. સામે એક નાની

નદી હતી. એમાં નાના નાના ઢગલાબંધ પ્રપાતોની પંગત લાગી હતી. એ જોઈને આંખો પાંપણ પાડવાનું ભૂલી ગઈ. કાન નિનાદ સાંભળવામાં મગ્ન થઈ ગયા. સમાધિ લાગી ગઈ. પણ બુદ્ધિ જેનું નામ ! કહે, 'જરા ત્યાં જુઓ. સાંજ ઢળવા આવી છે. કોણ જાણે તમારો પડાવ કેટલે દૂર હોય ! ઊઠો, ચાલવા માંડો !'

ઊઠવું પડ્યું. નદી પાર કરી પણ હવે પગદંડી દેખાતી નહોતી. નદીમાં આવીને જાણે કે ઓગળી ગઈ હતી. બહુ ગભરાયા. બહુ વાર પછી મળી. ઊંચા ઘાસમાં ખોવાઈ ગઈ હતી. શણનાં ખેતરો શરૂ થયાં. પછી ગામ દેખાવા લાગ્યું. અંધારું થતાં ગામના પટેલના ઘરે પહોંચી ગયા. પટેલ તો બહાર ગયા હતા, પણ ઘરનાં માણસોએ અમને ખુશીથી ઉતારો આપ્યો. બપોરની રોટલી બચી હતી. ભાત ને શાક બનાવ્યાં. જમીને ઘસઘસાટ ઊંઘી ગયા.

સવારે ઊઠીને જોયું તો ગાઢ ધુમ્મસ હતું. નર્મદાકિનારે ગયા. ઘટાટોપ ધુમ્મસને કારણે આકાશ અને નદી એક થઈ ગયાં હતાં. આકાશ જાણે ધરતી પર ઊતરી આવ્યું હતું. એક કલાક પછી ધુમ્મસ ઓછું થયું, પરંતુ નદી હજુ પણ સ્પષ્ટ નહોતી થઈ. કેમકે નદીમાંથી વરાળ નીકળી રહી હતી. તડકો કંઈક સ્પષ્ટ થયો. મેં જોયું કે વરાળ સીધી નહોતી નીકળતી. વર્તુળમાં લહેરાતી આવતી હતી. હું તન્મય થઈને જોવા લાગ્યો. મને થયું કે વરાળ સીધી પણ તો નીકળી શકતી હતી. આમ ગોળ વર્તુળમાં ઘૂમરી લેતી શા માટે નીકળે છે ? વરાળ જ શા માટે, ખુદ નર્મદાને પણ ક્યાંય સીધી વહેતી નથી જોઈ. એ પણ સીધી રેખાને બદલે વક્રિમ રેખામાં વહેવામાં વધુ સૌંદર્યનો અનુભવ કરે છે. આ જ વક્રગતિપ્રિયતા માણસમાં પણ છે. આ જ છંદમાં, રંગમાં, લયમાં, તાલમાં ઢળીને કળા બની જાય છે.

ધુમ્મસ અને વરાળની ક્રીડા અદ્‌ભુત હતી. કાલે એને ફરીથી જોઈશું. આજે નહીં જઈએ.

બપોરે આરામ કરી રહ્યા હતા કે બહારથી ધડામનો અવાજ સંભળાયો. એ જ ઘરની સ્ત્રી જંગલથી લાકડાંનો ભારો લાવી રહી હતી. ભારો એક થાંભલાથી ભટકાઈને નીચે પડ્યો અને એની સાથે જ પડી પેલી સ્ત્રી. પડતાં જ બેહોશ થઈ ગઈ. ટીંગાટોળી કરીને એને ઘરમાં લઈ આવ્યા. એક સ્ત્રી હવા ઢોળવા લાગી. થોડી વાર પછી અમે ફરવા નીકળ્યા ત્યારે દવાની એક ગોળી દેતા ગયા. કહ્યું, 'ભાનમાં આવે ત્યારે આપજો. દુખાવો ઓછો થઈ જશે.'

સાંજે આવતાંની સાથે જ મેં એક સ્ત્રીને કે જે સૂપડાથી અનાજ ઝાટકી રહી હતી, પૂછ્યું, 'કેમ બેન, આજે જે બાઈ પડી ગઈ હતી, એને હવે કેમ છે ?'

પેલી સ્ત્રી શરમાઈ ગઈ. હું સમજ્યો નહીં. બીજી સ્ત્રીએ હસતાં હસતાં કહ્યું, 'આ જ તો પડી ગઈ હતી !'

હું ચકિત. જે સ્ત્રી થોડા કલાક પહેલાં બેભાન હતી, એ જ અત્યારે કામ કરી રહી છે !

ઘરના માણસોથી ઘરોબો થઈ ગયો. ઘરની સ્ત્રીઓને લોટ આપ્યો તો એમણે રોટલી વણી આપી. રાત્રે સૂતી વખતે હું વિચારી રહ્યો હતો કે ક્યારે સવાર પડે ને ક્યારે ધુમ્મસ અને વરાળનો જાદુ જોવા મળે.

સવારે ચાર વાગ્યે ઊંઘ ઊડી ગઈ. દીવડીના ટમટમતા અજવાળે સ્ત્રીઓનું કામકાજ શરૂ થઈ ગયું હતું. એક સ્ત્રી સાંબેલાથી ધાન ફૂટી રહી હતી. પછી બીજી આવી એટલે બંનેનાં સાંબેલાં ચાલવા લાગ્યાં. હું એમની જુગલબંધી જોઈ રહ્યો હતો. ત્યાં ત્રીજી સ્ત્રીએ ઘંટીથી દળવાનું શરૂ કર્યું. સાથે સાથે સૌ ગાતી પણ જતી હતી. વહેલી પરોઢે આ બધું કેવું સોહામણું લાગી રહ્યું હતું !

અજવાળું થતાં જ હું નર્મદાકિનારે ભાગ્યો, પરંતુ એક સીધી સાદી વાત ભૂલી ગયો હતો. જેના માટે આપણે બહુ વ્યગ્ર હોઈએ છીએ, એ હંમેશાં છલના સિદ્ધ થાય છે. આજે ન તો ધુમ્મસ હતું, ન વરાળ. કાલે નદી, આકાશ, પહાડ, જંગલ બધું ગાઢ ધુમ્મસમાં ખોવાઈ ગયું હતું. પછી ધીર ધીરે, પરત-દર-પરત, ઊપસી રહ્યું હતું. આ ઇંદ્રજાળ અમે આજે પણ જોવા માગતા હતા, પણ આજે રંગમંચ સૂનો હતો. આજે નાટક ભજવવામાં ન આવ્યું.

રોજ સવારે સફર. રોજ સાંજે સફર. છેવલિયા જવા માટે નીકળી પડ્યા. સરસવનાં પીળાં ખેતરો જોઈને મને વારે વારે બશોલી શૈલીનાં ચિત્રો યાદ આવી જતાં. આ પીતાંબર ધરતીને હું પાછું વળી વળીને જોતો ને પાછળ રહી જતો.

છેવલિયાના કોટવાળે બહુ ખુશીથી અમને પોતાના ઘરમાં ઉતારો આપ્યો. એણે કહ્યું, 'તમે ઠીક આવ્યા. આજે શરદપૂર્ણિમા છે. રાત્રે નર્મદાકિનારે હનુમાનચોરે ભજનમંડળી જામશે. તમે જરૂર આવજો.'

રાત્રે યાદવેન્દ્રે ખીર બનાવી. શરદપૂર્ણિમા ખરી ને ! જમીને સૂઈ ગયા. લગભગ અગિયાર વાગ્યે મારી આંખ ખૂલી. યાદવેન્દ્ર પણ ઊઠ્યો. અમે બંને હનુમાનચોરે ગયા.

ચંદ્ર સોળે કળાએ ખીલ્યો હતો. ચાંદની કેટલીય વાર જોઈ હતી, પણ આજે પહેલી વાર લાગ્યું કે ચાંદનીમાં આપાદમસ્તક ડૂબી ગયો છું. ચાંદની મારા અંતરતમમાં પ્રવેશ કરી રહી છે. મને થયું, ચાંદની આમ જ વરસતી રહેશે તો સવારે ધરતી પર ચાંદનીની ચાદર બિછાયેલી જોવા મળશે.

આ બાજુ ભજન શરૂ થઈ ગયાં હતાં. સૌ મસ્તીમાં લળીલળીને ગાઈ રહ્યાં હતાં. કોઈ ઢોલક બજાવી રહ્યું હતું, કોઈ કરતાલ, મંજીરા, તો કોઈ પખવાજ. ગાઈ તો સૌ રહ્યાં હતાં. અહીં કોઈ કેવળ શ્રોતા નહોતું. એમની મસ્તી મને સ્પર્શી ગઈ. મારો હાથ પણ એમના લય અને તાલની જોડે ચાલવા લાગ્યો. હું એમના સ્કેચ કરવા લાગ્યો. ચાંદની એવી પ્રગાઢ હતી કે એકે એક રેખા સાફ દેખાતી હતી.

રાત્રે એક વાગ્યે પાછા આવ્યા. વહેલી સવારે નર્મદાકાંઠે ગયા તો જોયું, ચંદ્ર હજુ આથમ્યો નહોતો. મારું ધ્યાન એના ડાઘા પર ગયું. હું એને ધ્યાનથી જોવા લાગ્યો. મને એ બહુ ગમ્યા. જાણે કે ચંદ્રના ચિત્રફલક પર કોઈએ ચિત્રો બનાવ્યાં હોય. ચંદ્ર જો સપાટ હોત તો આટલો મોહક ન લાગત. ના, આ એનું કલંક નથી, એનાં છૂંદણાં છે.

નદીકાંઠે હું સ્કેચ કરવા લાગ્યો. એટલામાં એક કૃશકાય સ્ત્રી નહાવા આવી. નાહીને એણે પહેરવા માટે સાડી કાઢી. એ એને એક છેડેથી બીજા છેડા સુધી બે વાર જોઈ ગઈ, પણ સાડી એવી તાર તાર થઈ ચૂકી હતી કે એની સમજમાં ન આવ્યું કે એને ક્યાંથી પહેરે. કોઈ રીતે એણે પોતાની લજ્જા ઢાંકી અને ચાલી ગઈ.

આ હતું કલંક. મારું માથું શરમથી ઝૂકી ગયું. મારાથી વધુ સ્કેચ ન થઈ શક્યા.

૨. છેવલિયાથી મંડલા

સવારે નર્મદાનું પાણી સોનેરી થઈ ગયું છે. જ્યાં તડકો નથી પડી રહ્યો, ત્યાં ક્યાંક આસમાની, ક્યાંક જાંબલી, તો ક્યાંક ભૂરું છે.

અજબ છે આ પાણી. આનો પોતાનો કોઈ રંગ નથી, પણ ઇન્દ્રધનુષના સાતે રંગોને ધારણ કરી શકે છે. એનો કોઈ આકાર નથી, પણ અસંખ્ય આકાર લઈ શકે છે. એને વાચા નથી, પણ વાચાળ થાય છે ત્યારે એનો ભયંકર વજ્રનિનાદ દૂરદૂર સુધી ગુંજી ઊઠે છે. ગતિહીન છે, પણ ગતિમાન બને છે ત્યારે તીવ્ર વેગ ધારણ કરે છે અને ઉન્મત્ત શક્તિ અને અપાર ઊર્જાનો સ્રોત બને છે. એના શાંત રૂપને જોઈને આપણે ધ્યાનાવસ્થિત થઈએ છીએ તો ઉગ્ર રૂપને જોઈને ભયાક્રાંત. જીવનદાયિની વર્ષાના રૂપમાં વરદાન બનીને આવે છે તો વિનાશકારી પૂર બનીને જળતાંડવ પણ રચે છે. અજબ છે આ પાણી !

મીઠા જળનો શ્રેષ્ઠ અને સુદીર્ઘ સ્રોત છે નદી. હજારો વર્ષોથી માણસ એની તરફ ખેંચાતો રહ્યો છે. માત્ર એટલા માટે જ નહીં કે એ આપણી અને આપણાં ખેતરોની તરસ છિપાવે છે, બલકે એટલા માટે પણ કે એ આપણા આત્માને તૃપ્ત કરે છે. એના કાંઠે આપણો આત્મા પલ્લવિત, પુષ્પિત થાય છે-- સંસ્કૃતિનો જન્મ થાય છે. સંસારની બધી સંસ્કૃતિઓનો જન્મ નદીઓની કૂખેથી થયો છે.

ભારતીય સંસ્કૃતિ ગંગાની દેન છે. પણ એક વાત છે– શ્રેષ્ઠ છે ગંગા પણ જ્યેષ્ઠ છે નર્મદા. જ્યારે ગંગા નહોતી, નર્મદા ત્યારે પણ હતી. આજે

જ્યાં ગંગા છે, સુદૂર અતીતમાં ત્યાં છીછરો સમુદ્ર હતો. કોઈક ભૂકંપે એ સમુદ્રને મેદાનમાં બદલી નાખ્યો. જોકે આમાં કરોડો વર્ષો લાગ્યા.

છેવલિયાથી નીકળીને નર્મદાજળની એકદમ નજીકની પગદંડી પકડી. ઊભો કિનારો ને ઊંડું પાણી. ત્રણ કલાકમાં પાંચ કિલોમીટર જ ચાલી શક્યા. આ કાચબાચાલે ચાલશું તો જંગલમાં જ રાત થશે. એટલે પાણી પાસેની પગદંડી છોડીને ઉપરની પગદંડીથી આગળ વધ્યા.

હવે અમે પૂરા વનવાસી બની ગયા છીએ. સાત દિવસથી ન તો સડક જોઈ હતી, ન સાઇકલ, ન વીજળી. મોટા ભાગનાં ગામોમાં એક પણ દુકાન નહોતી. આધુનિક સભ્યતાનો સ્પર્શ આ ઇલાકાને નહીં જેવો જ થયો હતો.

સાંજ થતા પહેલાં સહજપુરી પહોંચી ગયા. કટારેજી આ ગામની પ્રમુખ વ્યક્તિ હતા. નર્મદાની પરિક્રમા કરી ચૂક્યા હતા. એમણે અમારું સ્વાગત કર્યું. અમને આપવા માટે એમનો દીકરો લોટ અને ચોખા લઈ આવ્યો.

ભિક્ષાં દેહિ ! અમારો લોટ ખતમ થઈ ગયો હતો. જો અહીંથી ન મળત તો માત્ર ભાત ખાઈને સૂઈ જવું પડત. ભિક્ષા ક્યારેય લીધી નહોતી. ન હા કહી શક્યા, ન ના. મેં પાંડેજીને પૂછ્યું, ‘કેમ, આપણને આની જરૂર છે ?’

પાંડેજીએ ધીમેથી કહ્યું, ‘જરૂર તો નથી, પણ આપે છે તો લઈ લઈએ.’ યાદવેન્દ્રે પોટલી બાંધવામાં વાર ન કરી.

ભિક્ષા લઈને અમે નર્મદાકિનારે ગયા. ત્યાં એક સંન્યાસીની કુટી હતી. રાતનો વિસામો ત્યાં જ હતો. સાગવાનનાં ઊંચાં ઘાટાં વૃક્ષોમાંથી થઈને કુટી સુધી પહોંચ્યા તો મન પ્રસન્ન થઈ ગયું. કુટીને અડીને ખળખળ કરતું નાનું ઝરણું વહેતું હતું. ચારે બાજુ નાનો બાગ, આશ્રમ જેવું શાંત અને પવિત્ર વાતાવરણ. મન તૃપ્ત થઈ ગયું.

રાત્રે ધૂણી પાસે જ સૂતા. નદીનો કિનારો, સઘન વન અને ખુલ્લો આવાસ. ટાઢનું શું પૂછવું ! તડકો થયો ત્યારે ઊઠ્યા. સાગવાનનાં મોટાં પાંદડાં પર ઝાકળનાં ટીપાં પડવાનો ટપટપ અવાજ જલતરંગની યાદ અપાવતો હતો. સ્નાનાદિથી નિવૃત્ત થઈને આવ્યા, તો સંન્યાસીથી વાત કરવાનો મોકો મળ્યો. બાળક જેવો હસતો ચહેરો. રસોઈની તૈયારી કરવા લાગ્યા તો ના પાડવા છતાં ચોખા આપ્યા. હવે અમે રીઢા ભિક્ષુક થઈ ગયા હતા ! બપોરે નીકળ્યા તો બહુ દૂર સુધી વળાવવા આવ્યા. સહજપુરીના સંન્યાસી સહેજે નહીં ભુલાય.

ટાટીઘાટથી ગાઢ જંગલ શરૂ થયું. પગદંડી પર એકલદોકલ માણસ જ દેખાતો. મેં કહ્યું, ‘પાંડે, આ જંગલમાં તું એકલો હો અને ક્યાંક વાઘ આવી જાય તો તું શું કરીશ ?’

પાંડેજીએ કહ્યું, ‘હું શું કરવાનો હતો, જે કંઈ કરવાનું છે એ વાઘ જ કરશે !’

સાંજે પાઠા પહોંચ્યા. પાઠામાં પાઠશાળા હતી. ત્યાં જ ઊતર્યા. ઘણા દિવસો બાદ પાકા મકાનમાં રહેવા મળ્યું. પહેલી વાર પોસ્ટ ઑફિસ મળી. એ શાળાના મુખ્ય અધ્યાપકના ઘરમાં હતી. અમે ઘેર કાગળ લખ્યા. સવારે નર્મદાકાંઠે ગયા. ત્યાં એક ઝરણું નર્મદામાં મળતું હતું. એના નાના ધોધમાં નાહ્યા. તે જ દિવસે સાપ્તાહિક બજાર હતું. અમે પણ રાશન ખરીદ્યું.

બીજે દિવસે ગાઢ ધુમ્મસ હતું. સૂરજ ગાયબ હતો. જ્યારે નીકળ્યો ત્યારે ચંદ્ર જેવો સફેદ. સામે પશ્ચિમમાં ચંદ્ર ત્રાંબાના રંગ જેવો હતો. બિનઅનુભવી માણસને ઓળખવું મુશ્કેલ પડે કે આમાંથી કયો સૂરજ ને કયો ચંદ્ર. મને કાંગડા શૈલીનાં ચિત્રો યાદ આવ્યાં, જેમાં કૃષ્ણે રાધાનાં વસ્ત્રો પહેર્યાં છે અને રાધાએ કૃષ્ણનાં. આજે ચાંદાસૂરજે અરસપરસ વસ્ત્ર બદલી લીધાં હતાં.

પાઠામાં બે રાત રોકાઈને ત્રીજે દિવસે સવારે નીકળી પડ્યા. ખેતરોમાંથી ધાનના મોટા ભારા ઉપાડીને સ્ત્રીઓ આવી રહી હતી. ગામની સ્ત્રીઓને માથા પર ભરેલી હેલ લઈને નર્મદાની લપસણી ભેખડો પર ચઢતી રોજ જોતો હતો. સવારે ચાર વાગ્યે ઘંટી અને સાંબેલું ચલાવતા પણ જોઈ ચૂક્યો હતો. મનમાં થયું, આમને કયાં વિટામિન-પ્રોટીન મળતાં હશે જેના લીધે આવી હાડતોડ મહેનત કરી શકે છે. ખરું જોતાં પૌષ્ટિક આહાર જરૂરી છે, પણ જે કાંઈ મળે એને પૂરેપૂરું વસૂલ કરવું પણ એટલું જ જરૂરી છે. પૂરનું પાણી વ્યર્થ વહી જાય છે, નહેરના પાણીનું એક એક ટીપું ખેતરમાં જાય છે.

બપોરે બાલઈ નદી આવી. અમે એના સુંદર ધોધોને ક્યાંય સુધી જોતા રહ્યા. સાંજે પદ્મી પહોંચ્યા. રાતવાસો ત્યાં કર્યો. દસ દિવસ પછી પાકી સડક જોઈ. તાર અને વીજળીના થાંભલા જોયા. અહીંથી પગદંડી નથી. સડક જ નર્મદાના કાંઠે કાંઠે ચાલે છે. ઊંચીનીચી, આડીઅવળી, ખરબચડી પગદંડી હવે નથી. હવે છે સુંવાળી સડક. પગદંડી પર ચાલવાનું કૌતુક ન રહ્યું. એની જગ્યા લઈ લીધી છે સગવડે.

બીજે દિવસે બપોરે પદ્મીથી ચાલ્યા. ચિરઈડોંગરી પહોંચ્યા ત્યારે અંધારું થઈ ગયું હતું. એક હોટલની સામે સામાન ઉતારીને બેઠા. હોટલનો ચૂલો ખાલી હતો. યાદવેન્દ્રે એમાં જ રાંધી લીધું. પછી શાળાનું મકાન મળી ગયું.

સવારે યાદવેન્દ્રે નોટિસ આપી, 'રાશન ખતમ થવા આવ્યું છે.'

પૈસા સૂર્યકાન્ત પાસે રહેતા. એણે કહ્યું, 'પૈસા પણ ખતમ થવા આવ્યા છે. બહુ બહુ તો બે દિવસનું રાશન ખરીદી શકીશું.' રસદ નહીં રહે તો ફોજ આગળ કેમ વધશે. અત્યાર સુધી બે વાર દૂધ લેતા હતા, વચ્ચે વચ્ચે ખીર પણ બની જતી. આજથી આ બધું બંધ, તેમ છતાં ચિંતા બની રહી.

સવારે નર્મદામાં નહાતી વેળા પાંડેજી કહેવા લાગ્યા, 'આજે નર્મદામૈયા

કંઈક એવો ચમત્કાર બતાવે કે સો રૂપિયાની નોટ વહેતી ચાલી આવે.' આર્થિક ચિંતા સૌને સતાવી રહી હતી. ક્યાંક ખરેખર ભિક્ષાપાત્ર લેવાની વેળા ન આવી જાય.

ચરૈવેતિ ! બપોરે જમ્યા બાદ પીઠ પર સામાન લાદીને સડક પર આવ્યા કે તુરત જ બસ આવીને ઊભી અને એમાંથી ઊતર્યા મારા બનેવી ! અમારી આ યાત્રામાં શરૂથી જ રસ લઈ રહ્યા હતા. એમને જોઈને અમને બહુ ખુશી થઈ. એમણે અમારા ખબરઅંતર પૂછ્યા એટલે મેં હળવેથી કહ્યું, 'પૈસા ઓછા પડ્યા છે. થોડા પૈસા જોઈએ.'

એમણે તરત જ રૂપિયા આપ્યા– પૂરા સો રૂપિયા ! પાંડેજી હરખઘેલા થયા. કહે, 'જુઓ, નર્મદાજીએ આપણી ધા સાંભળી.'

રસ્તે ગરમ પાણીનો કુંડ આવ્યો. એમાં નાહીને આગળ વધ્યા. રાત એક ખેતરમાં વિતાવી. આખી રાત નર્મદાનો નિનાદ સંભળાતો રહ્યો. દિવસના શોરબકોરમાં એ ધ્વનિ ડૂબી જાય છે, રાતની નીરવતામાં સંભળાય છે. જ્યારે કોલાહલ નથી હોતો, ત્યારે જ કલરવ સંભળાય છે.

અહીંથી ફરીથી પગદંડી મળી ગઈ. સહસ્રધારા હવે વધુ દૂર નથી. ત્યાંનું મંદિર દેખાવા પણ લાગ્યું. અમારી ચાલ તેજ થઈ ગઈ. જાણે કોઈ અદૃશ્ય દોરથી ખેંચાઈને ચાલ્યા જતા હોઈએ.

હવે અમે સહસ્રધારાની બિલકુલ સામે ઊભા છીએ. સામે છે પ્રપાતોના ગુચ્છાના ગુચ્છા. દૂધ જેવું સફેદ પાણી પારિજાતનાં ફૂલોની યાદ અપાવતું હતું. નદીની ડાળ પર લાગેલા આ પ્રપાત નદીનાં પુષ્પો જ તો છે. પ્રપાતથી નીકળતો ધ્વનિ જાણે ફૂલો પર ભમતા ભમરાનું ગુંજન હોય. સહસ્રધારા શું છે, પુષ્પવાટિકા છે. નદીનાં સફેદ ફૂલોનો નાનોશો બગીચો. અમે ભાન ભૂલીને જોતા જ રહ્યા. આંખો ધરાતી નથી, કાન થાકતા નથી, મન ભરાતું નથી.

નર્મદા અહીં શિલ્પી બની છે. સહસ્રધારાની કાજળકાળી શિલાઓમાં તરેહતરેહની આકૃતિઓ કંડારી છે. અમૂર્ત શિલ્પોની વિશાળ કલાવીથી છે અહીં. આ કળા કરોડો વર્ષ જૂની છે, પણ એને 'ગૅલેરી ઑફ મૉડર્ન આર્ટ'નું નામ મજેથી આપી શકાય.

ચાલવું જરૂરી હતું. મંડલા હવે દૂર નહોતું. ત્યાં પાંડેજીના સ્વજન રહેતા હતા. એમને ત્યાં જ ગયા. અમારા અભિયાન વિષે સાંભળીને બહુ ખુશ થયા. કહે, 'હવે ક્યાંય ન જતા. મારે ત્યાં જ રહો.' નોકરને કહે, 'બઢિયા ભોજન બનાઓ રે, યે જંગલ સે મોટાઝોટા ખા કર આ રહે હૈં.'

તે દિવસે અમે કંઈ ખાધું છે !

બીજે દિવસે રંગરેજઘાટ ગયા. ત્યાં સ્નાન કર્યું. પાંડેજીએ પૂજન કર્યું. અમારી ખંડયાત્રા પૂરી થઈ. પાઠકજી કોઈ રીતે આવવા નહોતા દેતા, પણ

ત્રીજે દિવસે બસ પકડી જ લીધી. ઘરેથી નીકળ્યે પંદરમો દિવસ હતો.

નર્મદાનું ઐશ્વર્ય જોતાં જોતાં સુખદ સ્મૃતિઓનો અંબાર લાગી ગયો હતો. ગાઢ ધુમ્મસમાં લપાયેલી બરહઈયાખેડાની રહસ્યમયી નર્મદા, શરદપૂર્ણિમાની ભજનમંડળી, સહજપુરીના સંન્યાસી, ટાટીઘાટનો આરણ્યક તટ, પાઠાના બજારમાં બંગડી પહેરતી સ્ત્રીઓ, સહસ્રધારાની ઉછાળા મારતી અજસ્ર ધારાઓ, મંડલાના પનઘટ. યાત્રા હતી તો માત્ર પંદર દિવસની, પણ આ પંદર દિવસોમાં અમે માલામાલ થઈ ગયા હતા.

નર્મદા પોતાના રૂપ-રંગ-રસમાં હજુ પણ તરવરી રહી હતી.

૩. મંડલાથી છિનગાંવ

આપણાં મંદિરોની જેમ આપણી નદીઓ પણ પૂર્વાભિમુખ છે. મોટી નદીઓમાં એક નર્મદા જ પશ્ચિમવાહિની છે. અમરકંટકથી નીકળીને કર્કરેખાની હારોહાર પશ્ચિમ તરફ વહે છે. જેમજેમ આગળ વધે છે, તેમ તેમ જાણે પાણીના ભારથી નીચેની બાજુએ ઢળે છે. તેમ છતાં એ સીધી પશ્ચિમ ભણી વહે છે.

આમાં એક અપવાદ છે. ડિંડોરી અને જબલપુરની વચ્ચે એ દક્ષિણ તરફ લગભગ ૧૫૦ કિ.મી.નો વળાંક લે છે. આ વિશાળ વળાંકની મધ્યમાં છે મંડલા. મંડલા જાણે નર્મદાના કાન-કુંડળમાં વસ્યું છે. નર્મદા જો આવો જ વળાંક માળવામાં લેત તો ઈન્દોર અને ગુજરાતમાં લેત, તો વડોદરા નર્મદાકાંઠે હોત. ઈન્દોર અને વડોદરા જે સોગાદથી વંચિત રહી ગયાં, એ મંડલા સહજે પામી ગયું.

અમારી પાછલી યાત્રા જબલપુરથી મંડલા સુધીની હતી. આ વેળાની મંડલાથી અમરકંટક સુધીની છે. પાછલી યાત્રામાં અમે ચાર હતા, હવે બે જ રહી ગયા છીએ : યાદવેન્દ્ર અને હું. યાત્રા પહેલાં કરતાં બમણી લાંબી છે અને અમે અરધા રહી ગયા છીએ.

૧૦ ઑક્ટોબર '૭૮. 'નર્મદે હર !' વહેલી સવારે મંડલાથી નીકળી પડ્યા. રાત એક ગામમાં વિતાવી. બીજે દિવસે બપોરે કછારી પહોંચ્યા. નર્મદાના ઊંચા કિનારેના એક ખેતરમાં ધણીધણિયાણી બેઠાં હતાં. અમે તેમની તરફ આગળ વધ્યા તો સ્ત્રીએ જોરથી હાંક લગાવી, 'જોડા ઉતારીને ચાલો, મહારાજ !'

અમે ચંપલ ઉતારી નાખી. એમની પાસે જઈને બેઠા. અમારી યાત્રા વિષે જાણીને રાજી થયાં. બંનેએ કહ્યું, 'આજે અહીં જ રોકાઈ જાઓ.' મેં કહ્યું, 'દિવાળી પહેલાં અમરકંટક પહોંચી જવું છે. જેટલું આગળ જઈ શકીએ એટલું સારું.' પતિએ કહ્યું, 'તો તમે બકછેરામાં રોકાજો. ત્યાં મારો સાઢુભાઈ રહે છે. નામ છે મનસુખ. એને ત્યાં રહેજો. આજે દશેરા છે. દશેરાનું સરઘસ જોવા મારી સ્ત્રી મંડલા જઈ રહી છે. એની સાથે જ જજો. અરધે સુધી તમારો બંનેનો મારગ એક છે. આગળનો રસ્તો એ બતાવી દેશે.'

ઘરોબો થઈ ગયો એટલે મેં એની સ્ત્રીને પૂછ્યું, 'તમે અમને જોડા ઉતારવાનું શા માટે કહ્યું હતું ?'

'ત્યાં અમારું ખળું છે. ખળું ને ખેતર લક્ષ્મી કહેવાય. ત્યાં જોડા પહેરીને ન જવાય.'

એની વાત બહુ ગમી. એ વાત પણ કરી રહી હતી અને સાજ પણ સજી રહી હતી. પહેલાં પગમાં ઝાંઝર પહેર્યાં. સેંથામાં સિંદૂર પૂર્યું. સફાઈથી ટીલું કાઢ્યું. પછી લીધો પાઉડર ! આ નિર્જન સ્થાનમાં પાઉડરનો ડબ્બો જોઈને હું દંગ રહી ગયો. ભભૂતની જેમ ચોડ્યો. પહેલાં એની ત્વચાના તાણાવાણા સરસ લાગતા હતા; હવે પાઉડરના જાડા થરમાં દટાઈ ગયા. સુંદરની ઉપાસના આપણને ઘણી વાર અસુંદરના ઉંબરે લઈ જાય છે.

બકછેરામાં મનસુખને એના સાઢુભાઈના રામરામ કહ્યા તો એ જોતો જ રહી ગયો. બધી વાત કહી એટલે બહુ ખુશીથી ઉતારો આપ્યો. રાત્રે સૂતા તો જોયું કે માથા પાસે મરઘીઓનો વાસ હતો. ચાલો, સવારે ઊઠવામાં ઠીક રહેશે. આવું પ્રાણવાન એલાર્મ ઘડિયાળ બીજે ક્યાં મળશે ?

અહીંથી મોહગાંવ. અહીં સામેથી બુઢનેર આવીને નર્મદાને મળે છે. કિનારે એક સાધુ હતા. મેં એમને પૂછ્યું, 'અહીં જ્યારે આટલી ટાઢ છે, ત્યારે અમરકંટકમાં કોણ જાણે કેટલી હશે !'

એમણે કહ્યું, 'અમરકંટક તો બદરીનાથનો ટુકડો છે !'

નર્મદાના કાંઠે કાંઠે આગળ વધ્યા. કેટલીક જગ્યાએ તો ખાંડાની ધાર પર ચાલવા જેવું હતું. જેમતેમ કરીને માનોટ પહોંચ્યા. ત્યાંથી લિંગા. રાતનો વિસામો લિંગામાં ભગતજીને ઘરે હતો.

સવારે જમીન પર પથરાયેલા વાંકાચૂકા ધુમાડાને જોઈને સમજતાં વાર ન લાગી કે આ ધુમાડો નહીં પણ વરાળ છે અને જ્યાં જ્યાં આ વરાળની બિછાત છે ત્યાં ત્યાં નીચે નર્મદા છે. સવારના ધૂંધળા પ્રકાશમાં ધુમાડાની ચાદર ઓઢીને સૂતેલી નર્મદા બહુ નમણી લાગતી હતી. લિંગાઘાટમાં પશ્ચિમવાહિની નર્મદા પૂર્વવાહિની થઈ છે, એટલે એની ધારાને અહીં સૂરજમુખી ધારા કહે છે. નર્મદામાં આવાં સ્થળો બહુ ઓછાં છે.

લિંગાથી એક સંન્યાસીનો સાથ થઈ ગયો. એક ચાદર અને માટીના

એક પાત્ર સિવાય બીજું કંઈ નહોતા રાખતા. એક વાર મને કહે, 'અચ્છા, એ બતાવો કે સ્વાદ શામાં છે – જીભમાં કે ગુલાબજાંબુમાં ?'

મારી વિનંતીથી એમણે જ જવાબ આપ્યો, 'જો ગુલાબજાંબુમાં સ્વાદ હોય, તો એ થાળીમાં પડ્યો પડ્યો જ સ્વાદ આપશે અને જો જીભમાં સ્વાદ હોય, તો ગુલાબજાંબુ ખાવાની શી જરૂર ? ખરું જોતાં સ્વાદ માત્ર જીભમાં નથી, તેમ માત્ર ગુલાબજાંબુમાંય નથી. બંનેના યોગમાં છે. એવી જ રીતે જીવનને માત્ર આત્મા અથવા માત્ર શરીર માનવું ભૂલભરેલું છે. સાર્થકતા બંનેના મિલનમાં છે.'

સરસ વાત કહી. આગળ કેટલાંક સ્ત્રીપુરુષ મળ્યાં. પૂછ્યું, 'ક્યાં જઈ રહ્યાં છો ?'

'નર્સરી. છોડ રોપવા.'

તો નર્સરી જેવો અંગ્રેજી શબ્દ છેક અહીં જંગલ સુધી આવી પહોંચ્યો છે ! વિદેશી ભાષાના જે શબ્દો સહેલાઈથી આપણી જીભ પર ચડી જાય, એને આપણે ખુશીથી અપનાવી લેવા જોઈએ. દરેક ભાષામાં કેટલાક શબ્દો અશ્વમેધ યજ્ઞના ઘોડા જેવા હોય છે. એ સીમાડાને ન ગણકારે, રોક્યા રોકાય નહીં. મહાત્મા, સત્યાગ્રહ, યોગ, ધ્યાન વગેરે આપણા શબ્દો પણ વિદેશોમાં છડેચોક ચાલી રહ્યા છે.

આગળનું ગામ કૌઆડોંગરી, એ પછી દુપટાસંગમ. અહીં નર્મદામાં બે કિશોરીઓ સ્નાન કરી રહી હતી. બિલકુલ વનદેવીઓ જણાતી હતી. આગળ સંગમ પર ઊંચા સ્થળે એક ઝૂંપડામાં એમના માબાપ બેઠાં હતાં. મેં પુરુષને પૂછ્યું, 'આગળ ક્યાં ક્યાં ગામ આવશે ?'

એણે વિચાર કરતાં કહ્યું, 'ચિમકાટોલા, પિપરિયાટોલા, ચકદહી.' એની વાતને કાપતાં સ્ત્રીએ કહ્યું, 'કાંઈ જાણો છો કે એમ જ બોલ્યે રાખો છો ? ચકદહી પહેલાં આવશે, પિપરિયાટોલા પછી.'

એણે કહ્યું, 'મૈં કા જાનૂં મહારાજ ! પિપરિયાટોલા કે બાદ ચિમકાટોલા...'

ફરી એની પત્નીએ ટોક્યો, 'શું બોલી રહ્યા છો ? ચિમકાટોલા તો સૌ પહેલાં આવશે.' ભોળા પતિએ ફરીથી કહ્યું, 'મૈં કા જાનૂં મહારાજ !'

એટલામાં બંને કિશોરીઓ નહાઈધોઈને આવી ગઈ. એકનું નામ તો ભૂલી ગયો, બીજીનું નામ આજે પણ યાદ છે – સુકરતી. સુકરતી એટલે સુકીર્તિ. કેવું યશસ્વી નામ ! પરંતુ બહુ નથી સંભળાતું. કેટલાંક નામો સરસ અને મધુર હોવા છતાં ચાલતાં નથી. રેવા કેવું વહાલસોયું નામ છે ! બોલવામાં સહેલું, સાંભળવામાં મીઠું. પણ ન ચાલ્યું. નર્મદા નામ જ વધુ પ્રચલિત થયું.

રોજ સવારે સૂરજ નીકળતો ને અમે નીકળતા. એક વાર એક સંન્યાસીની કુટી આવી. ત્યાં બેઠા. તેઓ નર્મદા પરિક્રમા કરી ચૂક્યા હતા. કહેવા લાગ્યા, 'પરિક્રમામાં ત્રણ વરસ, ત્રણ મહિના ને તેર દિવસ લાગ્યા હતા. ત્યારે હું

અનાજ નહોતો લેતો. કંદમૂળ, ફળફૂલ અથવા દૂધદહીં જ લેતો. આ પણ માગતો નહીં. વગર માગ્યે મળતું તો જ લેતો.'

'કાંઈ ન મળ્યું તો ?'

'તો માનું દૂધ !'

આ માણસની શ્રદ્ધા જોઈને દંગ રહી ગયો. આને માટે નર્મદાનું પાણી એ પાણી નહીં પણ માનું ધાવણ છે.

નર્મદાની ઊભી ભેખડ ઉપર પગદંડી દોરી જેવી પાતળી થઈ ગઈ હતી. અમે રાંઢવા પર ચાલવાવાળા નટની જેમ સાવધાનીથી પગલાં માંડતાં હતા. અહીંથી વાસણના બે ફેરીવાળાઓનો સાથ થઈ ગયો. તૂટેલાં વાસણ લેતા અને બદલામાં ગોળ આપતા. પિપરિયાટોલા આવતાં એમણે હાંક લગાવી, 'ટૂટે ફૂટે બરતન ગુડ કે બલ્દીગો !'

એક ગોંડના ઘરે અમે રસોઈ બનાવવા માટે રોકાયા. પહેલાં તો એના ઘરના માણસો અમારાથી ભડકીને દૂર રહ્યા, પણ યાદવેન્દ્રે જેવો સ્ટવ ચાલુ કર્યો કે પહેલાં છોકરાઓ આવ્યા, પછી છોકરીઓ આવી ને છેલ્લે ઘરની સ્ત્રીઓ પણ આવી. આવો ચૂલો તો એમણે કદી નહોતો જોયો. દર્શકોના વિસ્મયથી ઉત્સાહિત થઈને યાદવેન્દ્ર પણ પોતાનો ઈલમ બતાવવા લાગ્યો. ક્યારેક આંચને ધીમી કરતો, ક્યારેક તેજ. ક્યારેક પિનથી આંચને ઠીક કરતો, તો ક્યારેક પંપથી સપાટાબંધ હવા ભરતો ! એની દરેક કરામત પર ભીડ ચકિત રહી જતી. મદારી જેમ વાંદરાને નચાવે, તેમ સ્ટવને નચાવીને યાદવેન્દ્રે એ ગોંડ પરિવારનું ઠીકઠીક મનોરંજન કર્યું.

સાંજે ખાપા પહોંચ્યા. ફેરીવાળા આગળ નીકળી ગયા હતા. સંન્યાસી પાછળ રહી ગયા હતા. અમે આશ્રયની ખોજમાં હતા ત્યાં એક લુહાર અમને પોતાને ત્યાં લઈ ગયો. મેં પણ વિચાર્યું કે આ ટાઢમાં લુહારના ઘરથી ઉત્તમ ઘર બીજું કયું હોઈ શકે ? ભઠ્ઠી પાસે જ સૂતા. રાત્રે જે કોઈ ઊઠતું, તે બેચાર કોલસા નાખીને ધમણ ધમી દેતું !

સવારે આગળ વધ્યા. વચ્ચે એક ઠેકાણે વિસામો ખાવા બેઠા. બેસતાં જ ઊછળ્યો ! એક લાલ મકોડાએ ચટકો ભર્યો હતો. વાંક મારો હતો. મારે જ જોઈને બેસવું જોઈતું હતું. હવે જ્યારે પણ બેસીશ, ત્યારે નીચે જોઈને બેસીશ.

જ્યારે બે કેડી આવતી, ત્યારે અમે વિમાસણમાં પડી જતા. સૂમસામ જગ્યામાં કોને પૂછીએ ? ડોકરઘાટ પાસે સામેની કેડી અસ્પષ્ટ હતી. ડાબી બાજુની પહાડ પર જતી સ્પષ્ટ હતી. અમે એ જ લીધી. ખૂબ દૂર સુધી ગયા પણ ક્યાંય કોઈ દેખાયું નહીં એટલે સંદેહ થયો કે ક્યાંક ભૂલા તો નથી પડ્યા. યાદવેન્દ્રે કહ્યું કે તમે અહીં ઝાડ નીચે બેસો. હું આગળ જઈને તપાસ કરું છું.

બેસતાં પહેલાં નીચે સારી રીતે જોઈ લીધું. મકોડા તો શું કીડીય નહોતી.

સ્કેચ કરવામાં મશગૂલ થઈ ગયો, પણ દસપંદર મિનિટ બાદ ગંભીર સ્વર સંભળાવા લાગ્યો. મને થયું કે દૂર વહેતી નર્મદાનો સ્વર હશે. પણ સ્વર તેજ થતો ગયો એટલે મારું ધ્યાન ગયું. સામે તો કોઈ ન હતું પણ જેવું ઉપર જોયું કે મારો શ્વાસ અધ્ધર થઈ ગયો. મારા ઉપર મધમાખોનું ટોળું ઘૂમરી લઈ રહ્યું હતું !

નાસ મારા બાપ ! જરાક મોડું થયું હોત તો વીરગતિને કદાચ પ્રાપ્ત ન થાત, પણ દુર્ગતિ જરૂર થઈ જાત. જે ઝાડની નીચે બેઠો હતો, એમાં ભારે મોટો મધપૂડો હતો. નક્કી કર્યું કે હવેથી બેસતા પહેલાં નીચે પણ જોઈશ અને ઉપર પણ જોઈશ !

એ કેડી જંગલમાં જતી હતી એટલે પાછા નીચે ઊતર્યા. દૂર થોડી ઝૂંપડીઓ દેખાઈ. ત્યાંથી કેડી મળી ગઈ. સિલગી નદી પાર કરીને આગળ વધ્યા. ત્યાં નર્મદાકાંઠેનાં ભીમકાય અર્જુનવૃક્ષોને જોઈને દંગ રહી ગયા. આગળ એક બાબાની કુટીથી સંન્યાસીજીનો ફરીથી સંગાથ થઈ ગયો.

કુટરઈમાં રહેવાની વ્યસ્થા થઈ ગઈ. જઈને બેઠા ત્યાં અવાજ સંભળાયો, 'ટૂટે ફૂટે બરતન ગુડ કે બલ્દીગો !' ફેરીવાળા પણ આવી પહોંચ્યા.

આજે શરદપૂર્ણિમા હતી – ચંદ્રના રાજ્યાભિષેકની રાત. પણ નિર્જન પ્રદેશના આ ટચૂકડા ગામમાં કોઈએ એનો ઉત્સવ ન ઊજવ્યો. ન ભજનમંડળી, ન ગીતસંગીત. હું જ એકલો ચાંદનીમાં નાહતો રહ્યો. મોડે સુધી ચાંદાને જોતો રહ્યો. મને એ દુર્ગાપ્રતિમા જેવો લાગ્યો. વિધાતા એને થોડો થોડો કરીને ચૌદ દિવસોમાં ઘડે છે, પંદરમે દિવસે એમાં પ્રાણપ્રતિષ્ઠા કરે છે, પછી અમાસના નીલગગનમાં એનું વિસર્જન કરે છે. સર્જન-વિસર્જનનો આ ક્રમ નિરંતર ચાલતો રહે છે.

મોંસૂઝણું થતાં ચાલી નીકળ્યા. સાંજે જૈતપુરી પહોંચ્યા. અમે ઓરડામાં સૂતા. સંન્યાસી બહાર પેરો બિછાવીને એના પર સૂતા. અમને અંદર ધાબળામાં ટાઢ જણાતી હતી. તેઓ બહાર ચાદરમાં મજેથી સૂતા હતા !

અહીંથી ફેરીવાળા પાછા ચાલ્યા ગયા. સંન્યાસી આગળ નીકળી ગયા. અમે કન્હૈયાસંગમમાં ગોસાઈજીને ત્યાં રહ્યા.

નર્મદાના કાંઠે કાંઠે ચાલવાના આગ્રહને લીધે બીજે દિવસે સાંજે અમે એક એવા ગામે જઈ પહોંચ્યા, જ્યાં ભાગ્યે જ કોઈ જાય છે. ગામનું નામ છિનગાંવ. ગણ્યાંગાંઠ્યાં ઘર. અહીં કોઈ આશ્રય આપવા તૈયાર ન થયું. થાકીને એવા લોથ થઈ ગયા હતા કે આગળ જવાનું જોર નહોતું. આ ગામના માણસો અમને ચોર સમજી બેઠા. મેં બહુ વીનવ્યા, પણ કોઈએ અમને આશ્રય ન આપ્યો.

છેવટે એક ગરીબ દંપતીની રજા લઈને એમના આંગણામાં સામાન મૂક્યો. થોડી વારમાં રાત પડી ગઈ. ઘેરું અંધારું ને અજાણી જગ્યા. એટલામાં બે જણ આવ્યા. એમના મોઢામાંથી શરાબની વાસ આવતી હતી. આવતાની સાથે જ તડૂકવા લાગ્યા – કોણ છો, ક્યાંથી આવો છો, અહીં કોની રજાથી બેઠા છો ? અમે દરેક રીતે સમજાવ્યા, પણ વ્યર્થ. જેને ત્યાં બેઠા હતા, એમને પણ ધમકાવવા લાગ્યા. 'આ કોણ સગા છે તમારા, કેમ એમને અહીં બેસવા દીધા, રાતે જો કાંઈ થશે તો એનું જવાબદાર કોણ ?'

અમારો પક્ષ લઈને ઘરધણીની સ્ત્રીએ કહ્યું, 'કોઈ આવી જ જાય, તો શું અમે એને કાઢી મૂકીએ ? વળી આ કંઈ ચોર નથી જણાતા. ચોર દિવસના આવીને ભાળ લઈ જાય, પછી રાત્રે ચોરી કરવા આવે. આ બિચારા તો સાંજે આવ્યા છે અને જ્યારથી આવ્યા છે ત્યારથી ક્યાંય ગયા પણ નથી.'

પણ જે નશામાં હોય એને કોઈ કેવી રીતે સમજાવે ? ધીરે ધીરે બીજા માણસો પણ આવી ગયા. પેલા શરાબીઓએ એવું વાતાવરણ સર્જ્યું કે સૌને એમ થઈ ગયું કે ગામમાં બે અઠંગ ચોર આવી ગયા છે અને આજે રાતે જો સાવધ નહીં રહીએ તો કોઈના પણ ઘરે ચોરી થઈ શકે છે. અમારા ઉપર ચોકી કરવા કેટલાક ત્યાં જ જામી ગયા.

આવા ભયના વાતાવરણમાં અને આવી ટાઢમાં ખુલ્લામાં સૂવાનો જીવનમાં આ પહેલો જ પ્રસંગ હતો. લંબી તાણીને ચૂપચાપ પડ્યા રહ્યા. મનમાં ડર હતો કે કોણ જાણે ક્યારે શું થાય.

મોડેથી ચાંદો નીકળ્યો તો કંઈક હિંમત આવી. ઊંઘ તો ક્યાંથી આવે ? ટૂંટિયું વાળીને પડ્યા રહ્યા. ત્યાં હવામાં લહેરાતી મધુર સ્વરલહરી સંભળાવા લાગી. અદ્‌ભુત હતી એની મીઠાશ, દિવ્ય હતો એનો પ્રભાવ. આવાં મીઠાં ગીત તો સાંભળ્યાં નહોતાં. કેવાં સ્વાભાવિક, કેવાં સહજ, કેવાં મધુર ! એક પળમાં હું મારું બધું દુ:ખ ભૂલી ગયો. અવહેલના, અપમાન, ટાઢ બધું ગાયબ થઈ ગયું. રહી ગયાં એ ગીત અને એની મીઠાશ.

પાડોશીના આંગણામાં ગામની કિશોરીઓએ મીઠા સ્વરમાં રીના ગીત શરૂ કર્યાં હતાં– ચોરોના ભયથી એમને આખી રાતનું જાગરણ કરવું હતું અને અમારા ઉપર નજર રાખવી હતી ને, એટલે ! હલકી લયબદ્ધ તાળીઓની સાથે ગીતની એક લીટી એક ટોળી ગાતી, બીજી લીટી સામેની ટોળી ગાતી. વચ્ચે વચ્ચે મજાક- મશ્કરી અને હાસપરિહાસ. કેવું મધુર, કેવું સ્વપ્નિલ લાગી રહ્યું હતું આ બધું !

અભિશાપને આવી રીતે વરદાનમાં બદલાતો ક્યારેય નહોતો જોયો. સાંભળતાં સાંભળતાં ક્યારે ઊંઘ આવી ગઈ, કંઈ ખબરેય ન પડી.

૪. છિનગાંવથી અમરકંટક

સવારે જાગ્યા ત્યારે બિછાનું ઝાકળથી ભીંજાઈ ગયું હતું. નવાઈ એ વાતની લાગી કે આવી ટાઢમાં ઊંઘ કેવી રીતે આવી. મનમાં રીના ગીતના કોમળ, મૃદુ સ્વર હજી પણ ગુંજી રહ્યા હતા. એ રાત્રે જો સાચે જ કોઈને ત્યાં ચોરી થાત તો અમે જ પકડાત. પણ ક્યાંયથી કોઈ ફરિયાદ ન આવી એટલે અમે ત્યાંથી ચાલતા થયા.

બરછા બાદ પહાડ ઊતર્યા તો સામે નર્મદા. થોડું ચાલ્યા તો જોગીટિકરિયા. બીજે દિવસે લુકામપુર. અહીં સરસ રહેઠાણ મળ્યું એટલે બે દિવસ રહી ગયા. નદીથી પાણી લાવવા માટે ડોલની જરૂર પડી. પાડોશમાં માગવા ગયો તો ઘરની વહુએ પૂછ્યું, 'તમે કેટલી મૂર્તિ છો ?'

તો હવે અમે મૂર્તિ છીએ !

હું સમજી ગયો. મેં કહ્યું, 'અમને સીધું નહીં, ડોલ જોઈએ છે.'

ડોલ મળી ગઈ. પાણી લઈને હું કુટીએ આવ્યો. ત્યાં એક ભાઈ આવીને કહેવા લાગ્યા, 'પહેલાં આમાં એક પાગલ સ્ત્રી રહેતી હતી. થોડા દિવસોથી ક્યાંક ચાલી ગઈ છે. દરવાજો ખુલ્લો જોઈને મને થયું કે ક્યાંક પાછી તો નથી આવી !'

પાગલ શબ્દ સાંભળીને પહેલાં તો ચમક્યો, પણ પછી થયું કે પાગલપનનો કંઈક વઘાર અમારામાં પણ જરૂર હશે, નહીં તો ઘરની મીઠી નીંદર છોડીને જંગલપહાડની વાટ શા માટે લઈએ ?

રાત્રે નર્મદાનો મર્મર ધ્વનિ સંભળાયા કરતો. લગભગ રોજ રાત્રે એના ખળખળ વહેતાં વારિનો રવ સાંભળવા મળતો. દિવસે એ ભલે નર્મદા હોય,

રાતે એ રેવા છે. દિવસે એ દૃશ્ય છે તો રાત્રે શ્રાવ્ય.

પેલે પાર છે ડિંડોરી. મોટું ગામ છે. આજે રવિવાર છે, ત્યાંના સાપ્તાહિક બજારનો દિવસ. કેટલાય ગ્રામીણો નર્મદા ઓળંગીને ત્યાં બજાર કરવા જશે. સાંજે પાછા આવશે. એમનું આ નદી પાર કરવું મને બહુ ગમે છે, આજે ધરાઈને જોઈશ.

હું સવારથી જ જામી પડ્યો. શરૂ શરૂમાં તો એકલદોકલ માણસો આવતા રહ્યા, પણ બપોરથી તો એમની વણઝાર શરૂ થઈ ગઈ. પહેલાં તેઓ નર્મદામૈયાને પ્રણામ કરતા, પછી જ પાણીમાં ઊતરતા. મુખ્ય ધારા આવ્યે સ્ત્રી માથા પરનો ભારો ઠીક કરતી અથવા પીઠ પર બાંધેલા બાળકને મજબૂતીથી પકડતી, પુરુષો કાવડનું સંતુલન ઠીક કરતા, પછી એકબીજાનો હાથ પકડીને પાર થતા. પાણી ઝાઝું નથી, પણ પ્રવાહ તેજ છે અને નીચેના પથ્થરો લપસણા છે. બહુ સંભાળીને પાર કરવાનું હોય છે.

કોઈને પૂછ્યું, ‘આ પગે ઓળંગવું ક્યારથી શરૂ થાય છે ?’

‘વરસાદ પછી ડહોળું પાણી સ્વચ્છ થાય ત્યારથી.’

આગળના માર્ગ વિષે પૂછતાં કહ્યું, ‘તમારો વિચાર હશે કે જેમજેમ અમરકંટક નજીક આવશે, તેમતેમ પહાડ અને જંગલ સઘન થશે. પણ છે આનાથી ઊલટું. હવે જંગલેય નથી અને પહાડેય નથી. હા, છેલ્લે દિવસે અમરકંટકનો પહાડ ચડવો પડશે.’

સવારે નીકળ્યા. રામઘાટના પ્રપાતોને જોઈને સહસ્રધારા યાદ આવી. ફરક એટલો છે કે સહસ્રધારાના પ્રપાતો દૂરદૂર સુધી વેરાયેલા છે. જ્યારે અહીંના પ્રપાતોનું ઝૂંડ એક જ ઠેકાણે એકઠું થયું છે. એક અર્ધચંદ્રાકાર વિશાળ સપાટ ચટ્ટાન ઉપરથી અસંખ્ય જળધારાઓ પડે છે. મોર જેમ પાંખ ફેલાવીને કળા કરે, એમ નર્મદા અહીં પોતાની જળધારાઓનાં પીછાં ફેલાવીને નાચી ઊઠી છે. જોકે પ્રપાત બહુ નાના છે, એકલદોકલ હોત તો કદાચ ધ્યાન પણ ન જાત. પણ આ તો છે ટોળેટોળાં, ઝૂંડનાં ઝૂંડ. હરણબાળ જેવા લાગે છે. લાગે છે, આને ગોદમાં લઈ લઉં, પંપાળી લઉં, પછી ઠેકંઠેકા કરવા માટે છોડી દઉં.

ત્યાંથી નીકળતી વેળા અચાનક મારું ધ્યાન આકાશ તરફ ગયું. જોયું તો ભરબપોરે ચાંદલિયો ! ધૂંધળો ને ફિક્કો, પણ મેદાન છોડીને ભાગ્યો નહોતો. સૂરજની શી મજાલ કે અરધી રાતે દેખા દે ! ચાંદો રમતારામ છે. એનું કોઈ ઠેકાણું નહીં. રાત્રે અલોપ ને દિવસે હાજર. ક્યારેક પૂર્ણ કુંભ તો ક્યારેક બારીક રેખા. એનો વળાંક ક્યારેક સવળો, તો ક્યારેક અવળો. ક્યારેક સવારે આથમતો હોય ને સાંજે ઊગતો હોય, તો ક્યારેક સાંજે આથમતો હોય અને સવારે ઊગતો હોય. દિક્કાલનાં બંધનથી મુક્ત છે આ ચાંદો !

આપણા જીવનમાં સૂરજની નિયમિતતા પણ હો અને ચાંદાનો સ્વૈરવિહાર પણ હો. નિયમનું કઠોર પાલન પણ હોવું જોઈએ અને મોજમસ્તીનો અવકાશ પણ રહેવો જોઈએ.

સાંજે દૂધીસંગમ પહોંચ્યા. અહીં એક આદિવાસી વૃદ્ધાએ પરકમ્માવાસીઓ માટે એક કુટી બાંધી છે. એમાં રહ્યા. એની સાથે રહેતી હતી એની દૌહિત્રી – દસેક વરસની નાની છોકરી. આજુબાજુ કોઈ ઘર નથી. આ એકાંતમાં એની કોઈ સહેલી નથી. એકલીઅટૂલી ચૂપચાપ બેસી રહેતી અથવા કંઈક કામ કરતી રહેતી. હસવા-રમવાની ઉંમરમાં કેવી ગંભીર થઈ ગઈ છે ! લોકવાર્તાની અભિશપ્ત બાલિકા જેવી એ છોકરીનો વિશાળ અને ઉદાસ ચહેરો આજે પણ ભુલાતો નથી.

નર્મદાની બાંકી છટા જોતા આગળ વધ્યા. શરદ ઋતુના આકાશમાં સફેદ વાદળો ડોકિયાં કરી રહ્યાં હતાં. એના પડછાયા જાણે ધરતીને વાળી રહ્યા હતા. ગામ બહુ નાનાં છે – પંદરવીસ ઝૂંપડી અહીં, પાંચદસ ત્યાં, બસ થઈ ગયું ગામ ! આને અહીં ટોલા કહે છે.

બપોરે બીજાપુરી પહોંચ્યા. એક ખેડૂતની ઓસરીમાં રસોઈ બનાવવા માટે રોકાયા. યાદવેન્દ્ર રાંધવા લાગ્યો. હું બહુ થાકી ગયો હતો. જરા સૂતો.

સૂઈને ઊઠ્યો તો ધગધગતો તાવ લઈને.

પાછલા થોડા દિવસોથી અમે આખો દિવસ ચાલચાલ કરતા હતા. એ થાકનો જ તાવ હતો. રાત ત્યાં જ રહી જવું પડ્યું. જમ્યો નહીં. દૂધ પીને સૂઈ ગયો. સવારે ઊઠ્યો ત્યારે તાવ ચાલ્યો ગયો હતો. કમજોરી ઠીકઠીક આવી ગઈ હતી, પણ સાથે લીધેલા તલના લાડુ ખાઈને પાણી પી લીધું એટલે હિંમત આવી ગઈ. થયા ચાલતા.

બસંતપુર થઈને કંચનપુર. છેલ્લા થોડા દિવસોથી અમે શહડોલ જિલ્લામાં છીએ. અહીંના લોકોની સાહિત્યિક રુચિનાં વખાણ કરવાં પડશે. ગામોનાં નામ છે – બસંતપુર, કંચનપુર, ચંદનઘાટ, કસ્તૂરી અને તહેસિલનું નામ છે પુષ્પરાજગઢ !

કંચનપુરમાં રહેવા મળશે કે કેમ એની શંકા હતી એટલે એક છોકરાએ કહ્યું, ‘તમે ચિંતા ન કરતા. અહીં વ્યવસ્થા થાય તો ઠીક, નહીં તો હું તમને મારે ગામ લઈ જઈશ. મારું ગામ બહુ મોટું છે – સત્તાવીશ ઘર છે ત્યાં !’

પરંતુ ત્યાં રહેવાની વ્યવસ્થા થઈ ગઈ. બીજે દિવસે એક ફેરીવાળાનો સાથ થઈ ગયો. એની સાથે એક સ્ત્રી પણ હતી. બંને બિલાસપુર જઈ રહ્યાં હતાં. ત્યાં આજે બજાર ભરાશે. ફેરીવાળો કાપડની હાટ માંડશે અને સ્ત્રી બંગડીની. અમે નીકળ્યા હતા ભીમકુંડી જવા માટે, પણ આ બાજુનું બજાર જોવાની લાલચમાં બિલાસપુરની વાટ લીધી. બંને બહુ તેજ ચાલતાં હતાં,

આગળ નીકળી ગયાં. અમે ત્રીજે પહોરે પહોંચ્યા. આજે ૨૦ કિ.મી. ચાલ્યા હતા. પરમ દિવસે તો તાવને લીધે દસ ડગલાં ચાલવું મુશ્કેલ હતું, આજે એકદમ ૨૦ કિ.મી. ચાલ્યો. આવડી શક્તિ ક્યાંથી આવી ગઈ ?

દરેક માણસમાં શક્તિનો એક એવો ગોપિત ભંડાર હોય છે, જે ખાસ ખાસ ટાણા માટે સુરક્ષિત રહે છે. અણીના પ્રસંગે એ હાજર થાય છે અને આપણી ભરપૂર મદદ કરે છે. શક્તિનો આ જ સંચિત કોષ આજે મારી વહારે ધાયો હતો.

નાનું ગામડું છે બિલાસપુર. ચારે બાજુ ડુંગરોથી ઘેરાયેલું, હરિયાળીમાં ડૂબેલું. પણ કેવું બજાર ! કાપડની ચારેક દુકાનો બાદ કરીએ, તો પૂરા બજારમાં પાંચસો રૂપિયાનો પણ સામાન નહોતો.

સવારે નીકળી પડ્યા. ઊંચા પહાડ પરથી ભીમકુંડી દેખાવા લાગ્યું. નીચેનાં ખેતરોમાંથી ધુમ્મસ નીકળતું હતું અને વાદળની જેમ ફેલાતું હતું. જાણે પૃથ્વીના થાળમાંથી ધૂપનો ધુમાડો આવી રહ્યો હોય.

નર્મદા દિવસોદિવસ નાની થતી જતી હતી. ભીમકુંડીની શિશુ નર્મદાને જોઈને ચકિત રહી ગયા. એને ઓળંગવામાં અરધી મિનિટ પણ ન લાગે. પાણીમાં ઘડો માંડ ડૂબતો હતો.

સમજી ગયા કે હવે અમરકંટક દૂર નથી.

અહીંના માણસો સવારે અમરકંટક જઈને સાંજે પાછા આવતા રહે છે, પણ તેઓ જાય છે સીધા – પહાડ ચડીને, નર્મદા ઓળંગીને. અમારે તો કાંઠે કાંઠે જવું છે. અમને હજી બે દિવસ લાગશે.

હવે અમે સાવધાનીપૂર્વક ચાલી રહ્યા હતા. ભૂલમાં નર્મદાને ઝરણું સમજીને ક્યાંક ઓળંગી ન બેસીએ !

રાત ઘૂઘવામાં રહ્યા. અહીંથી વનવિભાગની કાચી સડક મળી ગઈ. પહાડની તળેટીએથી શાલવનમાંથી જાય છે. ફરીસેમરમાં એક બૈગાના ઘરની દીવાલો પર સુંદર કલાકૃતિઓ જોવા મળી. બૈગા સ્ત્રીઓનાં શરીર છૂંદણાંથી છલકાતાં હતાં.

દમગઢથી મેકલ પર્વતે નર્મદાને જાણે પોતાની ભુજાઓમાં તેડી લીધી છે. અહીંથી અમરકંટકની ચડાઈ શરૂ થાય છે. અમે એકાદ કલાકમાં તો ઉપર આવી ગયા. નાનું મેદાન પાર કરીને થોડું ઊતર્યા તો કપિલધારા પહોંચી ગયા.

કપિલધારા ! પ્રપાતબાહુલ્યા નર્મદાનો સૌથી પહેલો ને સૌથી ઊંચો પ્રપાત ! નીચે ઊતરીને અમે એને આપાદમસ્તક નિહાળવા લાગ્યા. એમાંથી આવતો ઝંકારમય ધ્વનિ ઘાટીને થાબડી રહ્યો હતો. વેગથી વહેતી નદીની તેજ ધારા શિલાઓ જોડે સંતાકૂકડી રમતી દૂર જઈ રહી હતી. અમે શ્રદ્ધાથી આ જોતા રહ્યા.

સહસા હું જોરથી બોલ્યો, 'નર્મદા-આ-આ !'

સમસ્ત ઘાટીએ પ્રતિધ્વનિરૂપે જવાબ આપ્યો, 'હાં-આ-આ !'

કેટલાક લોકો ધોધની પાછળ ઊભા હતા. નીચે જ્યાં પાણી પડે છે, ત્યાં ગુફા જેવું છે. એથી ધોધની પાછળ પણ જઈ શકાય છે. ચારે બાજુ દર્શકો, વચ્ચે ધોધ ! જોવાની આવી સગવડ બહુ ઓછા ધોધ આપે છે. નીચે જઈને દૂધધારા પણ જોઈ આવ્યા. અહીંનું નૈસર્ગિક સૌંદર્ય એટલું ગમી ગયું કે રાત અહીં જ રહ્યા. સવારે નાહીને નીકળ્યા. અમરકંટકમાં કલ્યાણદાસજીના આશ્રમમાં રહ્યા. સામાન મૂકીને નર્મદાકુંડ ગયા.

કુંડને જોતાં જ મારી આંખોમાં આંસુનાં બે બુંદ છલકાયાં. છેવટે અમે નર્મદામૈયાના ઉગમ સુધી આવી પહોંચ્યા હતા !

ત્રીજે દિવસે દિવાળી હતી. દિવાળી અહીં જ કરવાનો નિશ્ચય કર્યો. કલ્યાણદાસજીએ પોતાના આશ્રમમાં બહુ પ્રેમથી રાખ્યા. લાખોની લાગતથી આશ્રમ બની રહ્યો છે, પણ પોતે માત્ર લંગોટી જ પહેરે છે અને બહાર ખુલ્લામાં સૂએ છે – ત્રીસો દિવસ, બારે માસ. અમરકંટકની ટાઢ અને ત્યાંના વરસાદનું શું કહેવું, પણ એમને કંઈ ફરક નથી પડતો. મને કહે, 'આ લંગોટી જ મારી જાગીર. આશ્રમનું કામ પૂરું થયે અહીંથી ચાલતો થઈશ. જોગી તો રમતા ભલા.'

ઘણાં વર્ષો હિમાલયમાં રહ્યા છે. નર્મદા-પરિક્રમા તો ક્યારની કરી ચૂક્યા છે. ત્રણ દિવસ સુધી એમનું સ્નેહનીતરતું આતિથ્ય પામતા રહ્યા.

દિવાળીની રાત્રે સ્ત્રીઓ નર્મદાકુંડમાં દીપ જલાવીને વહેતો મૂકી રહી હતી. અંધારી રાતે કુંડમાં ઝિલમિલ થતા દીવાઓનું કેસરિયું અજવાળું હું ઘણી વાર સુધી જોતો રહ્યો.

છેવટે મારાથી ન રહેવાયું. એક સ્ત્રી પાસેથી એક દીવો માગી લીધો. પોતાના હાથે જલાવીને કુંડમાં છોડ્યો. પછી મનમાં ને મનમાં બોલ્યો, 'મા નર્મદે, તારી પૂજામાં એક દીપ જલાવ્યો છે. બદલામાં તું પણ એક દીપ પ્રકટાવજે – મારા હૃદયમાં. બહુ અંધારું છે ત્યાં. કોઈ રીતે જતું નથી. તું દીપ જલાવી દે તો દૂર થઈ જાય. આટલી ભિક્ષા માગું છું, મા. તો દીપ જલાવજે, હોં કે !'

૫. અમરકંટકથી ડિંડોરી

લગભગ છ મહિના બાદ અમે ફરીથી અમરકંટકના કુંડની સામે ઊભા છીએ.

ગંગોત્રી, યમુનોત્રી અથવા આ નર્મદાકુંડ – આ એ સ્થળ છે જ્યાં નદી પહાડની કૂખેથી નીકળીને પહાડના ખોળામાં આવે છે. પહાડના ગર્ભમાં લપાયેલું પાણી અહીં પ્રકટ થાય છે. નવજાત શિશુની જેમ નદી અહીં ધવલ, ઉજ્જ્વલ અને કોમળ હોય છે.

અહીંથી અમારી યાત્રાનો નવો અધ્યાય શરૂ થયો. હજી સુધી અમે નર્મદાના ઉત્તર તટ પર હતા. અહીંથી દક્ષિણ તટ પર આવી ગયા. અત્યાર સુધી ઉદ્ગમ તરફ જતા હતા, આજથી સંગમ તરફ જઈશું.

બે કલાકમાં કપિલધારા પહોંચી ગયા. બધા જ પરકમ્માવાસીઓ અહીંથી સડક પકડીને કબીરચોરા થઈને સીધા ડિંડોરી નીકળી જાય છે. પરંતુ અમારે તો નર્મદાના કાંઠે કાંઠે જવું હતું. કપિલધારાની સામેની ખીણ જોઈને ખચકાઈને ઊભા રહી ગયા. ખીણમાંથી કોઈ નથી જતું. બહુ આજીજી કરવા છતાં કોઈ અમારી સાથે ચાલવા તૈયાર ન થયું. બલકે અમને ડરાવી દીધા કે ત્યાં થઈને જવું જોખમકારક છે. ગરમીના દિવસો છે, સાપવીંછી નદીના કિનારે આવી જાય છે. સામેની ઊંડી ખીણ જોઈને સહેજે ડર લાગી રહ્યો હતો, લોકોએ વધુ ડરાવી દીધા.

પણ જઈશું તો નર્મદાના સંગે સંગે, આ જ ખીણમાંથી. જે થવાનું હોય તે થાય.

રક્ષા કરજે મા.

ઠીક કપિલધારાથી નીચે ઊતરવું સંભવિત ન હતું. જરા હટીને બાજુથી નીચે ઊતર્યા. કપિલધારાની આજુબાજુ મધમાખોના સેંકડો મધપૂડા જોઈને બહુ નવાઈ લાગી. દિવાળી સમયે તો અહીં એક પણ મધપૂડો નહોતો. ઉનાળામાં મધમાખોને કદાચ અહીંની ઠંડક ગમતી હશે.

દૂધધારાથી પણ નીચે ઊતર્યા. શિલાખંડો પરથી આગળ વધી રહ્યા હતા. ઝાંખરાં ગાઢ થતાં જતાં હતાં. કેટલીય જગ્યાએ એ જ સૂઝતું નહોતું કે આગળ ક્યાંથી વધવું. પડતા આથડતા, ચડતા ઊતરતા ધીમે ધીમે આગળ વધી રહ્યા હતા. થાકી જતા તો થોડો વિસામો લઈને વળી આગળ વધતા. આ ભેંકાર ખીણમાં અમે અનાવશ્યક વિલંબ કરવા નહોતા માગતા.

વિલંબ કરવા નર્મદા પણ નહોતી માગતી. તેજ ગતિથી દોડતીકૂદતી નીચે ઊતરી રહી હતી. અમરકંટક કંઈ બહુ મોટો પહાડ નથી. આવતી વખતે અમે એના પર બે કલાકમાં ચડી ગયા હતા. એ વેળા સીધા પગદંડીથી ચડ્યા હતા. આ વેળા નર્મદાની પડખે પડખે, વગર કેડીએ, ઊતરી રહ્યા હતા. સમય વધુ લાગશે છતાં ત્રીજા પહોર સુધી તો ઊતરી જ જઈશું.

નર્મદાની આંગળી પકડીને ચાલી રહ્યા હતા. સામસામે ઊભેલા ઊંચા લીલાછમ પહાડ અને વચ્ચે તન્વંગી નર્મદા. ત્રીજા પહોરે ખીણ પહોળી થવા લાગી. હું સમજી ગયો કે પહાડ પૂરો થવા આવ્યો. મેદાન આવી રહ્યું છે. અમારી ખુશીનું શું પૂછવું!

અમરકંટકનું નામ મેકલ પણ છે. એટલે નર્મદાનું નામ મેકલસુતા પણ છે. મેકલ પોતાની બાળકીને વનાચ્છાદિત પહાડોમાંથી કેવી સંભાળથી નીચે સુધી વળાવે છે, એ અમે આજે નજરે જોયું.

આગળ ગયા બાદ પગદંડી મળી. એકલદોકલ ગ્રામીણ પણ દેખાવા લાગ્યા. સાંજ થતાં પકરીસોંઢા પહોંચ્યા. સામેનાં સૂકાં ખેતરો વચ્ચેથી વહેતી નર્મદા સાફ દેખાવા લાગી. હજી સુધી સાંકડી ખીણની ગીચ વનરાજી અને ઘાટા શાલવનમાં નર્મદા છુપાયેલી હતી. અહીંથી એ દૂરથી પણ દેખાવા લાગે છે. નર્મદાનો જન્મ જાણે કે ચકલીની જેમ થયો છે. ઉપર કુંડના માળામાં એ ઈંડાની જેમ જન્મી છે. ઈંડામાંથી બહાર એ અહીં નીકળે છે.

આગળ એક ઝાડના છાંયે રસોઈ બનાવવા બેઠા. પાસે કિંરગી ગામ છે. ત્યાંનો એક ગ્રામીણ ત્યાં નહાવા આવ્યો હતો. અમારા વિષે જાણીને બહુ રાજી થયો. કહેવા લાગ્યો, 'ગુરુજી, ગામમાં અખંડ કીર્તન ચાલી રહ્યું છે. જરૂર આવજો. મારે ત્યાં જ ઊતરજો.'

એના ઘેર ગયા. બાજુમાં અખંડ કીર્તન ચાલી રહ્યું હતું. બીજે દિવસે આંબાના વૃક્ષનાં લગ્ન હતાં એટલે ત્યાં બે દિવસ રહી પડ્યા. એના પાડોશીએ

ઘરના આંગણામાં આંબાનું ઝાડ રોપ્યું હતું. બે વરસથી એમાં કેરીઓ લાગતી હતી. પણ જ્યાં સુધી એ આંબાને પરણાવે નહીં, ત્યાં સુધી એની કેરી એ ખાઈ ન શકે એવો અહીં રિવાજ છે. આથી ચમેલીની વેલ સાથે એનાં લગ્ન લેવાયાં છે. ગોર મહારાજ આવ્યા છે. વિધિસર લગ્ન થઈ રહ્યાં છે. સાથે સાથે અખંડ કીર્તન ચાલી રહ્યું છે. અમે આ બધું રસપૂર્વક જોઈ રહ્યા હતા. ગામડાના શુષ્ક જીવનમાં આવાં અનુષ્ઠાન રસ ઘોળે છે.

ગારકામઠ્ઠામાં ગોપી કોટવારને ત્યાં રહ્યા. ગામમાં એક ઘરમાં લગ્ન થઈ રહ્યાં હતાં. અમે પણ ગયા. સૌએ લાડાલાડીના પગ પૂજ્યા. મેં પણ પૂજ્યા. લાડીના હાથમાં બે રૂપિયા મૂક્યા એટલે સનસનાટી ફેલાઈ ગઈ. સૌ દસ દસ પૈસા મૂકી રહ્યા હતા એટલે !

એક મજાની વાત એ હતી કે આ છોકરીનું ઘર નહીં, છોકરાનું ઘર હતું. અહીં ચાર ફેરા છોકરીને ઘેર થાય છે, ત્રણ ફેરા છોકરાને ઘેર.

લાડાલાડી કરતાંય મારું ધ્યાન નગારાવાદકોએ વધુ ખેંચ્યું. મોટાં મોટાં નગારાં ને બાજુમાં સાવ નાની ટિમકી. જે ત્વરિત ગતિએ એ વગાડતા હતા, લગભગ એવી જ ત્વરાથી મેં એમના સ્કેચ કર્યા.

અહીંથી નીકળ્યા તો નર્મદાનો એક ધોધ જોવા મળ્યો. નર્મદાના કૂડીબંધ પ્રપાતોમાંથી સૌથી નાનેરો – લગભગ એક મીટર ઊંચો ! પાણીએ નદીના પથરાળ પટને કંડારીને ખોખરો કરી દીધો છે. જાણે કે નદીમાં કોઠીઓ બનેલી હોય. એટલે જ આનું નામ છે કોઠીઘુઘરા. ઘુઘર અથવા ઘુઘરા એટલે ધોધ.

શ્રીહીન ધરતી પર થઈને અમે આગળ વધી રહ્યા હતા. દિવાળી સમયે જ્યારે સામે કાંઠેથી ચાલ્યા હતા, ત્યારે કેવી હરિયાળી હતી ! એની જગ્યાએ અત્યારે છે સૂરજની જ્વાળાથી ચટકેલી ભૂરી સૂકી જમીન. છાયા માટે એક ઝાડ નહીં. ડિંડોરી સુધી આવું જ મેદાન રહેશે. એટલે વહેલી સવારે નીકળી પડતા અને નવદસ વાગતા સુધી જે ગામ આવતું, ત્યાં જ રોકાઈ જતા.

આગલો પડાવ બંજરટોલા. એના પછી સિવનીસંગમ. અહીં સિવની નદી નર્મદાને મળે છે. સંગમ પર બનેલા દેરામાં રહેવાની સરસ સગવડ થઈ ગઈ. અહીંનું એકાંત બહુ ગમી ગયું એટલે અહીં ચાર દિવસ રહ્યા. લગ્નગાળો હતો. મંદિરની સામેની પગદંડી પરથી જાનો નીકળતી રહેતી. ઘોડા પર કાચી ઉંમરનાં લાડાલાડી અને વાજાં સાથે પગે ચાલતા જાનૈયા. એક વાર એક જાન તો પેલે પાર ચાલી ગઈ, પણ અલ્લડ કિશોર વયની લાડી નર્મદાનાં શીતળ જળ જોઈને એની સાથે રમતમાં પડી ગઈ. એ ભૂલી જ ગઈ કે એ દુલ્હન છે. બે-ત્રણ સહેલીઓ જોડે પાણીમાં છબછબિયાં કરતી રહી. માંડ માંડ ગઈ.

અદ્ભુત આકર્ષણ છે મા નર્મદામાં.

વૈશાખી પૂર્ણિમાના રોજ ખૂબ જાનો જોવા મળી. શરણાઈ, નગારાં,

ત્રાંસા ને ઢોલના સ્વરો આખો દિવસ ગુંજતા રહ્યા. લાડાલાડી હાથમાં વીંઝણો લઈને ઘોડા પર સવાર હોય. એક કાવડમાં દાયજો હોય. પગદંડી પર એક પાછળ એક ચાલતા દસ- પંદર જાનૈયા હોય. બસ, થઈ ગઈ જાન !

તોતારામ બાજુના ગોરખપુરમાં મણિયારીનો સામાન વેચે છે. રોજ નર્મદા નહાવા આવે છે. સાથે હોય છે એનો પોપટ – પાંજરામાં નહીં, એના ખભા પર. પણ ઊડી નથી જતો. પોપટ સાથે બહુ પ્યાર છે એને. એકલો જીવ છે. ફક્કડ અને મનમોજી. થોડાઘણા પૈસા ભેગા થાય એટલે તીરથ કરવા નીકળી પડે. એક દિવસે મેં પૂછ્યું, 'તોતારામ, તેં લગ્ન ન કર્યાં ?'

કહે, 'સગાઈ તો ત્રણ વાર થઈ પણ લગ્ન એક્કે વાર ન થયાં, કોઈ ને કોઈ કારણે સગાઈ તૂટી જતી.'

ત્રણ ત્રણ સગાઈએ કુંવારા તોતારામની વ્યથા-કથા સાંભળીને મન ઉદાસ થઈ ગયું. પણ એણે મન વાળી લીધું છે. જીવ પોપટમાં પરોવ્યો છે. એ ભલો ને એનો પોપટ ભલો.

એક દિવસ ગોરખપુરના બજારમાં જઈ આવ્યા. પછી નીકળી પડ્યા. ગરમીના દિવસો. ખેતરો ખાલી હતાં. પહાડ નહીં, જંગલ નહીં, જંગલ તો દૂર, છાયા માટે એકે વૃક્ષ નહીં. સામેનું ગામ દૂરથી દેખાતું એટલે રસ્તો ભૂલી જવાનો કોઈ ભય નહીં. પગદંડીની પરવા કર્યા વિના નર્મદાના તીરે તીરે જ ચાલતા.

તડકાને લીધે ભૂંડા હાલ હતા. પણ આજે આકાશમાં વાદળાં હતાં. પથરકુચા સુધી પહોંચતા તો આકાશ વાદળાંઓથી ઘેરાઈ ગયું. અહીં નદીમાં પથ્થરો જોયા. નહીં તો અહીં સુધી નર્મદા નરી માટીમાં થઈને વહે છે. કપડાં ધોવાં પૂરતોય પથ્થર ન મળે! બપોરની રસોઈ અમે નદીના સૂકા પથરાળ પટમાં બનાવી. જમીને નીકળ્યા કે વરસાદનું તેજ ઝાપટું આવ્યું. દોડીને ગામમાં શરણું લીધું. જરા વારના વરસાદમાં ગામમાં એવો કીચડ થઈ ગયો કે ચાલવું મુશ્કેલ થઈ ગયું. એટલે રાત ત્યાં જ રહ્યા.

પરોઢ થતાં આગળ વધ્યા. કરબેમટ્ટા પાસે એક ટેકરી આસપાસના મેદાનથી જુદી તરી આવતી હતી, એટલે ઉપર ચડ્યા. ત્યાં જોયું તો ત્રિશૂળોનો પાર નહીં. નાનાંમોટાં વિવિધ આકાર પ્રકારનાં સેંકડો ત્રિશૂળો જમીનમાં સ્થાપેલાં હતાં. એમાંનાં કેટલાંક બહુ કલાત્મક હતાં. થડમાંથી ડાળ અને ડાળમાંથી ડાળખી નીકળે, એમ મોટા ત્રિશૂળમાંથી નાનાં અને એમાંથી એથીય નાનાં ટાબરિયાં ત્રિશૂળ ફૂટે. એક સાદા આકારને વિવિધ આકાર આપીને કેવો બહેલાવી શકાય છે, એ અમે રસપૂર્વક જોતા રહ્યા. કોઈ વેળા આ સ્થળ તાંત્રિકોનો અડ્ડો બની રહ્યું હશે. હવે વેરાન થઈ ગયું છે.

આગળ લિખની ગામમાં એક વૃદ્ધા પાસે પીવા પાણી માગ્યું. એણે કહ્યું, 'આવો બેટા, બેસો. પાણી આપું છું. પણ એમ કરો, રોટી ખાઈને પાણી પીઓ. તડકામાંથી આવો છો. ખાઈને પાણી પીશો તો ઠીક રહેશે.' મા જેમ બાળકને ફોસલાવે, પટાવે, બિલકુલ એ જ ભાવ. ના ન કહી શક્યા. એ રોટલી લાવી. એના પર ખાંડ હતી. 'લો, ખા લો બેટા !'

કેવો તૃપ્તિનો ભાવ હતો એના ચહેરા પર !

આગલો પડાવ મઝિયાખાર. પછી ગોમતીસંગમ. પછી લછમનમડવા. લછમનમડવામાં એક સાધ્વી રહે. એમને મેં કહ્યું, 'નોકરીને લીધે હું પૂરી પરિક્રમા એક સાથે નથી કરી શકતો, રજાઓમાં કટકે કટકે કરું છું.' તો કહે, 'બેટા, બુંદીનો લાડવો પૂરો ખાઓ તો પણ મીઠો લાગે ને ચૂરો ખાઓ તો પણ મીઠો લાગે. એનો રંજ ન કરતો.'

અહીંના પ્રપાતોને જતી વેળા સામે કાંઠેથી જોયા હતા. ત્યારના અને અત્યારના પ્રપાતોમાં કેટલું અંતર છે ! ઉનાળામાં પીછાં વિનાનાં પંખી જેવાં થઈ ગયાં છે.

અહીંથી ડિંડોરી પહોંચ્યા. ડિંડોરી મોટું ગામ છે. નર્મદા પાર કરવાવાળા ગ્રામીણોનો ક્રમ અહીં અબાધ ગતિએ ચાલતો જ રહે છે. સૌ પહેલાં 'નર્મદામૈયા કી જય !' કહીને પ્રણામ કરે, પછી નદીમાં ઊતરે. લપસણા પથ્થરો અને તેજ પ્રવાહને કારણે બહુ સાવધાની સાથે નદી પાર કરવાની હોય છે. મુખ્ય ધાર આવ્યે સૌ એકબીજાના હાથ પકડી લે, પગને સંભાળપૂર્વક માંડે અને ધીમે ધીમે આગળ વધે. કેવો રોમાંચ છે આમાં !

આ દૃશ્ય મને બહુ ગમે છે. ત્રણ દિવસ સુધી આ જ જોતા રહ્યા. પછી ઘેર આવી ગયા.

અમરકંટકથી ડિંડોરી સુધીની યાત્રા સૌથી કઠણ યાત્રા હોવી જોઈતી હતી, પણ આ જ સૌથી સરળ છે. અડધા દિવસનો પહાડ, એક દિવસનું જંગલ, પછી થોડા દિવસોનું સાંકડું મેદાન. નર્મદા જેવી અસામાન્ય નદી ભલા સામાન્ય નિયમને કેમ કરીને માને !

૬. ડિંડોરીથી મહારાજપુર

નર્મદા પહાડી નદી છે પણ આરંભ એ મેદાનથી કરે છે. અમરકંટકનો પહાડ એ અરધા દિવસમાં ઊતરી જાય છે. પછી શરૂ થાય છે ડિંડોરી સુધીનું લગભગ પોણોસો કિલોમીટર લાંબું મેદાન. નર્મદાને કેમ જાણે પહાડો સાથે કાંઈ નિસબત જ ન હોય! પરંતુ કોઈ તોફાની બાળક મહેમાન પાસે થોડી વાર માટે ડાહ્યુંડમરું થઈને બેસે, એના જેવું છે આ. ડિંડોરીથી પહાડોની ભુલભુલામણી શરૂ થાય છે. કેટલાય નાનામોટા પહાડ ગતિઅવરોધક બનીને નર્મદાને ક્યારેક ડાબી બાજુ, તો ક્યારેક જમણી બાજુ વળવા માટે બાધ્ય કરે છે. પરિણામે ડિંડોરી અને મંડલા વચ્ચે નર્મદામાં જેટલા વળાંક છે, એટલા શૂળપાણની ઝાડી સિવાય બીજે ક્યાંય નથી. ડિંડોરીથી મંડલા સુધીનો માર્ગ અત્યંત દુર્ગમ છે તેમ અત્યંત સુંદર પણ છે. પા પા પગલી પાડતી નર્મદાનો અહીં જાણે કે બાલકાંડ પૂરો થાય છે ને સુંદરકાંડ શરૂ થાય છે!

ડિંડોરીથી ૮ ઑક્ટોબર '૭૯ના રોજ નીકળ્યા. રાત બંજરટોલામાં રહ્યા. બીજી રાત રમપુરીમાં. ત્યાંના ખેડૂતોના ચહેરા પર દુકાળની કાળી છાયા વરતાતી હતી. કહેવા લાગ્યા, 'અમારે ત્યાં કહેવત છે કે કુટકી રાની, તીન પાની. પણ આ વેળા તો ત્રણ વાર પણ પાણી ન પડ્યું. કોદો-કુટકી (જાડું અનાજ) પણ નહીં થાય. ભગવાન જાણે શું થશે.'

અહીંથી ચાલ્યા તો રસ્તે એક ઘોડેસવાર મળ્યો. અમારા વિષે જાણી બહુ રાજી થયો. કહે, 'ગુરુજી, હું તો ખેતરે જાઉં છું. પણ પેલું મારું ઘર દેખાય છે, ત્યાં જજો. મારો દીકરો તમારી બધી વ્યવસ્થા કરશે.'

એના દીકરાએ અમને આવકાર્યા. એ થાળીમાં સીધું લઈ આવ્યો – લોટ, ચોખા, દાળ, ઘી, મીઠું, ડુંગળી અને લાલ મરચાં! ઘણી ના પાડી છતાં ન માન્યો. આટલું જ નહીં, આગળનો માર્ગ બતાવવા સાથે ચાલ્યો.

અમે ઊંચા પ્રદેશ પરથી જઈ રહ્યા હતા. આગળ જઈને નર્મદાનું જે બંકિમ રૂપ જોવા મળ્યું એ અનુપમ હતું. નર્મદા વહેતી આવે છે. સામેના ઊંચા અડીખમ ખડકથી ભટકાઈને હઠાત્ જમણી બાજુ વળે છે અને પોતાની જ જોડાજોડ ઘસાઈને પાછી વહે છે. ખેંચેલી કમાન જેવી નર્મદાને તો કેટલીય વાર જોઈ ચૂક્યા હતા પણ અહીં તો એ એકદમ બેવડાય છે. ઘોડેસવારના દીકરાએ કહ્યું કે વરસાદમાં બંને વચ્ચે માત્ર એક દીવાલ જેટલી જગ્યા રહે છે.

નર્મદાનું વૃંદાવન છે આ. ખૂબ રાસ રચ્યો છે એણે.

ખરમેર અહીં જ નર્મદાને મળે છે. સંગમ પાસે એક સંન્યાસીની કુટી હતી. અમે ત્યાં ગયા. આજે જ એ પોતાના ગુરુભાઈને કુટી સોંપીને નર્મદા પરિક્રમા પર નીકળશે. પણ એ સીધા જશે. અમે દેવનાલા થઈને જઈશું એટલે અમારો સાથ નહીં થાય. અહીંથી ઘોડેસવારનો દીકરો ચાલ્યો ગયો, પણ એક બીજો ગ્રામીણ અમને દેવનાલા લઈ જવા તૈયાર થઈ ગયો.

વાંકીચૂંકી ખૂબસૂરત ખરમેરને ત્રણ વાર ઓળંગીને અમે જ્યારે દેવનાલા પહોંચ્યા ત્યારે સાંજ થઈ ગઈ હતી. અહીંની ગુફા વિષે ઘણું સાંભળ્યું હતું એટલે સીધા ત્યાં જ ગયા.

જે ઝરણાની જોડેજોડે અહીં આવ્યા હતા, એ જ ઝરણું અહીં સુંદર ધોધ રચે છે. આ ધોધની પાછળ એક વિશાળ ગુફા છે. ઉપર ઝરણું, ઝરણાની નીચે ગુફા અને ગુફાના દ્વાર પર ધોધ ! અદ્ભુત દૃશ્ય હતું. ગુફા પણ એટલી વિશાળ કે હજારો માણસો સમાઈ જાય. ઝરણાની નીચે આવડી વિશાળ ગુફા આપણા દેશમાં ભાગ્યે જ ક્યાંક હોય. ચોમાસામાં એ પાણીથી છલોછલ ભરાઈ જતી હશે.

રાત થવા આવી. પાસે જ એક સાધુની મઢૂલી હતી. અમને ત્યાં લઈ જઈને અમારી સાથે આવેલો ગ્રામીણ પાછો ચાલ્યો ગયો. આવા કાળામીંઢ અંધારામાં ભેંકાર માર્ગે એ એકલો મજેથી ચાલ્યો ગયો.

જંગલી જનાવરનો ડર હતો. અમે મઢૂલીની અંદર સૂતા. સવારે અહીં જ નાહ્યા. આ ઝરણું ખરમેરમાં મળે છે. ખરમેર નર્મદામાં મળે છે, આથી આ ઝરણાના સ્નાનને અમે નર્મદાસ્નાન તુલ્ય માન્યું !

બપોરે મરવારીઘાટ પહોંચ્યા. ગામેગામથી ઘી એકઠું કરી શહેર લઈ જનાર બે ભાઈઓ નર્મદાકાંઠે બાટી બનાવી રહ્યા હતા. એમને આગળનો માર્ગ પૂછ્યો. માર્ગ તો બતાવ્યો જ, બાટી પણ આપી અને ઝબોળીને ખાઈ

શકીએ એટલું બધું ઘી પણ આપ્યું. કોઈ રીતે પૈસા ન લીધા.

સાંજે કનઈસંગમ પહોંચ્યા. કિનારે એક દેરી હતી. એ સૂની દેરીમાં રાતવાસો કર્યો. સામે માલપુર દેખાતું હતું. જતી વેળા એ ગામમાં ગોસાઈજીને ઘરે રાત રહ્યા હતા. અમે એમને ખબર મોકલાવ્યા અને પછી રસોઈની તૈયારીમાં પડ્યા.

ઘેરું અંધારું થઈ ગયું. સામે નદીમાં રોશની જણાવા લાગી. ધીરેધીરે રોશની પાસે આવતી જણાઈ. કદાચ ગોસાઈજી હોય !

ગોસાઈજી તો નહીં પણ એમના ભાઈ હતા. ગોસાઈજી ક્યાંક ગયા હતા એટલે એમના ભાઈ અમને મળવા આવ્યા હતા. તીવ્ર પ્રવાહને લીધે અહીં દિવસના પણ નદી પાર કરવી બહુ કપરું કામ છે, ત્યારે તેઓ રાતના સન્નાટામાં આવ્યા હતા. અમારા ક્ષેમકુશળ પૂછી નર્મદા પાર કરીને પાછા ચાલ્યા ગયા. એમનું રાતના અંધારામાં ફીણ-ફીસોટા સાથે ઘૂઘવતી નર્મદાને પાર કરવું કેવું ખતરનાક જણાતું હતું !

રોજેરોજ રસ્તો મુશ્કેલ થતો જતો હતો. ઊંચાનીચા પહાડો અને વાંકાંચૂકાં સૂકાં નાળાંને પાર કરતા અમે આગળ વધી રહ્યા હતા. સકરીઘાટ પછી એક ઠેકાણે ઊંચા કિનારા પરથી નર્મદાનું જે ભવ્ય રૂપ જોયું, તે તો બસ જોતા જ રહી ગયા.

અમારી બાજુનો ઊંચો, ઊભો, પડછંદ કિનારો કોઈ કિલ્લાની જેમ બહુ દૂર સુધી ચાલ્યો ગયો છે. શિલાઓથી મંડિત અને વૃક્ષોથી આચ્છાદિત ધીંગા કિનારાને અડીને વહેતી નર્મદા એવી જણાતી હતી કે જાણે શિવના ખોળામાં પાર્વતી સૂતાં હોય. મનમાં એક ઇચ્છા છે કે જીવનમાં એક વાર ફરીથી અહીં આવીશ અને આ હૃદયંગમ દૃશ્યને ધરાઈને જોઈશ.

પાસે છે છીરપાની. રાત ત્યાં રહ્યા. આ પછીની રાત નૈઝરમાં. પછી મેંહદવાનીના બજારમાંથી રાશન ખરીદીને ઠેલાઘાટ ગયા. એકદમ નિર્જન સ્થાન. એક બાબા જેવો ખેડૂત હતો. એણે કહ્યું કે પાસેની ટેકરી પર એક કુટી છે. રાતના એ ત્યાં સૂએ છે. અમે પણ ત્યાં સૂઈ શકીએ છીએ.

જમી પરવારીને ટૉર્ચના પ્રકાશમાં એની સાથે કાંકરાવાળી કેડીથી ઉપર ચડવા લાગ્યા. કપરું ચઢાણ હતું. પીઠ પર અસબાબ લાદીને ગરોળીની માફક ચડી રહ્યા હતા. જેમ તેમ ઉપર પહોંચ્યા. એ ભેંકારમાં કોઈ નહોતું. કાળી અંધારી રાત. નીરવ શાંતિ. આવા સ્થાનમાં સૂવાનો જીવનમાં આ પહેલો પ્રસંગ હતો. નર્મદાના પટમાં દૂર આગ દેખાઈ રહી હતી. આવી જ આગ પાછળ પણ હતી. ક્યારેક માછીમાર નદીમાં જ રાત રહી જાય છે. એમની જ આગ હતી. પૂછવાથી બાબાએ કહ્યું, 'સામેનું તાપણું તો માછીમારનું છે, પણ પાછળની આગ એમની નથી.'

'ત્યારે ?'

'એ સિદ્ધોની ભૂમિ છે. ત્યાં આપોઆપ દીવા સળગે છે. આપોઆપ આગ લાગે છે. રાત્રે આગ દેખાશે, પણ સવારે એક પણ સળગેલું લાકડું નહીં દેખાય.'

આવા બિહામણા સ્થાનમાં મેં ચૂપ રહેવું જ બહેતર માન્યું.

સવારે આગળ ચાલ્યા તો થોડે દૂર સુધી એ વળાવવા આવ્યો. સિદ્ધોની ભૂમિમાં પહોંચ્યા તો રાત્રે જ્યાં આગ દેખાઈ હતી, ત્યાં સળગેલાં છાણાંનો ઢગ દેખાયો. મેં પૂછ્યું, 'આ શું છે ?' એ વિચારમાં પડી ગયો. કહે, 'કોઈએ ખાતર માટે છાણાં એકઠાં કર્યાં હશે. પછી બીજા કોઈ અદેખાએ એ સળગાવી મૂક્યાં છે.'

પ્રેમનો દીપ મુશ્કેલીથી જલે છે. ઈર્ષ્યાની આગ સહેલાઈથી સળગે છે.

અહીંથી એ પાછો ચાલ્યો ગયો. અમે ડોકરઘાટ તરફ ચાલ્યા. સૂમસામ રસ્તેથી જઈ રહ્યા હતા. સમજમાં નહોતું આવતું કે અમે સહી જઈ રહ્યા છીએ કે ગલત. ઘણી વાર પછી એક માણસ મળ્યો. એણે કહ્યું કે હું ડોકરઘાટથી જ આવી રહ્યો છું. તમે મારે ઘેર જ જજો. મારો દીકરો તમારી બધી વ્યવસ્થા કરશે.

અમે વિજન વાટેથી આગળ વધ્યા. બપોરે ત્રણ સ્ત્રીઓને બળતણ વીણતી જોઈ. અમને એમ કે નજીક જઈને ડોકરઘાટ વિષે પૂછીએ. પણ અમારા પર નજર પડતાં જ એમણે નાસવા માંડ્યું ! આવું પહેલાંય બન્યું હતું. અમે થાક્યાપાક્યા જતા હોઈએ, માંડ કોઈક માણસ દેખાય, અમને થાય કે આને આગળના ગામ વિશે પૂછીશું, ત્યાં જ એ ભડકીને ભાગે ! નિરુપાય અમે આગળ ચાલ્યા. ગામ દૂર નહોતું. ઊંચી ભેખડેથી ઊતર્યા તો ડોકરઘાટ આવી ગયું. પેલા ભાઈના ઘરના દરવાજાની સાંકળ ખખડાવી. દરવાજો ખૂલ્યો. ખોલનાર બાઈ પેલી ત્રણ બાઈઓમાંની જ એક !

સારું થયું કે ડરીને એ બારણું વાસી દે એ પહેલાં ઘરધણીનો દીકરો આવી ગયો. મેં એને કહ્યું કે રસ્તામાં તમારા પિતા મળ્યા હતા. એમણે જ અમને તમારે ત્યાં ઊતરવાનું કહ્યું છે. સૌ રાજી થયા ને રહેવા માટે અલાયદો ઓરડો કાઢી આપ્યો. પેલી સ્ત્રીઓ કહે કે અમે તો તમને ચોરલૂંટારા ધાર્યા હતા !

નદીએ નહાવા ગયા. સામે કાંઠેથી જ્યારે ચાલ્યા હતા ત્યારે મારગ ભૂલી ગયા હતા. મધમાખોના હુમલાથી હું જરાક માટે બચી ગયો હતો. બધી વાતો યાદ આવી.

ઘરના લોકોએ કહ્યું કે આ પછીની રાત મુંડીમાં અમારા વેવાઈને ત્યાં રહેજો. મુંડીમાં એમના વેવાઈએ કહ્યું કે આગળના ગામમાં અમારા વેવાઈ

રહે છે, તો તમે ત્યાં રહેજો ! ગામડાંઓમાં સગાઈ સગપણ પાસે પાસે થાય છે.

મુંડીમાં મોડી રાત સુધી લોકનૃત્ય જોતા રહ્યા. પુરુષ સૈલા નાચ નાચી રહ્યા હતા. હાથમાં લાકડાના બનેલા ચટકોલા વગાડતા નાચતા અને ગાતા હતા. સૈલા બહુ તેજ નૃત્ય છે. થકવી દેનારું. પુરુષો પછી સ્ત્રીઓએ રીના નૃત્ય શરૂ કર્યું. પછી બંનેએ મળીને કરમા નૃત્ય કર્યું. પુરુષોનું સૈલા, સ્ત્રીઓનું રીના અને બંનેનું સમ્મિલિત કરમા. આજે અમને ત્રણે નૃત્ય જોવા મળ્યાં.

વેવાઈના વેવાઈનું ગામ નજીક જ હતું એટલે ત્યાં ન રોકાયા. રાત ગોરખપુરમાં રહ્યા. અહીંથી જંગલની કાચી સડકે અમને દેવગાંવ પહોંચાડ્યા. અહીં નર્મદા પર માનોટનો સડકનો પુલ છે. દેવગાંવમાં એક માછીમારની ઓસરીમાં સૂતા. પરોઢિયે આંખ ખૂલી તો નજર સીધી ચંદ્ર પર ગઈ. વૃક્ષોની ઘેરી કાળી કતાર પર કાજુના આકારનો ચંદ્ર ચમકી રહ્યો હતો. ચાંદો જાણે ટૂંટિયું વાળીને સૂતો હતો.

આ ચૌદશનો ચાંદો હતો – ઘસાઈ ગયેલા ચંદનના ટુકડા જેવો. પથારીમાં પડ્યોપડ્યો ક્યાંય સુધી ચંદાના એ ટુકડાને જોતો રહ્યો.

પાસે જ બુઢનેરસંગમ છે. કેવા જોશખરોશથી બુઢનેર આવી રહી હતી ! એની ધારાઓ પથ્થરોમાંથી માર્ગ કાઢતી, ઊછળતી અને સવારના તડકામાં ઝળાંહળાં થતી નર્મદા ભણી જઈ રહી હતી. આવી સ્વચ્છંદ હરણી જેવી બાંકી નદીનું નામ છે બુઢનેર ! કાંઈ નહીં તો યુવનેર જ હોત !

કાલે દિવાળી છે. કાલ સાંજ સુધી જો મહારાજપુર (મંડલા) પહોંચી જઈએ તો રાત સુધી ઘરે પહોંચી જવાય. દિવાળી ઘરે કરી શકાય.

ચાલ આપોઆપ તેજ થઈ ગઈ. સાંજ સુધી રામનગર પહોંચી ગયા. રાત મંદિરમાં રહ્યા. સવારે રામનગરનો મહેલ જોયો. ગોંડ રાજાઓ દ્વારા નિર્મિત નર્મદાકિનારે બનેલા આ વિશાળ મહેલની રોનક ક્યારેક જોવા જેવી હશે.

રામનગરથી સડક મળી ગઈ. થોડે દૂર ગયા ત્યાં સામેથી એક વૃદ્ધ આવતા દેખાયા. પહેરવેશથી પરકમ્માવાસી જણાતા હતા. પરકમ્માવાસી જ હતા. મેં પૂછ્યું, 'તમે ઊલટા કેમ ચાલી રહ્યા છો ?' એમણે કહ્યું, 'મારી જલેરી પરિક્રમા છે. આ પરિક્રમામાં સમુદ્ર ન ઓળંગાય. હું હોશંગાબાદથી ચાલ્યો છું. પહેલાં સમુદ્ર સુધી ગયો. ત્યાંથી પાછો ફર્યો. હવે અમરકંટક જઈ રહ્યો છું. ત્યાંથી સામે કાંઠેથી સમુદ્ર સુધી જઈશ. પાછો અમરકંટક આવીશ અને આ તટેથી પાછો હોશંગાબાદ જઈશ ત્યારે મારી પરિક્રમા પૂરી થશે. આમાં બેવડી પરિક્રમા થાય છે.'

હું ચકિત. પંચોતેર વરસની ઉંમરના આ વૃદ્ધ, કોઈના પણ સાથસંગાથ વિના, કેવી કપરી પરિક્રમા કરી રહ્યા હતા ! હું નતમસ્તક થયો. શૂલપાણની

ઝાડીમાં ભીલોએ એમને લૂંટી લીધા હતા. ચશ્માં સુધ્ધાં ઉતારી લીધાં. એમણે ઘણું કહ્યું કે મારી આંખે મોતિયો છે, આ ચશ્માં તમારા કામના નથી, મહેરબાની કરીને આ ન લો. તો ભીલોએ કહ્યું કે અમે એને તોડી નાખીશું, પણ તારી પાસેથી તો લઈ લઈશું. ત્યારથી ચાલવામાં બહુ તકલીફ પડે છે. ઊંચીનીચી જગ્યાનો બરાબર ખ્યાલ નથી આવતો. કેટલીય વાર પડી ચૂક્યા છે.

મેં પૂછ્યું, 'શું હું તમને કોઈ રીતે મદદ કરી શકું છું ? હું તમને થોડા પૈસા આપી શકું છું.'

એમણે કહ્યું, 'પૈસાને હું હાથ નથી અડાડતો.'

હું ચકિત. 'અનાજ આપી શકું છું.'

એમણે થોડો વિચાર કરીને કહ્યું, 'દાળ કઈ છે ?'

'મગની દાળ જલદી ચડી જાય છે. અમે એ જ રાખીએ છીએ.' મેં કહ્યું. તો કહે, 'મગની દાળ જરૂર આપો. હું ખુશીથી લઈશ. હું બૂઢો માણસ. તુવેરની દાળ હજમ નથી થતી. પેટ ખરાબ થાય છે.' દાળ આપીને કહ્યું, 'તમે પૈસા પણ લો. આ દાળ ખતમ થતાં બીજી લઈ શકશો.'

એ જ જવાબ – પૈસાને હું હાથ નથી અડાડતો.

હું થોડા દિવસો માટે નીકળું છું તો પૈસા રાખું છું, અનાજ રાખું છું અને સાથે યાદવેન્દ્ર જેવો સાથી રહે છે. આ વૃદ્ધ એકલા, અટૂલા, નિ:સંગ, અકિંચન ચાલી રહ્યા છે ! કોણ જાણે ક્યારે ઘેર પહોંચશે. પહોંચશે કે નહીં એય કોણ જાણે. તેમ છતાં પોતાની મસ્તીમાં જઈ રહ્યા છે !

આ હતી શ્રદ્ધા. આ હતું સંપૂર્ણ આત્મ-સમર્પણ. આવા લોકો એકલા હોવા છતાં એકલા નથી હોતા. પાર્થસારથિ ચૂપચાપ આવીને એમના રથની લગામ પોતાના હાથમાં લઈ લે છે.

મંડલા દેખાવા લાગ્યું. બંજરના પહોળા રેતાળ પટને પાર કરીને અમે મહારાજપુર પહોંચ્યા. આ વેળાની યાત્રા પૂરી થઈ. મંડલાથી બસ પકડીને ત્રણ કલાકમાં જબલપુર આવી ગયા. આખરે દિવાળીની રાત્રે ઘેર આવી ગયા. ભીડભાડ, શોરગુલ, ધૂળધુમાડો ચહલપહલનું શું પૂછવું ! ધર્મક્ષેત્રમાંથી જાણે કુરુક્ષેત્રમાં આવી ગયા.

રાત્રે જ્યારે સર્વત્ર લક્ષ્મીપૂજન થતું હતું, ત્યારે નિર્જન પથ પર એકલા જતા પેલા વૃદ્ધની વાણી મારા અંતરમાં ગુંજી રહી હતી – પૈસાને હું હાથ નથી અડાડતો...

૭. મહારાજપુરથી ગ્વારીઘાટ (જબલપુર)

આ શું એ જ સહસ્રધારા છે ?

સામેના કાંઠેથી જતી વેળા એને દિવાળીની રજાઓમાં જોઈ હતી. ખરેખર સહસ્રધારા હતી. નર્મદાની અજસ્ર જળધારાઓનાં લૂમખે લૂમખાં લચી રહ્યાં હતાં. ધોધના વેગથી થનગનતી નદી પાસે જતાં બહુ ભય લાગ્યો હતો.

અને આજે ?

જ્યાં અમે હિલોળા લેતી નર્મદાને જોઈ હતી, ત્યાં આ ઉનાળામાં એનો માત્ર શ્વાસ ચાલી રહ્યો હતો. સૂકો પથરાળ પટ ગરમ લોઢીની જેમ તપી રહ્યો હતો. બધું નિર્જીવ, સૂમસામ, નેત્રહીન અને મૂક...

બીજું હોઈ પણ શું શકે ? શતાબ્દીનો ભયંકર દુકાળ પડ્યો હતો. કૂવા, તળાવ, નદી-નાળાં લગભગ સુકાઈ ગયાં હતાં. કેટલાય ગાઉ દૂરથી લોકો પાણી લાવી રહ્યાં હતાં. પૂરું ઉત્તર ભારત દુકાળની ભીંસમાં આવી ગયું હતું. આમાં નર્મદા પણ સુકાઈને કાંટા જેવી થઈ જાય તો એમાં શી નવાઈ ?

૨૭ મે, '૮૦ના રોજ મહારાજપુર (મંડલા)થી નીકળ્યા. સવારથી જ તડકો આકરો થઈ ગયો હતો. વધુ ન ચાલતાં માનાદેહીમાં રોકાઈ ગયા. ત્યાંથી સહસ્રધારા જોવા ગયા. એટલો અંદાજ તો હતો કે નર્મદાની ધારા ક્ષીણ થઈ ગઈ છે પણ આવી વેરાન થઈ ગઈ હશે એવી કલ્પના નહોતી.

સહસ્રધારાનું એક પેલું રાજરાજેશ્વર રૂપ જોયું હતું – પાણીથી ઊભરાતું, ફાળ ભરતું, ઘન-ઘમંડ ઘોષણા કરતું; અને આજે આ દલિત દ્રાક્ષા જેવું રૂપ

જોયું – નિર્જલા, નીરવ, મૂક અને શિલાઓનું માળખું માત્ર ! ચડતી-પડતી કોના જીવનમાં નથી આવતી ?

પાણીના ન રહેવાથી એક લાભ હતો. નદીનો પટ ખુલ્લી કિતાબની જેમ સામે હતો. વેગવંતી ધારાઓએ શિલાખંડોને કેવા કેવા કંડાર્યા છે, એ અમે સારી રીતે જોઈ શકતા હતા. તારાઓની શોભા જ્યારે ચંદ્ર ન હોય ત્યારે જ માણી શકાય. વૃક્ષની બાંધણી પાનખરમાં જ સમજી શકાય. આજે અમને આ જ મોકો મળ્યો હતો. પાણીએ પથ્થરોને કંડાર્યા તો હતા જ, નવાઈ એ જોઈને થઈ કે એણે એમાં મોટાં વિવર કર્યાં હતાં – બિલકુલ ગોળ. પછી એને નીચે મિલાવી દીધાં હતાં. અમે એક વિવરમાંથી નીચે ઊતર્યા, બીજામાંથી બહાર નીકળ્યા ! નદીએ જાણે પથ્થરોના કાન વીંધ્યા હોય ! આમાં જ પાણી ઘૂમરી લે. કોઈ આમાં ફસાઈ જાય તો જીવતો બહાર ન નીકળે. આજે સમજાયું કે સારામાં સારો તરવૈયો પણ અજાણ્યા પાણીમાં કેમ નથી ઊતરતો.

બીજે દિવસે કાળઝાળ તડકામાં બુજબુજિયા પહોંચ્યા. આ દુકાળમાં પણ આ ગામ લીલુંછમ હતું. અહીં વનવિભાગની નર્સરી છે. જાતજાતના છોડ ઉગાડવામાં આવે છે, ખાસ કરીને સાગવાનના. દૂર જુદી જાતના રોપ હતા. મેં એક મજૂરને પૂછ્યું, ‘પેલા શાના રોપ છે ?’

‘લિપસ્ટિકના !’

‘લિપસ્ટિકના ?’ મેં આશ્ચર્યથી પૂછ્યું. એણે ફરી એ જ જવાબ આપ્યો એટલે મેં પાસે જઈને જોયું. એ યુકેલિપ્ટસના રોપ હતા !

પાસે જ વન-વિભાગના ઓરડાની પરસાળ મળી ગઈ. ઓરડામાં એક કંપાઉન્ડર રહેતો હતો. મંડલાથી આવ્યે એને પંદર જ દિવસ થયા હતા. બેહદ ગરમી હતી. રાત્રે બહાર સૂતા. હું અને યાદવેન્દ્ર નીચે જમીન પર, કંપાઉન્ડર ખાટલા પર. રાતના દોઢેક વાગ્યે થોડા છાંટા પડ્યા તો હું પરસાળમાં આવતો રહ્યો. પછી યાદવેન્દ્ર અને છેલ્લે કંપાઉન્ડર. અમે જમીન પર અને કંપાઉન્ડર ખાટલા પર.

લગભગ અડધો કલાક થયો હશે ત્યાં કંપાઉન્ડરે રાડ પાડી, ‘સાપ ! સાપ !’ અમે પણ ગભરાઈને બેઠા થઈ ગયા. એ કહે, ‘સાપ હતો. મારા હાથ પર ચડ્યો. ટાઢું ટાઢું લાગ્યું. મેં જોયો.’ એ બહુ જ ડરી ગયો હતો. તૂટક તૂટક બોલતો હતો. અમે પણ ડરી ગયા. ટૉર્ચ અને લાલટેનની મદદથી ખૂણેખૂણા તપાસ્યા પણ સાપ ક્યાંય નહોતો. મેં કહ્યું, ‘તને ભ્રમ થયો છે. સાપ ક્યાંય નથી. વળી તું તો ખાટલા પર સૂતો હતો. સાપ એના ઉપર કેવી રીતે ચડે ?’

એણે કહ્યું, ‘સાપ જ હતો, મેં એને મારી નજરે જોયો.’

અમને વિશ્વાસ ન બેઠો. પણ દસ મિનિટ બાદ જોયું તો કમાડ વિનાના દરવાજામાંથી સાપ આવી રહ્યો હતો !

એની વાત સાચી હતી. એક લાકડીની મદદથી મેં એને બહાર કાઢ્યો. એક પથ્થર પર વરસાદનું પાણી એકઠું થયું હતું, ક્યાંય સુધી એને પીતો રહ્યો. તરસ્યો હતો. પછી ધીરેધીરે આગળ જવા લાગ્યો. કંપાઉન્ડર કહે, 'એને મારો !' મેં કહ્યું, 'તું જ માર!' એ કહે, 'મારું શરીર તો શું, આત્મા સુધ્ધાં કંપી ગયો છે. મારાથી એ નહીં થાય.'

'યાદવેન્દ્ર, તું જ માર !'

'ગુરુજી, આજ સુધી સાપ નથી માર્યો. મારાથીય એ નહીં બને.'

મેં કહ્યું, 'તમારા જેવા રથી-મહારથી જો આ કામ નથી કરી શકતા, તો મારી શી વિસાત !'

આગળ એક શાલવૃક્ષ પાસે જઈને એ થોભ્યો, પછી ધીરેધીરે ઉપર ચડવા લાગ્યો. થોડી વારમાં ઠીકઠીક ઉપર જઈને એક ડાળમાં ચાલ્યો ગયો. સાપને ઝાડ પર ચડતાં પહેલી વાર જોયો. કંપાઉન્ડરની વાત પર અવિશ્વાસ કરવાનું કોઈ કારણ ન રહ્યું.

બીજી બાજુ એક બીજો સાપ, જે આનાથી જાડો હતો, તે એક બીજા વૃક્ષ પર ચડી રહ્યો હતો ! અમે નાગલોકમાં આવી ગયા હતા કે શું ? રાતનું અંધારું, નિર્જન સ્થળ અને વૃક્ષ પર ચડતા સાપ ! બહુ ડર લાગ્યો.

એટલામાં કંપાઉન્ડર એક છોકરાને લઈ આવ્યો. આ જ સમયે પહેલો સાપ વૃક્ષ પરથી નીચે ઊતરી રહ્યો હતો. જમીન પર આવતાં જ છોકરાએ બેચાર દંડા ફટકાર્યા. સાપ મરી ગયો. બીજો ઝાડમાં અલોપ થઈ ગયો.

આવામાં ઊંઘ શી રીતે આવે ? બાકીની રાત જાગતાં કાઢી. કંપાઉન્ડર કહે, 'કાલે જ મંડલા જઈને આ નોકરીમાં પૂળો મૂકીશ !'

સવાર થતાં જ નીકળી પડ્યા. હવા પડી ગઈ હતી. જમીન સળગી રહી હતી. વૃક્ષ કરમાઈ ગયાં હતાં. બળબળતા બપોરે ઘાઘા પહોંચ્યા. પણ ગામમાં ન જતાં નદીકાંઠે એક મોટા વૃક્ષ નીચે ઉતારો રાખ્યો. હવે પવન વેગથી ફૂંકાવા લાગ્યો હતો. જેમ તેમ કરીને રસોઈ કરી. જમીને ત્યાં જ લંબાવ્યું. જેમજેમ ઝાડનો છાંયો ખસે તેમતેમ અમે ખસીએ. ડમરી ચડતી ત્યારે ધૂળે ભરાઈ જતા. પરંતુ સૂસવતા વાયરાના ધમપછાડા અને એનાથી ભડકતાં વૃક્ષો જોવામાં બહુ રમૂજ પડી એટલે પવનની થપાટો ખાતા પડ્યા રહ્યા.

સાંજ સુધી અમારા પર ધૂળના ચાર-છ થર જામી ગયા. હું જાણે મોહેંજોદડો અને યાદવેન્દ્ર જાણે હડપ્પા હોય એવા દીદાર થયા. ફરક એટલો કે એ પ્રાચીન નગરોને બીજાઓએ ખોદીને બહાર કાઢ્યાં હતાં, જ્યારે અમે જાતે જ ઊભા થઈને ચાલતા થયા. ઘાઘામાં રહેવાની વ્યવસ્થા થઈ ગઈ એટલે ફરવા નીકળ્યા. બાજુમાં જ બીજું ગામ છે – ઘાઘી, ત્યાં નદીકાંઠે ગયા. નદીની ધારા પેલે કાંઠે હતી એટલે સૂકા રેતાળ પટમાં થઈ સામે કાંઠે ગયા. ત્યાં જઈને ચકિત રહી ગયા. ત્યાં કોઈ ધારા જ નહોતી !

આંખોને વિશ્વાસ ન બેઠો, પણ પાણી નહોતું તે નહોતું. નર્મદાની ધારા તૂટી ગઈ હતી.

ગયે વર્ષે પણ ઉનાળામાં ચાલ્યા હતા, પણ આવું ક્યાંય નહોતું જોયું. જમણી બાજુ ક્ષીણ ધારા હતી. દૂર ડાબી બાજુ પણ દેખાતી હતી. પણ વચ્ચે અલોપ થઈ ગઈ હતી.

નર્મદાની ગાગર એકદમ ખાલી હતી. પાછલી યાત્રાઓમાં નર્મદાનો વનવાસ જોયો હતો. આ વેળા એનો અજ્ઞાતવાસ જોયો !

અમે ઇચ્છત તો દસ ડગલાં ચાલીને સામેના કાંઠે પહોંચી જાત, પણ ન ગયા. નર્મદા ઉપર નથી તો શું થયું, રેતીની નીચે જરૂર વહી રહી છે. એટલે અમે એને હાજરનાજર માનીને ત્યાંથી પાછા આવતા રહ્યા.

આગળનો પડાવ બુદેહરા. નર્મદાની ધારા અહીં પણ તૂટી ગઈ હતી.

બુદેહરાથી ઝુરકી. ઝુરકીના પટેલ બહુ વિનોદપ્રિય હતા. અમારું બહુ સ્વાગત કર્યું. કોઈકને કહ્યું, 'આ લોકો માટે પેલું પ્રાગૈતિહાસિક શરબત લઈ આવો !'

શરબત આવ્યું. બહુ સ્વાદિષ્ટ હતું. કહે, 'આંબળાં, ફુદીનો વગેરેથી બને છે એટલે પ્રાગૈતિહાસિક શરબત કહું છું.' ઉત્તમ ભોજન કરાવ્યું.

મેં જોયું કે આ વિનોદપ્રિય માણસને પણ વિષાદની કાળી છાયાએ ગ્રસી લીધો હતો. આગળ બરગી પાસે નર્મદા પર એક વિશાળ બંધ બની રહ્યો છે. એમનું આ ગામ તથા આસપાસનાં બીજાં ગામો એમાં સમાઈ જશે. ત્યારે એ ક્યાં જશે, શું કરશે, આની જ ચિંતા એમને કોરી રહી હતી. બેઘર થવાની આ ચિંતા એમની એકલાની જ નહીં, પૂરા ઇલાકાની હતી.

પદ્મીઘાટમાં એક સારો આશ્રમ છે. રાત ત્યાં રહ્યા. સવાર થતાં નીકળી પડ્યા. મેઢાઘાટ અને લોકેશ્વર થઈને આગળ વધ્યા. વૃક્ષ દાઝી ગયાં હોય એવાં કાળાં દેખાતાં હતાં. સાંજે બખારી પહોંચ્યા. ગામમાં ઉતારો તો મળી ગયો પણ પાણી માગ્યું તો ઘરધણીએ રસ્સી ને ડોલ આપ્યાં ને કૂવો બતાવી દીધો. કૂવામાં રસ્સી માંડ અરધે સુધી પહોંચી ! પાણી પાતાળે પહોંચ્યું હતું. કૂવામાં જોતાં ડર લાગતો હતો. પાસેનો ગ્રામીણ અમારી મુશ્કેલી સમજી ગયો. પોતાની રસ્સી આપી. બંનેને જોડીને પાણી કાઢી આપ્યું.

અહીંથી રોટો. રોટોમાં એક વનરક્ષકની ઝૂંપડીમાં રહ્યા. સવારે ચાલ્યા. દિવસ બહુ ગરમ હતો અને હવાએ પોતાની પાંખ સંકોરી લીધી હતી. એક જગ્યાએ કેટલાક મજૂર સ્ત્રીપુરુષો એક ઝાડ નીચે પોરો ખાઈ રહ્યાં હતાં. કેટલાક સૂતાં હતાં તો કેટલાક ગાતાં હતાં. એમનાં ગીતો ગમ્યાં એટલે એમાંથી એકના ઘરે ગોપીટોલામાં રાત રહી ગયા.

યાદવેન્દ્ર રસોઈની તૈયારી કરવા લાગ્યો તો અમારા શ્રમિક યજમાને એને વાર્યો – તમારું જમવાનું અમારી સાથે છે.

આ માણસ, જેને અમે ચાર રૂપિયામાં જેઠના બળબળતા તાપમાં કાળી મજૂરી કરતો જોયો હતો, એ કહે છે કે તમારું જમવાનું અમારી સાથે છે.

ભાઈ શ્રમિક ! હું જરૂર તારી રોટી ખાઈશ. મહાભારતના નોળિયાની જેમ કદાચ એથી મારું શરીર સોનાનું થઈ જાય !

મોડી રાત સુધી લોકગીત અને લોકનૃત્યનો આનંદ લેતા રહ્યા. સવારે બીજાસેન માટે નીકળી પડ્યા. રાત્રે અહીં પણ લોકનૃત્યો જોવાં મળ્યાં. આખો દિવસ તનતોડ મહેનત કર્યા છતાં અને સૂકો રોટલો ખાવા છતાં આ લોકો જીવનનો આનંદ માણી જાણે છે.

બીજે દિવસે પાયલી પહોંચ્યા. પાયલીમાં જેમને ત્યાં રહ્યા, એ ભાઈ વિધુર હતા. મેં પૂછ્યું, તમે ફરી લગ્ન કેમ ન કર્યા, તો કહે, ‘મારાં બાળકો નાનાં હતાં. મને થયું કે ફરી લગ્ન કરીશ તો આ છોકરાં માથી તો ગયાં, બાપથીય જશે. એટલે ન કર્યા. હવે તો છોકરાં મોટાં થઈ ગયાં છે. મોટા દીકરાની વહુ પણ આવી ગઈ છે.’

સાંજે નર્મદાકાંઠે ગયો. પચીસ વર્ષ પહેલાં અહીં આવેલો. ત્યારે અહીં કેવું ગીચ જંગલ હતું ! વિશાળ વૃક્ષોને વીંટળાઈને છેક ઉપર સુધી જતા વેલાઓ હજુય યાદ છે. માણસની કુહાડીએ કાળો કેર વર્તાવ્યો હતો. જે થોડાંઘણાં વૃક્ષો બચ્યાં હતાં, એ ઝડપભેર કપાઈ રહ્યાં હતાં.

વહેલી સવારે બરગી કાલોની માટે કદમ બઢાવ્યા. મારી ચાલ આપોઆપ તેજ થઈ ગઈ. એ વેળા મારો મોટો દીકરો ચિ. શરદ ત્યાં રહેતો હતો. ચંડ સૂર્યના પ્રચંડ તાપમાં એને દરવાજે જઈને કહ્યું, ‘ભિક્ષાં દેહિ !’

એ સમયે મારી પત્ની કાન્તા ત્યાં હોત, તો મને તો જાણે હું કોઈ રાજા ભરથરી હોઉં, એવો હરખ થાત !

અહીં નર્મદા પર એક વિશાળ બંધ બની રહ્યો છે. સાંજે એ જોવા ગયા. હજારો મજૂરો અને સેંકડો યંત્રોથી બંધનું સ્થળ ધમધમી ઊઠ્યું હતું. બંધની તોતિંગ દીવાલ ઠીકઠીક બની ગઈ હતી. એક ભોંયરા જેવી સીડીથી બંધની અંદર ઊતર્યા અને આશ્ચર્યમાં ગરકાવ થઈ ગયા. નક્કર જણાતા બંધની અંદર એક છેડેથી બીજા છેડા સુધી વીજળીથી ઝળાંહળાં થતી સુરંગ હતી! દેખરેખ માટે દરેક મોટા બંધમાં આવી સુરંગ રાખવામાં આવે છે એ ત્યારે જાણવા મળ્યું.

પરંતુ જ્યારે આ બંધ બની જશે, ત્યારે પરકમ્માવાસીઓનું શું થશે ? બંધના સરોવરમાંથી જ્યારે બંને બાજુએ મોટીમોટી નહેરો નીકળશે અને એમાં ધસમસતાં નર્મદાજળ વહેશે, ત્યારે પરકમ્માવાસીઓ સામે ભારે ધર્મસંકટ ઊભું થશે. આ નહેરોને ઓળંગવી કે કેમ ? નહેરો ઓળંગવી એટલે નર્મદા ઓળંગવા જેવું થાય. ન ઓળંગે તો એટલો મોટો ફેરો ખાવો પડે કે પછી એ નર્મદા પરિક્રમા જ ન રહે. ત્યારે શું કરવું ?

મને લાગે છે કે જ્યારે નર્મદાનું સ્વરૂપ બદલાશે, ત્યારે નર્મદા પરિક્રમાના નિયમોનું સ્વરૂપ પણ બદલાવાનું જ. નહેર એ નદીની બીજી પેઢી થઈ. નાની નહેરો એ ત્રીજી પેઢી. પરિક્રમા કરનારનું દાયિત્વ નદી પ્રત્યે હોય, એની બીજી કે ત્રીજી પેઢી પ્રત્યે નહીં. એટલે નર્મદાની નહેરો ઓળંગવામાં કંઈ વાંધો નહીં, એમ માનવું જ રહ્યું.

અહીંથી પારા, સાવ નજીકનું ગામ, પણ ગામની ગલીઓ ગમી ગઈ એટલે રાત રહી ગયા. વહેલી સવારે નીકળી પડ્યા. આગળ ટેમર સંગમ જોયો. ટેમર કેવા રુઆબથી નર્મદાને મળે છે ! આ દુકાળમાં પણ એમાં પાણી હતું. સંગમમાં મોડે સુધી સ્નાન કરતા રહ્યા. ત્યાં તો આકાશ વાદળાંઓથી ઘેરાઈ ગયું. થોડો વરસાદ વરસ્યો. હું બહુ રાજી થયો. આજે ત્રિવેણીસ્નાન થયું. બે ધારાઓ પહેલેથી હતી, ત્રીજી ઉપરથી આવી મળી.

રાત ખમરિયામાં રહ્યા. ભળભાંખરું થતાં નીકળી પડ્યા. અહીંથી સડક મળી ગઈ. બપોર સુધી ગ્વારીઘાટ આવી ગયા. આ વેળાની યાત્રા પૂરી થઈ. પેલા કાંઠેથી ગયા હતા, આ કાંઠેથી પાછા આવ્યા. વળતી વખતે સામે કાંઠેનાં ગામો જોતાં પૂર્વસ્મૃતિના તારો ઝણઝણી ઊઠતા. જેમને ત્યાં રાતવાસો કર્યો હતો, એમની યાદ આવી જતી. ખબર મોકલવાથી તેઓ અચૂક આવતા. પાઠાના શિક્ષક, સહજપુરીના સંન્યાસી, છેવલિયાનો તુલારામ – બધા બહુ ભાવથી આવ્યા હતા. તુલારામ તો બૈરીછોકરાંને લઈને આવ્યો હતો. બધા અમારે માટે સીધું લાવ્યા હતા !

પાંચસાત વર્ષોમાં આ વિસ્તાર બરગી બંધમાં ડૂબી જશે. જે ગામો સદીઓથી પરકમ્માવાસીઓની પરોણાગત કરતાં આવ્યાં છે, એ હંમેશને માટે જળસમાધિ લઈ લેશે.

તો સામે કાંઠેના પાઠા, સહજપુરી, છેવલિયા, બરહઈયાખેડા; અને આ કાંઠેના ઘાઘી, ઝુરકી, બખારી, રોટો, પાયલી – તમને છેલ્લા જુહાર ! હવે તો તમે થોડા જ દિવસોના મહેમાન ને ? નર્મદાના મોહક કિનારા, તમને પણ અલવિદા ! અને સૌન્દર્યસરિતા નર્મદા ! તને પણ અલવિદા, કેમકે અહીં તું પણ એ સરોવરમાં એવી જ રીતે ખોવાઈ જઈશ, જે રીતે શેડકઢા દૂધના બોઘરામાં પડતી દૂધની ધાર ખોવાઈ જાય છે !

૮. ગ્વારીઘાટથી બરમાનઘાટ

યાદવેન્દ્ર પોતાની નવોઢા પત્નીની સાથે અમને વિદાય આપવા આવ્યો છે.

અમારી પાછલી યાત્રાને લગભગ અઢી વરસનાં વહાણાં વીતી ગયાં છે. કોઈ ને કોઈ કારણથી નીકળી ન શકાયું. આ દરમિયાન યાદવેન્દ્રનાં લગ્ન થઈ ગયાં છે. હવે એ અમારી સાથે ન આવી શકે. આનું એને બહુ દુઃખ છે. એનાથી વધુ દુઃખ મને છે. કેમ કે જે યાદવેન્દ્રના ભરોસે મેં અત્યાર સુધીની દુર્ગમ પરિક્રમા કરી હતી, તે મારો વિશ્વાસુ સાથી હવે મારી જોડે નહીં હોય.

વિદાય આપવા કાન્તા પણ આવી છે. નાના ભાઈની પત્ની નીતા અને એમનાં બે બાળકો નમ્રતા અને અમિત પણ આવ્યાં છે. નાના અમિતના ઉત્સાહનું શું કહેવું ! એનું ચાલે તો એ મારી જોડે ચાલે.

૧૭ નવેમ્બર '૮૨, ભાઈબીજ. જબલપુરના ગ્વારીઘાટમાં અમે નાવથી નર્મદા પાર કરી અને જ્યાં પાછલી યાત્રા પૂરી કરી હતી, એ જ બિન્દુથી આ યાત્રા શરૂ કરી. વળાવવા આવેલાં ઘણી વાર સુધી અમને જોતાં રહ્યાં, પછી ચાલ્યાં ગયાં.

આ વેળા અમે ચાર છીએ. દુલ્હાની અને સાઠે મારા વિદ્યાર્થી છે. પંડિત નામનો એક ભેરુ હજી છે. બહુ સરસ દળ થયું છે અમારું. પંડિતની માતૃભાષા હિન્દી છે, દુલ્હાનીની સિંધી, સાઠેની મરાઠી અને મારી ગુજરાતી. ચાર ભાષાઓનાં જળથી મા નર્મદાના પગ પખાળવા અમે નીકળી પડ્યા.

બે કલાકમાં તિલવારાઘાટ. અહીં નર્મદા પર સડકનો પુલ છે. પૂર આવે છે ત્યારે ડૂબી જાય છે, પણ હવે બાજુમાં જ નવો પુલ બની રહ્યો છે. એ બહુ ઊંચો થશે. આટલું જ નહીં, આના પરથી નર્મદાની દક્ષિણ તટની નહેરનું પાણી ઉત્તર તટ પર જશે. નર્મદાને નર્મદાની નહેર ઓળંગશે.

રાત સિવનીમાં રહ્યા. સવારે ચાલ્યા. લમ્હેટી પાસે નદીકાંઠેની શિલાઓ પાંસળીની જેમ બહાર નીકળી આવી છે. ત્રીજે પહોરે કુંડવારા પહોંચ્યા. નર્મદાનો પ્રસિદ્ધ ધોધ ધુઆંધાર અહીંથી નજીક થાય. અહીં રહેવાની વ્યવસ્થા થઈ ગઈ એટલે ધુઆંધાર જોવા ગયા. પહોળી નર્મદા અહીં એકાએક સાંકડી થઈ ગઈ છે અને એક મોટા ખાડામાં પ્રચંડ વેગથી ત્રાટકે છે. દૂરથી જલબિંદુઓનો ધુમાડો ઊડતો દેખાય છે એટલે આને ધુઆંધાર કહે છે.

ધોધ તો નર્મદાને જાણે ગળથૂથીમાં જ મળ્યા છે. નર્મદાનો કોઠો જ ધોધનો. આમાં જેટલા ધોધ છે, એટલા ભારતની બીજી કોઈ નદીમાં નથી. તેમાંય આ તો નર્મદાનો સૌથી સુંદર ધોધ ! અહીંનું તાંડવ જોવા જેવું છે. અહીં પાણી જાણે ધિંગાણે ચડ્યું છે. પાણી શિલાખંડો જોડે ઘોર ગર્જના સાથે પ્રચંડ આવેગથી અફળાય છે, ઊલળે છે, ઊછળે છે ને હિલોળા લેતું આગળ ધસ્યે જાય છે. એના દૂધ– ઊજળા જલરાશિની રમતિયાળ લીલામાં ગજબનું કામણ છે. નર્મદા પર અહીં મસ્તીનો કેવો અલબેલો નશો છાયો છે ! શોભાનો શો સિંધુ ઊછળી રહ્યો છે !

નદીમાં ખૂબ પાણી હતું અને ધુઆંધાર યૌવન અને જીવનથી ભરપૂર હતો. મોડે સુધી અમે એનો ઉન્માદ જોતા રહ્યા, એનો નિનાદ સાંભળતા રહ્યા અને એની છોળમાં ભીંજાતા રહ્યા.

આ જ ધુઆંધારથી નર્મદા સંગેમરમરની કુંજગલીમાં પ્રવેશ કરે છે. અહીંથી પાણી અને સંગેમરમરની અનન્ય જુગલબંધી શરૂ થાય છે. સંગેમરમરના ખડકોને ચીરીને નર્મદા ઊંડી સાંકડી ખીણમાં થઈને વહે છે અને એક અદ્ભુત સૌન્દર્યપર્વની સૃષ્ટિ કરે છે. પ્રકૃતિએ અહીં નર્મદાને જાણે સંગેમરમરની સ્ફટિક શ્વેત ફ્રેમમાં મઢી દીધી છે. ગુલછડી જેવી નર્મદા એક ઠેકાણે એટલી સાંકડી થઈ છે કે આ સ્થળને બંદરકૂદની કહે છે. અહીં નર્મદા થાક ખાવા થંભી ગઈ હોય એમ મૃદુ પગલે વહે છે. સંગેમરમરના દૂધમલ પડછંદ ખડકો, એ સોંસરવી અલસ ગતિથી વહેતી ધીરગંભીર નર્મદા અને નિભૃત એકાંત. જાણે કોઈક નક્ષત્રમાં આવી ગયા હોઈએ.

અહીં નર્મદાનાં ઊંડા જળ શાંત વહ્યાં જાય છે. ધુઆંધારમાં ગર્જન-તર્જન કરતી નર્મદાએ અહીં મૌનની દીક્ષા લઈ લીધી છે. ધુઆંધારની ઘણેણાટી પછી અહીંના શાંત સમથળ જળ – જાણે રૌદ્ર પછી શાંત રસ !

ક્યારેક નૌકાવિહાર કરતા સહેલાણીઓ દેખાઈ જતા. નૌકાવિહાર ચાંદની

રાતે પણ થાય છે. દૂધે નહાતી રાતે અહીં કેવું અનરાધાર સૌન્દર્ય વરસે છે !

લગભગ ત્રણ કિલોમીટર લાંબો અને સૌન્દર્યથી છલકાતો આ સ્વપ્નલોક અમારા જબલપુરની પાસે છે. નર્મદાએ કોઈને જે ન આપ્યું, એ જબલપુરને આપ્યું – પોતાના ગળાનો હાર આપ્યો !

ભેડાઘાટમાં પંચવટી પાસે આ સૌન્દર્યલોક પૂરો થાય છે. અહીંથી પથ્થરો ખતમ. નર્મદા હવે માટી અથવા રેતીમાંથી વહે છે. ભેડાઘાટમાં જાણે નર્મદાનો પાષાણયુગ પૂરો થયો ને વેળુયુગ શરૂ થયો !

સંગેમરમરના આ ખડકો ઉપર કાળા પણ નીચે પાણી પાસે દૂધ જેવા સફેદ છે. કેમ જાણે આ ખડકોને કોઈએ કાળો ધાબળો ઓઢાડ્યો ન હોય ! મજાની વાત એ છે કે સંગેમરમરના જે ભૂખંડમાં થઈને વેલ જેવી નર્મદા વહે છે, એ ભૂખંડની પહોળાઈ બહુ બહુ તો અડધો કિલોમીટર છે. હવે નર્મદા જો થોડીક ડાબેથી અથવા થોડીક જમણેથી નીકળી જાત, તો ક્યાં હોત આ સૌંદર્યલોક !

નર્મદા પહેલાં આમ જ કરતી હતી. ધુઆંધર પાસેથી એ ઉત્તર ભણી વળી જતી હતી અને ચોસઠ જોગણીના મંદિરવાળી ટેકરીને વળોટીને આગળ વધતી હતી. એ સૂકો પહોળો પટ આજે પણ મોજૂદ છે. ત્યારે ક્યાં હતો આ સૌંદર્યલોક અને ક્યાં હતો આ દિવ્યલોક !

પરંતુ સંગેમરમરના એ ખડકોને નર્મદા શિલ્પીની લુબ્ધ નજરે જોતી જરૂર રહી હશે અને એક દિવસે ન જાણે કઈ શુભ ઘડીએ એણે શરૂ કરી દીધું કોરવું ને કંડારવું. આમાં એને લાખો – કદાચ કરોડો – વરસ લાગી ગયાં; કેમ કે શિલાઓ વજ્રની હતી અને આ કામ એ માત્ર ચોમાસામાં જ કરી શકે એમ હતું. છેવટે એણે અભેદ્ય આરસપહાણને વહેરીને પોતાનો મારગ કાઢી લીધો અને ધરતી પર સ્વર્ગ ઉતારી દીધું !

એટલે જ હું કહું છું કે આ સૌંદર્યલોક પ્રકૃતિની દેન નથી. પ્રકૃતિદત્ત સૂકો પહોળો પટ આજે પણ જોઈ શકાય છે. આ તો છે નર્મદાના અનન્ય સૌંદર્યબોધ અને એની સુદીર્ઘ તપસ્યાનું સુફળ ! આ તો છે એના ચિત્તના ઉચ્છલ આનંદની રમ્ય ઉપલબ્ધિ !

માર્બલ રૉક્સ એટલે સંગેમરમરના ખેતરમાં નર્મદાએ પાડેલો ચાસ -- અદ્‌ભુત અને અનન્ય ચાસ !

ડુંડવારાથી નીકળ્યા હતા તો સવારે, પણ નર્મદાની જોડે અમે પણ રમતા ભમતા ખડકો ખૂંદતા ચાલી રહ્યા હતા એટલે બપોર સુધી આટલામાં જ ડોલતા રહ્યા. ચાલવાનું નમતે પહોરે થયું. રાત બગરઈમાં રહ્યા. આ મૂર્તિકારોનું ગામ છે. કેટલાક મૂર્તિકારોને મૂર્તિઓ કંડારતા જોયા. એમની અધૂરી

મૂર્તિઓ વધુ સુંદર જણાતી હતી. સૌન્દર્ય, સાદગી અને સરળતામાં બિરાજે છે. વધુ પડતી કારીગરીથી કલાકૃતિ દમ તોડી દે છે.

આ પછીની રાત ધરતીકછારમાં. જે ગ્રામીણની ઓસરીમાં અમે રહ્યા, એના ઘરની દીવાલમાં મૃદંગ ટાંગ્યું હતું. મેં કહ્યું, 'અહીં ભજન થતાં લાગે છે.' એણે કહ્યું, 'કાલે જ થયાં હતાં, આજે પણ થશે.' રાત્રે કેટલાક ગ્રામીણો ભેગા થયા. એકે એકતારા પર સરસ ભજન સંભળાવ્યાં. બીજા એને સાથ આપી રહ્યા હતા. મેં એમના સ્કેચ ઉતાર્યા અને વખાણ કર્યાં. વખાણ સહેજ વધુ થઈ ગયાં. ઉત્સાહિત થઈને તેઓ વધુ ભજન સંભળાવવા લાગ્યા. ગાંજા-ચલમનો દોર પણ ચાલ્યો. તેઓ ઊઠવાનું નામ નહોતા લેતા, અહીં ઊંઘના લીધે અમારા બેહાલ હતા. માંડ સૂવા મળ્યું.

અહીંથી ચાલ્યા તો બપોરે ભીકમપુર આવ્યું. એક ઠેકાણે વિસામો ખાવા બેઠા તો થોડા ગ્રામીણો એકઠા થઈ ગયા. એમાં ગામનો કોટવાળ પણ હતો. મેં એમને અમારા વિષે ટૂંકમાં કહ્યું અને એ પણ કહ્યું કે અમે એક સાથે અખંડ પરિક્રમા નથી કરી શકતા, એથી થોડી થોડી કરીને ખંડ પરિક્રમા કરી રહ્યા છીએ. પછી પૂછ્યું, 'સવારે ધરતીકછારથી ચાલ્યા છીએ. કેટલુંક ચાલ્યા હોઈશું ?'

કોટવાળે કહ્યું, 'લગભગ છ માઈલ.'

મેં પૂછ્યું, 'માઈલ કે કિલોમીટર ?'

એણે કહ્યું, 'મીલ ઔર કિલોમીટર એક હી બાત હૈ !'

આટલી વારમાં બીજા માણસો પણ આવી ગયા હતા. એ અમારે વિષે સૌને કહેવા લાગ્યો, 'આ લોકો નર્મદાની અખંડ પરિક્રમા કરી રહ્યા છે.'

મેં કહ્યું, 'અખંડ નહીં, ખંડ.'

એણે કહ્યું 'ખંડ-અખંડ એક હી બાત હૈ !'

મને ખડખડાટ હસવું આવી ગયું. એ ભોંઠો પડી ગયો. તરત જ મને મારી ભૂલ સમજાઈ. કોટવાળ એટલે ગામનો સૌથી મોટો હાકેમ. મારાથી એનો અનાદર થઈ ગયો. પણ હવે શું થાય ? તરત જ પહાડી ઘાંટાથી મારો ઊધડો લેતો એ ગર્જ્યો, 'અહીં કેમ બેઠા છો ?'

'જરા વિસામો ખાવા અને મારગ પૂછવા.'

'ચાલો, હું મારગ બતાવું.'

એ અમને નર્મદાકાંઠે લઈ ગયો. અમે ત્યાં રસોઈ બનાવવાનો વિચાર કરી રહ્યા હતા, ત્યાં જ એણે કહ્યું, 'અહીં નહીં, ત્યાં. સનેરની પેલી પાર.'

સનેર ઓળંગીને અમે પેલી પાર ગયા. પાછળથી દુલ્હાનીએ કહ્યું, 'હવે સમજ્યા કે એ આપણને અહીં કેમ લઈ આવ્યો. સનેરની સામે પાર જબલપુર જિલ્લો છે, આ પાર નરસિંહપુર. એણે આપણને પોતાના જિલ્લામાંથી તગડી મૂક્યા છે, આપણને તડીપાર કર્યા છે !'

ગુના ભેગી જ સજા ! આપણી ન્યાયપ્રણાલી આટલી ત્વરિત હોત જો ! આપણું દંડવિધાન આટલું ઝડપી હોત જો !

ઝાંસીઘાટ પાસે પરકમ્માવાસી મા-દીકરો મળ્યાં. મા-દીકરાને પરકમ્મા કરતાં પહેલી વાર જોયાં. રાત અમે બેલખેડીમાં રહ્યા પણ તેઓ ત્યાં ન રહેતાં આગળ નીકળી ગયાં. ચાલવામાં જબરાં છે.

સવારે ગામમાં સ્ત્રીઓને છાશ વલોવતી જોઈ. નરસિંહપુર દૂધ-ઘીનો જિલ્લો છે. આ દૃશ્ય હવે રોજ જોવા મળશે.

બપોરે ઝલોનઘાટમાં રસોઈ માટે રોકાયા. પાસે જ નર્મદાની રેતીમાં પચીસેક ગ્રામીણોનું ટોળું એકઠું થયું હતું. એક વૃદ્ધ અહીંથી નર્મદાની પરિક્રમા શરૂ કરી રહ્યા હતા. સૌ એમને વાજતેગાજતે વિદાય આપવા આવ્યા હતા. કાલે રાત્રે જ આવી ગયા હતા. અહીં રેતીમાં જ સૂતા હતા. સવારે વૃદ્ધનું મુંડન થયું, કઢાઈ થઈ, સૌને પ્રસાદ વહેંચવામાં આવ્યો, કન્યાભોજન થયું અને હવે જવાનું ટાણું થયું છે. વાજાં વાગવા લાગ્યાં. સ્ત્રીઓ એક પછી એક નાચી, છેલ્લે વૃદ્ધ પણ નાચ્યા. પછી સૌ એમને પગે પડ્યા અને રોવા લાગ્યા. વૃદ્ધ સૌને કહે છે, 'નહીં, રુઓ નહીં. મને રાજીખુશીથી વિદાય આપો.'

મેં એમને કહ્યું, 'આજે તો હમણાં જ આવ્યા છીએ, પણ કાલે તમને આંબી લેશું.'

'હું જમુનિયામાં રોકાઈશ. ત્યાં તમારી રાહ જોઈશ.' પછી ચાલી નીકળ્યા.

એક સ્ત્રીએ રડતાં રડતાં મને કહ્યું, 'તમે એમનું ધ્યાન રાખજો. એ મારા કાકા થાય.'

જ્યારે સૌ ચાલ્યા ગયા ત્યારે ગામના એક છોકરાએ મને કહ્યું, 'તમે એની સાથે ન જતા.'

'કેમ ?'

'એ ચમાર છે. માંસ-મગરા ખાય છે.'

રાત મુઆરના મંદિરના ઓટે વિતાવી. બહુ ટાઢ હતી. સવારે નીકળ્યા. થોડી વારમાં જમુનિયા આવી ગયા. વૃદ્ધની તપાસ કરી તો લોકોએ કહ્યું કે એ તમને ચમાર મહોલ્લામાં મળશે. ત્યાં ગયા. આ એમના જમાઈનું ઘર હતું. લીપેલુંગૂંપેલું, ચોખ્ખુંચણક. વૃદ્ધ નર્મદા નહાવા ગયા હતા. આધેડ ઉંમરના જમાઈ કહે, 'મને પણ લોભ થયો છે. મારું મન પણ નર્મદા-પરિક્રમા માટે તલપાપડ થઈ રહ્યું છે.'

'બહુ સારું, સસરા-જમાઈનો સાથ રહેશે.'

'પણ મોટા ભાઈ કહે છે કે આમ ચૂપચાપ ન જવાય. સૌ સગાંવહાલાંને જાણ કરશું. સૌને મળીને જજે.'

'ત્યારે કાલે અથવા પરમ દિવસે નીકળો.'

પંચાંગ બતાવતાં એમણે કહ્યું, 'જુઓ, કાલથી પંચક શરૂ થાય છે. હવે પૂનમ સુધી નહીં નીકળી શકાય.'

એટલી વારમાં વૃદ્ધ નહાઈને આવી ગયા. અમને જોઈને બહુ રાજી થયા. કહે, 'હું આમને કહું છું કે મને ન રોકો, પણ મારું કોઈ સાંભળતું નથી.' છેવટે એવું નક્કી થયું કે સસરા-જમાઈ પૂનમ પછી નીકળશે. ગામના બીજા બેક જણ પણ સાથે ચાલશે.

ત્યાં મને યાદ આવ્યું કે આ ચમાર છે. ભિક્ષા અમે માગતા નથી, પણ અહીં જરૂર માગીશું. ઓસરીમાં એક સ્ત્રી છાશ વલોવી રહી હતી. ભિક્ષામાં અમે છાશ માગી. ઘરના લોકોને આશ્ચર્ય થયું, બહુ રાજી થયાં. અમને મોડું ન થાય એ માટે બે સ્ત્રીઓ મળીને છાશ વલોવવા લાગી. વલોણાનો એક છેડો એક સ્ત્રીના હાથમાં અને બીજો બીજીના હાથમાં.

છાશ પીને આગળ ચાલ્યા. થોડી વારમાં બરમકુંડ આવી ગયા. નર્મદાના વળાંક પર ઊંચી ભેખડ પર છે આ. નર્મદા અહીં કેવી સુડોળ જણાતી હતી ! જાણે હજુ સુધી એ દૂબળી-પાતળી હસતી-રમતી છોકરી હતી. હવે ઘાટીલા બદનવાળી યુવતી થઈ ગઈ છે. તડકાથી નહાઈ ઊઠેલી નર્મદાને રેતીના શુભ્ર પટનું પરિધાન બહુ શોભે છે. ગોરી રેતની બાજુમાં નીલી જલધારા-શી એની શોભા ! હૃદય માધુર્યથી છલકાઈ ઊઠ્યું.

અમારી કેડી નદીમાં થઈને જ છે. જ્યારે કેડી પોચી રેતીમાંથી જાય છે ત્યારે ચાલ ધીમી પડી જાય છે. જ્યારે કાંઠે વાવેલા ખેતરમાંથી જાય છે, ત્યારે લાગે કે જાણે કોઈ બાગમાંથી જઈ રહ્યા હોઈએ. નદીકાંઠેની પગદંડી બનતી બગડતી રહે છે. જેવું પાણી નીચે ઊતરે કે આ ઉઘાડી પડેલી ભૂમિમાં કંઈક વાવી દેવામાં આવે અને પગદંડી નીચે સરકી જાય.

પગદંડી લોકગીત જેવી હોય છે. એને બનાવનાર અજ્ઞાત હોય છે. કોઈ એક એને બનાવતું પણ નથી, એ સમૂહનું સર્જન છે.

રાત સાંકલમાં રહ્યા. બાજુના ઘરમાં રહેતા ગ્રામીણે આગ જલાવવા માટે છાણાં આપ્યાં. છાણાં જોઈને મેં કહ્યું, 'પંડિત, આજે ગાકડ બનાવ.' પણ પંડિતને ગાકડ એટલે કે બાટી બનાવતાં નથી આવડતું. ત્યારે પેલો ગ્રામીણ વિસ્તારથી સમજાવવા લાગ્યો કે ગાકડ કેમ બનાવાય. થોડી વાર સુધી એની પત્ની આ સાંભળતી રહી, પછી કહે, 'તમે બનાવી કેમ નથી દેતા ?'

આજ્ઞાકારી પતિએ છાણાં સળગાવ્યાં. જ્યારે પૂરાં સળગી ગયાં ત્યારે એના અંગારની ધીમી આંચ પર બાટી શેકતાં કહે, 'જ્યારે પૂરેપૂરી શેકાઈ જશે ત્યારે ફૂલશે અને ફાટશે. ઘી હશે તો ખાવામાં ઓર મજા આવશે.'

યાદ આવ્યું, એક દિવસ અમે જઈ રહ્યા હતા. રસ્તામાં પતિ-પત્નીનો સાથ થઈ ગયો, વાતો થવા લાગી. અમે સામાનથી લદાયેલા હતા. પત્નીએ

આ જોયું ને પતિને કહ્યું, 'તમે આમનો થોડો બોજ ઊંચકી કેમ નથી લેતા ?' આજ્ઞાકારી પતિએ તરત અમારા થેલા લઈ લીધેલા.

મારું માનવું છે કે પતિઓના સેવાકાર્ય પાછળ પ્રેરણા લગભગ પત્નીઓની હોય છે.

બાટી શેકાતી જોઈને થયું કે પ્રકૃતિ વચ્ચે રહેતો આદિમાનવ પોતાના ખાદ્યપદાર્થો આવી જ રીતે સીધા આગ પર શેકીને ખાતો હશે. થોડી અતિશયોક્તિ કરીને કહી શકાય કે બાટી એ પ્રકૃતિ છે, રોટલી એ સંસ્કૃતિ છે અને પૂરી-પરોઠા એ વિકૃતિ છે !

એક બાજુ છાણાં પર બાટી શેકાઈ રહી હતી, બીજી બાજુ સ્ટવ પર દુલ્હાની દાળ બનાવી રહ્યો હતો. દુલ્હાની સ્ટવ ચાલુ કરવાથી લઈને રસોઈ તૈયાર થઈ જાય ત્યાં સુધી લાગ્યો રહેતો, પણ સાઠેનો રસ વઘાર પૂરતો જ હતો. સફાઈથી મસાલા કાઢતો, કકડાવીને તેલમાં શેકતો, પછી એકચિત્તે વઘારતો. એક દિવસે ખીર બનાવવાનું થયું તો એ ખીરને પણ વઘારવાની તૈયારી કરવા લાગ્યો ! માંડ સમજાવ્યો કે ખીર ન વઘારાય.

સાઠેના ધમધમાટ વઘારને લીધે રસોઈ સ્વાદિષ્ટ થતી. પણ મરચાં બહુ નાખતો. એક વાર એણે લીલાં મરચાંના ખૂબ કકડા કર્યા. મેં ગભરાઈને કહ્યું કે આનાં અડધાં જ નાખજે. એણે અડધાંથીય ઓછાં નાખ્યાં. એની આજ્ઞાકારિતાથી હું બહુ રાજી થયો, પણ થોડી વારમાં એમ કહીને એણે બાકીનાં મરચાં પણ ધબેડી દીધાં, કે ટમેટાં આવવાથી મરચાંની તીખાશ અડધી થઈ જશે ! સાઠે બુદ્ધિ નાઠી, બીજું શું !

સવારે નીકળ્યા. થોડું ચાલ્યા ત્યાં તો હિરન નદીનો સંગમ આવ્યો. રાત્રે વિચાર્યું હતું કે સવારે સંગમમાં સ્નાન કરીશું. પણ આટલી ટાઢમાં વહેલી સવારે નાહવાની કોઈની હિંમત ન ચાલી. મન મનાવ્યું કે હિરન તો સામે કાંઠે છે. સંગમ આપણી હદમાં નથી, એટલે અહીં નહાવું કંઈ જરૂરી નથી !

ઘુઘરી પાસે પથ્થરોમાં વહેતી નર્મદાનો શોર સંભળાયો. કેટલા દિવસો બાદ સંભળાયો !

અહીંથી પિપરિયા. અહીં ઉતારાનો ક્યાંય જોગ નહોતો થતો અને સાંજ ઢળતી જતી હતી. હું ચિંતામાં હતો ત્યાં એક વૃદ્ધ આવ્યા. કહે, ચાલો મારે ઘરે. રસ્તે સૌને કહે, 'પરોણા આવ્યા છે, ઘરે લઈ જાઉં છું.'

એક સાધુને એમણે પહેલેથી જ ઉતારો આપ્યો હતો. અમને પણ લઈ ગયા. મેં કહ્યું, 'તમે અમને બિલકુલ પોતાના લાગો છો.' એમણે કહ્યું, 'આ સંસારમાં કોઈ પોતાનું નથી.' થોડું થોભીને બોલ્યા, 'અને કોઈ પારકું પણ નથી. છે ને ઉલઝનની વાત !'

સવારે ગરારુ પાસે નર્મદા ફરી પથ્થરોમાં શોર કરતી મળી. સમનાપુર

પછી હથિયામાં એ સંગેમરમરની શિલાઓમાં થઈને વહે છે. સંગેમરમરી લેબાસમાં એ હંમેશાં સુંદર લાગે છે. રાત ચિનકીમાં રહ્યા. સવારે ચાલ્યા તો ધુઆંધાર પડ્યો – નાનો ધુઆંધાર. નાનો છે તો શું થયું, છે તો સિંહનું બાળ !

બપોરે શેરસંગમ, અહીં શેર નદી નર્મદામાં મળે છે. કેવી ચૂપચાપ મળે છે ! બંને રેતીમાંથી વહે છે એટલે કોઈ અવાજ નથી. પાણી એટલું સ્વચ્છ છે કે જો તડકામાં ઝળાંહળાં થતું ન હોત તો નદીમાં પાણી ન હોવાનો ભ્રમ થાત.

થોડી વારમાં પરકમ્માવાસીઓનું એક દળ આવ્યું. એમાં બે સ્ત્રીઓ પણ હતી. સુખી ઘરની જણાતી હતી. બંને બહેનો છે. અમરકંટકથી નીકળી છે. બેલખેડીમાં ચાતુર્માસ કર્યો હતો. મેં પૂછ્યું, ‘રસ્તામાં કોઈ તકલીફ ?’

મોટી બહેને કહ્યું, ‘શાની તકલીફ ! મૈયાએ અમને ફૂલની જેમ રાખી છે !’

તેઓ આજે અહીં જ રાતવાસો કરશે. મેં પૂછ્યું, ‘સૂવાનું ક્યાં રાખશો ?’

‘આ બેનો સાથે છે એટલે ઉપર કુટીમાં, નહીં તો અહીં રેતમાં જ સૂઈ જાત.’ એમના દળમાંથી કોઈકે કહ્યું.

‘આવી ટાઢમાં ?’

‘ટાઢ છે જ ક્યાં !’

અમે ટાઢથી પરેશાન છીએ, આ કહે છે કે ટાઢ છે જ ક્યાં !

આ દળમાં પણ પેલાં મા-દીકરો ન હતાં. ગજબ ચાલે છે.

નમતી સાંજે સતધારા પહોંચ્યા. અહીં નર્મદામાં ખૂબ શિલાઓ વેરાયેલી છે. એને લીધે જાણે નદીમાં કુંડ બની ગયા છે. અહીં નર્મદા પર સડકનો પુલ છે. બહુ ઓછા પુલ આવા રમણીય સ્થળે હશે.

થોડી વારમાં સાંજ ઢળી ગઈ ને અંધારું ઊતરવા માંડ્યું. પણ અહીંથી બરમાન બહુ દૂર નથી એટલે અંધારામાં જ ચાલ્યા. આકાશના ખેતરમાં તારાઓના રોપ ઊગી આવ્યા. દૂર મંદિરોમાંથી સંધ્યા આરતીના ડંકા સંભળાવા લાગ્યા. તારોલિયાના આછા ઉજાસમાં ઊંચી ને ઊભી ભેખડ ચડીને આખરે ધર્મશાળા પહોંચ્યા. ત્યાં એકે ઓરડો ખાલી ન હતો. પણ એક વૃદ્ધ ભિક્ષુકે અમને પોતાના ઓરડામાં જગ્યા કરી આપી. અમને વિશ્વાસ હતો કે પેલાં મા-દીકરો અહીં જરૂર મળશે, કેમ કે આજે અમે લગભગ વીસ કિલોમીટર ચાલ્યા હતા. પરંતુ તેઓ અહીં પણ નહોતાં. ઓહ, તેઓ ચાલે છે કે ઊડે છે !

૯. બરમાનઘાટથી સાંડિયા

બ્રહ્મા, વિષ્ણુ, મહેશ – આ ત્રણે દેવોમાં સૌથી ઉપેક્ષિત છે બ્રહ્મા. મનુષ્ય સૌથી વધુ ભયભીત મૃત્યુથી રહે છે, એટલે સંહારના દેવ મહેશની બહુ ભક્તિ કરે છે. વિષ્ણુ પોષણ કરે છે, એટલે એના અવતાર રામ અને કૃષ્ણની આરાધના પણ ઓછી નથી થતી. બ્રહ્મા સૃષ્ટિના દેવતા છે. એમને જે સૃષ્ટિ કરવી હતી એ કરી ચૂક્યા. હવે એનાથી શી લેવાદેવા ! એટલે બ્રહ્માનું કોઈ નામ પણ નથી લેતું.

એ જોઈને સારું લાગ્યું કે આ સ્થળનું નામ બ્રહ્માના નામ પરથી છે - બ્રહ્માણઘાટ. હવે બરમાનઘાટ થઈ ગયું છે. અમે નાની બરમાનમાં છીએ. સામે મોટી બરમાન છે, ત્યાં મોટા ઘાટ છે. અહીં આવતાં પહેલાં નર્મદા બે ધારાઓમાં વહેંચાઈ જાય છે. વચ્ચે મોટો ટાપુ છે. રાત્રે અંધારામાં આવ્યા હતા એટલે ધ્યાન નહોતું ગયું. હવે સ્પષ્ટ દેખાય છે. આવડો મોટો ટાપુ નર્મદામાં આ પહેલાં ક્યાંય નહોતો જોયો.

આજે અગિયારસ છે, બંને કાંઠે ભાવિકોની ભીડ છે. બરમાનમાં દર અગિયારસ, પૂનમ અથવા અમાસના દિને નાનોમોટો મેળો ભરાય છે. સૌથી મોટો મેળો સંક્રાંતથી ભરાય છે અને મહિના સુધી ચાલે છે. નર્મદાકાંઠેનો આ કદાચ સૌથી મોટો મેળો છે.

બરમાનથી ત્રીજે પહોરે નીકળ્યા. એક ગ્રામીણનો સાથ થઈ ગયો. થોડી વારમાં નર્મદાના ઊભા કાંઠાની કેડી એકદમ સાંકડી અને લપસણી થઈ ગઈ. જરીક ચૂક્યા કે ગયા. મેં કહ્યું, 'આ તો બહુ ખતરનાક છે.'

'એક વાર એક સાધુ અહીં જ ગબડ્યો હતો, સીધો પાણીમાં.'

'પછી ?'

'ભાગ્યથી એને તરતાં આવડતું હતું, નીકળી આવ્યો. સામાન વહી ગયો. લોકોએ બીજો અપાવી દીધો. બીજે દિવસે જ ચાલી નીકળ્યો.'

થોડી વારમાં બરિયા આવી ગયું. રહેવાની સગવડ થઈ ગઈ એટલે રોકાઈ ગયા. ટાઢ અચાનક વધી ગઈ. અમે તાપણા પાસે જ બેસી રહ્યા. છાણાં જોઈને પંડિતે બાટી બનાવી. હવે એ સરસ બાટી બનાવી લે છે.

સવારે નીકળ્યા. રસ્તે એક ખેડૂત પાસેથી તાજાં ટમેટાં ખરીદ્યાં. એની સ્ત્રી ભેંસ દોહી રહી હતી એટલે દૂધ પણ ખરીદ્યું અને ત્યાં જ પી ગયા. થોડી વાર પહેલાં જે દૂધ ભેંસના પેટમાં હતું, એ હવે અમારા પેટમાં છે. માણસની એક પરિભાષા એ પણ થઈ શકે કે બીજાના પેટની ચીજને કાઢીને પોતાના પેટના પટારામાં ઠાલવવાની વિદ્યામાં જે ઉસ્તાદ હોય, એ માણસ કહેવાય.

ખેડૂતને પૂછ્યું, 'આગળ તમારા કોઈ સગાને કંઈ સમાચાર આપવા હોય તો કહો.' એણે કહ્યું, 'ઢાનામાં મારા વેવાઈ રહે છે, નામ છે ધન્નુ. ગામમાં જતાં જ ઘર આવશે. લીંબુ અને જામફળનાં ઘણાં ઝાડ લાગ્યાં છે. એમને અમારા ખુશીખબર દેજો.'

સાંજે ઢાના પહોંચ્યા. ધન્નુના ઘેર ગયા તો એના નેવું વરસના વૃદ્ધ પિતાથી મુલાકાત થઈ. એમને એમના વેવાઈના સારા સમાચાર આપ્યા ને પછી હળવેથી કહ્યું કે તમારે ત્યાં જો જગ્યા હોય, તો રાત અહીં રોકાઈએ, નહીં તો આગળ વધીએ. સાંભળતાં જ વૃદ્ધે કહ્યું, 'ઘરમાં ભલા જગ્યા ન હોય ? આવું ક્યાંય બની શકે ? વળી તમે તો અમારા વેવાઈનું નામ લેતા આવ્યા છો. હવે તો તમે પહેલાં અને વેવાઈ પછી. વહુ બેટા, આંગણું વાળો, શેતરંજી બિછાવો, ઠંડાં પાણી લાવો, પરોણા આવ્યા છે !'

વૃદ્ધ આંખોથી લાચાર થઈ ગયા છે. જાડા કાચનાં ચશ્માં પહેર્યાં છે. ચશ્માંમાં દાંડી નથી, દોરેથી કાનમાં વીંટ્યા છે. એટલા ખુશ છે કે જાણે એમના જ છોકરા આવ્યા હોય. એક છોકરો ઝાડમાંથી જામફળ તોડીને આપી ગયો. ઘરની વહુએ આંગણામાં રાખેલા ચૂલાને ગેરુઆ રંગની માટીથી લીપી દીધો, છાણાં અને લાકડાં આપ્યાં. પાણીથી ભરેલો ઘડો રાખ્યો, રીંગણાં અને ટમેટાં આપ્યાં. અને એને જ્યારે ખબર પડી કે અમે સાંડિયા જઈ રહ્યા છીએ ત્યારે એની ખુશીનું શું કહેવું ! ત્યાં એનું પિયર છે.

મેં પૂછ્યું, 'જે માટીથી તમે ચૂલો લીંપ્યો, એ ક્યાંથી લાવો છો ?' એણે ઘૂમટામાંથી જ જવાબ આપ્યો, 'અહીં જ મળે છે. ખોદીને લઈ આવીએ છીએ. તમે સાંડિયા જશો તો મા માટે આપીશ. લેતા જજો. ત્યાં નથી મળતી.'

ભોળી ભરવાડણ ! પુત્રવધૂના ભોળપણ પર હસતાં હસતાં વૃદ્ધે કહ્યું, 'આ લોકો તો મૈયાના કાંઠે કાંઠે જશે. એમને ત્યાં પહોંચતાં ઘણો સમય થશે. વળી એ સામાનથી લદાયેલા છે જ. માટી કેવી રીતે લઈ જશે ?'

ખેતરેથી આવતાં ધન્નુને અંધારું થઈ ગયું. સાથે એનો જુવાન દીકરો પણ હતો. રાત્રે અંગેઠી પાસેની જગ્યા આપી એટલે સરસ ઊંઘ આવી. સવારે વૃદ્ધ વારે વારે એ વાતનું દુઃખ કરતા રહ્યા કે અમે એમના ઘરના લોટ-ચોખા ન લીધા; અમારા જ અનાજથી રસોઈ બનાવી. ચાલવા લાગ્યા તો એમની લગભગ અંધ આંખોથી અમારા ભણી પ્યારથી જોતા રહ્યા.

એમના ચરણોમાં માથું ટેકવીને જ આગળ વધ્યા.

અહીંથી કેડી ખેતરોમાંથી જતી હતી. દૂર દૂર સુધી ફેલાયેલાં ખેતરો બહુ રળિયામણાં લાગતાં હતાં. ઝાકળથી ભીંજાયેલાં તુવેરનાં ખેતરોની કોમળ સુમિષ્ટ ગંધ અમને પુલકિત કરી રહી હતી. ખેતરોમાં શિયાળુ અને ઉનાળુ બંને પાક ઊભા હતા. જાર અને તુવેર શિયાળુ પાક હતા, જે હજી પણ કેટલાંક ખેતરોમાં ઊભા હતા. ઘઉં અને ચણાના ઉનાળુ પાક ધરતીમાંથી ડોકિયાં કરવા લાગ્યા હતા. એના નાના નાના છોડોની સમાનાંતર પંક્તિઓને લીધે આ ખેતરો વિશાળ દસ્તાવેજ જેવાં જણાતાં હતાં. ધરતીએ જાણે માણસના નામે લીલી શાહીમાં લખી દીધું કે તારું લીધું ચાર મહિનામાં ચોવીસગણું કરીને પાછું આપીશ. ખેતર સંસારની સર્વોત્તમ હૂંડી છે.

માર્ગમાં આંબાના એક ઝાડ નીચે બે ઘડી થાક ઉતારવા બેઠા. સાઠેનું ધ્યાન ઝાડમાં લાગેલા ગુબ્બારા જેવા આકારો પર ગયું. ધ્યાનથી જોવાથી માલૂમ પડ્યું કે એ લાલ મંકોડાનાં ઘર છે. ઝાડનાં ડાળાં-પાંદડાંને વણીને મીણ જેવા કોઈક પદાર્થથી જોડી દેવામાં આવ્યાં હતાં. શી મજાલ કે પાણીનું એક ટીપુંય દાખલ થાય. જોવા ખાતર એક ગુબ્બારામાં નાનો છેદ કર્યો તો અંદર કેટલાય નાનામોટા ખંડ દેખાયા. આમાંથી કોઈ મંડપ હશે, કોઈ મહામંડપ તો કોઈ ગર્ભગૃહ. કદાચ રંગશાળા પણ હોય. ત્યાં તો જોતજોતામાં થોડા મંકોડા ભેગા થઈ ગયા. છેદ જોઈને ચાલ્યા ગયા અને બીજા મંકોડાને તેડી આવ્યા. આ કદાચ એમના મિસ્ત્રી હતા. છેદ થવાને કારણે જે પડ લટકતું હતું, એને સૌએ મળીને અંદરથી ખેંચ્યું અને એવી સફાઈથી સાંધી દીધું કે લિસોટોય ન રહ્યો. આ ભલે એમની 'પર્ણકુટી' હોય, પણ મંકોડાના હિસાબે બહુ વિશાળ હતી અને ભવન-નિર્માણ કળાનો બેનમૂન નમૂનો હતી.

ભટેરાનું મંદિર નર્મદાકાંઠે હતું. ત્યાં ઓરડો મળી ગયો. અહીં નર્મદામાં મોટી નાવ ચાલી રહી હતી. નાવથી બળદગાડાં પાર થઈ રહ્યાં હતાં. ગાડાં અડધાં નાવમાં અને અડધાં નદીમાં રહેતાં. વચ્ચે અનાજની ગૂણો ને ઉતારુઓ અને ખૂણામાં બળદો. એક હોડીવાળો માત્ર એક વાંસની સહાયથી પૂરા કાફલાને એક પારથી બીજે પાર ઉતારી દેતો.

મંદિરના પૂજારીના કુટુંબમાં કોઈ નથી. સામે કાંઠેના ગામથી એમના ભાઈની દીકરી નાવથી આવે અને રસોઈ બનાવીને નાવથી ચાલી જાય. એમણે એક વાત સંભળાવી. 'લગભગ દસ વરસ પહેલાંની વાત છે. આ જ ઓરડામાં એક પરિક્રમાવાસી બાવો રોકાયો હતો. એક વાર એને સખત તાવ આવ્યો અને એનો ઈલાજ થઈ શકે એ પહેલાં જ મરી ગયો. તે દિવસે હોળી હતી, ફાગણ સુદ પૂનમ. અહીં મોટો મેળો ભરાણો હતો. મેળામાં વાત ફેલાઈ ગઈ કે મંદિરમાં બાવો મરી ગયો છે. જોતજોતામાં મેળો વીખરાઈ ગયો. એકલો હું બચ્યો. અહીં મોતનો સોપો પડી ગયો. રાત્રે એકલા સૂવાની હિંમત ન ચાલે. ગામ ચાલ્યો ગયો. બીજે દિવસે બપોરે કોટવાળ આવ્યો ત્યારે પંચનામું થયું અને લગભગ ચોવીસ કલાક બાદ અંતિમ સંસ્કાર થયો. એની ઝોળીમાં એનું નામઠામ હતું. ઘરના લોકોને ખબર મોકલી. તેઓ રોતાં કકળતાં આવ્યાં અને રોતાં કકળતાં પાછાં ગયાં.'

ઘરથી દૂર, અજાણ્યાઓની વચ્ચે, અંતરિયાળ મોત કેવું લાગતું હશે. મોત સુખદ તો નથી, તેમ છતાં પોતાના ઘરમાં, કુટુંબીજનોની વચ્ચે મરવું સુખદ છે. અજાણી જગ્યામાં, એટલે સુધી કે સારામાં સારી હૉસ્પિટલમાં પણ કોઈ મરવા નથી ઇચ્છતું. જન્મ ભલે હૉસ્પિટલમાં થાય, પરંતુ મૃત્યુ ઘરમાં થાય.

સવારે ઊઠ્યા તો મંદિરનું આંગણું સ્ત્રી, બાળકો અને પુરુષોથી ઊભરાઈ ગયું હતું. કેટલાક રજાઈ ઓઢીને સૂતા હતા. કેટલાક આગ તાપતા હતા. બાજુમાં ગાડાં ઊભાં હતાં અને બળદ વાગોળી રહ્યા હતા. રાતોરાત આ શું થઈ ગયું ?

આજે પૂર્ણિમા છે – કાર્તિકી પૂર્ણિમા. આજે અહીં મેળો ભરાશે. અહીં જ નહીં, પૂરો નર્મદાકાંઠો આજે હજારો મેળાઓથી ગાજી ઊઠશે. શોકલપુરમાં બહુ મોટો મેળો ભરાશે. આજે અમે ત્યાં જ જઈ રહ્યા છીએ. બપોર સુધી પહોંચી જઈશું.

હું અને પંડિત આગળ હતા. સાઠે અને દુલ્હાની પાછળ રહી ગયા. આમ થઈ જતું. પણ પાછા ભેગા થઈ જતા. પરંતુ આજે ભેગા ન થયા. અમે રોકાઈ જતા, મોડે સુધી રાહ જોતા, તેમ છતાં તેઓ ન આવતા એટલે આગળ વધતા.

જેમ જેમ શોકલપુર નજીક આવતું ગયું, તેમ તેમ મેળામાં જનારાઓની ભીડ વધતી ગઈ. હસતા ગાતા લોકોનાં ટોળેટોળાં જઈ રહ્યાં હતાં. રંગબેરંગી વસ્ત્રો પહેરેલી સ્ત્રીઓ ઢેલ જેવી બંકી ચાલથી જઈ રહી હતી. બધા જ બહુ ખુશ હતા – નિશ્ચિંત અને ઉમંગતરંગથી ભર્યાભર્યા. એક હું જ ચિંતિત હતો.

બપોરે શોકલપુર પહોંચ્યા. અહીં શક્કર નદી નર્મદામાં મળે છે. આ સંગમ પર મેળો ભરાય છે. બંને કાંઠે ખૂબ ભીડ હતી. સાઠે અને દુલ્હાની હજી નહોતા આવ્યા એટલે મન વ્યગ્ર હતું. મને એમ કે અમારા વિના તેઓ શક્કર પાર નહીં કરે, એટલે અમે ત્યાં જ બેઠા. પંડિતને કહ્યું કે તું મેળો જોઈ આવ. કદાચ તેઓ આવી ગયા હોય તો મળી જશે.

લગભગ એક કલાક બાદ પંડિત ખાલી હાથે પાછો ફર્યો. મારી ચિંતા વધી ગઈ. હવે શું કરવું એ વિમાસણમાં હું હતો ત્યાં નર્મદામાં એકાએક બધી હોડીઓ તેજીથી એક જ ઠેકાણે એકઠી થવા લાગી. માછીમારો જાળ નાખવા લાગ્યા. ગોતાખોર ડૂબકી લગાવવા લાગ્યા. માલૂમ પડ્યું કે નહાતી વેળા બે યુવકો ડૂબી ગયા છે. એમને જ બચાવવાના પ્રયાસ થઈ રહ્યા છે.

મારું કાળજું બેસી ગયું. મને મારી જાત પર ચીડ ચડી. શા માટે સાઠે અને દુલ્હાનીને પાછળ છોડી આવ્યો, થોડી વાર રોકાઈ ગયો હોત તો શું ખાટુંમોળું થઈ જાત, આવી ચિંતા સતાવા લાગી. છેવટે રહેવાયું નહીં એટલે મેળાના પોલીસથાણે ચાલ્યો. શક્કરમાં ઊતર્યો. માંડ વચ્ચે પહોંચ્યો હોઈશ, ત્યાં સામે દુલ્હાની !

જાણે દીપક જલી ઊઠ્યો ને અંધારું દૂર થઈ ગયું. શક્કર મને સાકર કરતાંય મીઠી લાગી. સાઠે સામાન પાસે બેઠો છે, દુલ્હાની બહુ વારથી અમને શોધી રહ્યો છે. તેઓ શક્કરની સામે પાર, અમે આ પાર અને મેળાની હકડેઠઠ્ઠ ભીડ, એટલે શોધવામાં આટલી વાર થઈ. ચારે ભેગા થઈ ગયા. ઊંચી ભેખડ પર બેસીને મેળો જોવા લાગ્યા.

ડૂબનાર બે ભાઈ હતા. આટલી વારમાં ગોતાખોરોએ નાના ભાઈને બચાવી લીધો હતો. મોટા ભાઈનું શબ નીકળ્યું. એમના કુટુંબની સ્ત્રીઓનું ક્રન્દન જોયું નથી જતું.

રાત સંસ્કૃત પાઠશાળામાં રહ્યા, ત્યાં પૂરી વાતની જાણ થઈ. પાસેના ગામનું એક કુટુંબ મેળામાં આવ્યું હતું. આ કાંઠે નદી એકદમ ઊંડી એટલે સામે કાંઠે ગયા. ત્યાં રેતી છે, નદી જરાય ઊંડી નથી. ત્યાં જ બંને ભાઈ નાહી રહ્યા હતા. એટલામાં નાના ભાઈનો પગ ચોરરેતમાં ખૂંપી ગયો. જેમ જેમ કાઢવાનો પ્રયત્ન કરે, તેમ તેમ વધુ ખૂંપે. એણે બૂમ પાડી એટલે મોટો ભાઈ બચાવવા દોડ્યો. એમાં જ ડૂબી ગયો. વિદિશાની એન્જિનિયરિંગ કૉલેજના ત્રીજા વર્ષનો છાત્ર હતો.

મોત ક્યારેક રાતના ચોરની જેમ આવે છે અને આંખના પલકારામાં પોતાનો શિકાર લઈ જાય છે.

આજ સુધી અમે રેતીને સુરક્ષિત સમજતા હતા પણ આજે જાણ્યું કે રેતમાં પણ એક ચોરરેતી થાય છે અને એનું પોલાણ જીવલેણ થઈ શકે છે.

અહીંથી ચાલ્યા ત્યારે મન ઉદાસ હતું. પહેલાં ક્યારેય આવા ભારે હૈયે નહોતા ચાલ્યા. બપોરે ખિરૈટી પહોંચ્યા. નર્મદાકાંઠે ઝાડ નીચે રસોઈ કરવા બેઠા. પાણીની જરૂર પડી પણ નદીની ધારા સામે કાંઠે હતી અને વચ્ચે રેતીનો પહોળો પટ હતો. જ્યારે પણ અમને પાણીની જરૂર પડતી ત્યારે એ અચૂક સામે કાંઠે રહેતું !

બે સ્ત્રીઓ નહાઈને આવી રહી હતી. મંદિરમાં ચડાવવા માટે એક સ્ત્રી લોટો ભરીને પાણી લાવી રહી હતી. મનમાં થયું કે જો આ પાણી મળી જાય તો દાળનું આંધણ મૂકી શકાય. એ સ્ત્રીથી પાણી માગ્યું તો એણે તરત એનું પૂજાનું પાણી અમને આપી દીધું. થોડી વાર પછી આવી જ રીતે એક પુરુષ નીકળ્યો. હવે જો આ પાણી મળી જાય તો ભાતનું કામ પણ થઈ જાય. મને વિશ્વાસ હતો કે અમારી મુશ્કેલી જોઈને એ પણ અમને પાણી આપી દેશે પણ એણે તો રોકડું પરખાવ્યું કે આ મારું પૂજાનું પાણી છે, આપું તો મારો નિયમ તૂટે અને ચાલતો થયો.

બેન ! તે દિવસે તેં દેવને જળ ન ચડાવ્યું. પણ મારા ભીતરથી કોઈ કહે છે કે તે દિવસેય તારો નિયમ નહોતો તૂટ્યો.

રાત ગામના મંદિરમાં રહ્યા. સૂતી વેળા યાદ આવ્યું કે આજથી ડિસેમ્બર શરૂ થયો. ઑક્ટોબર-નવેમ્બરમાં ચાલી ચૂક્યો છું. મનમાં ઇચ્છા હતી કે એકાદ વાર ડિસેમ્બરની ટાઢમાં ચાલવાનું થાય તો સારું. આ વેળા આ ઇચ્છા અનાયાસ પૂરી થઈ. એશિયાઈ ખેલોને કારણે આ વરસે રજાઓ મોડેથી પડી છે. નર્મદાકાંઠાની ટાઢનો સારો અનુભવ થઈ રહ્યો છે.

સવારે નીકળ્યા. બપોરની રસોઈ દૂધીસંગમ પરના મંદિરમાં બનાવી. દૂધી આ કાંઠે છે પણ નર્મદાની ધારા સામે કાંઠે છે. નર્મદાના પહોળા પટને વીંધીને દૂધી સામે કાંઠે જાય છે ત્યારે બંનેનો સંગમ થાય છે. પટ નર્મદાનો, પ્રવાહ દૂધીનો ! નર્મદાનો સુંવાળો રેતાળ પટ જોઈને દૂધી ખૂબ પ્રસરી જાય છે.

દૂધી પાર કરતાં જ અમે નરસિંહપુર જિલ્લામાંથી હોશંગાબાદ જિલ્લામાં આવી ગયા. નરસિંહપુર જિલ્લામાં અમે કેવા એક ઝપાટે આવી ગયા હતા, એ સહેજે યાદ આવી ગયું.

રાત ખૈરાઘાટની પાંથશાળામાં રહ્યા. ઓસરીમાં એક નાગો બાવો બેઠો હતો. બીજે ખૂણે એક સ્ત્રી માથું નીચું કરીને બેઠી હતી. એ થાકેલી અને પરેશાન જણાતી હતી, જાણે લાંબી માંદગીમાંથી ઊઠી હોય. થોડી વારે એણે માથું ઊંચું કર્યું – અરે, આ તો પેલી મા હતી !

અમે મા-દીકરાને સાવ ભૂલી ગયા હતા. ત્યાં જ અચાનક માથી મુલાકાત થઈ ગઈ. પૂછ્યું, 'તારો દીકરો ક્યાં ?'

'એ મને મૂકીને ચાલ્યો ગયો.' કહીને ડૂસકાં ભરવા લાગી. મારો દીકરો મને મૂકીને ચાલ્યો ગયો – બસ, આ જ વાત એ વારે વારે કહ્યા કરતી.

ખૂબ જ ટાઢ હતી. અમે ઓરડામાં પણ ઠીકથી સૂઈ ન શક્યા. અવારનવાર ઊંઘ ઊડી જતી. એક વાર આંખ ખૂલી તો નજર સીધી ચાંદા પર ગઈ. નળિયાવાળા છાપરામાં એક બાકોરું હતું, એમાંથી જ દેખાઈ રહ્યો હતો. પરમ દિવસે પૂનમ હતી પણ અતિશય ટાઢને લીધે હું ચાંદાને ભૂલી ગયો હતો. પરંતુ આજે તો ભક્તને ઘરે ભગવાન આવ્યા છે. હું શરમાયો. ક્ષમાયાચના સાથે એ આસમાની જાદુગરને જોતો રહ્યો. પૂનમ જેવો જ પૂર્ણકુંભ હતો, માત્ર હડપચી પર ઘસરકો આવી ગયો હતો. એક ઝલક બતાવીને એ ખસી ગયો એટલે મેં પણ આખે માથે ઓઢી લીધું. કકડતી ટાઢને લીધે મારો સૌંદર્યબોધ મંદ પડી ગયો હતો.

બહાર નાગા બાવાએ ધૂણી ધખાવી હતી. પણ પેલી સ્ત્રી તો મામૂલી ચાદર ઓઢીને આખી રાત ટૂંટિયું વાળીને પડી રહી. કોણ જાણે એને કેમ ઊંઘ આવી હશે. સવારે બાવો એને કહી રહ્યો હતો, 'પશુપંખી પણ પોતાનું હિત-અહિત સમજે છે, માળો બાંધે છે. તું તો પોતાનું હિત-અહિત પણ નથી સમજતી. સાંજે લાકડાં વીણીને રાત્રે તાપણું કર્યું હોત, તો ટાઢમાં ધ્રૂજવું ન પડત.' પણ એ કદાચ હાથપગ હલાવવા નહોતી માગતી. એની એક જ રઢ હતી. મારો દીકરો મને મૂકીને ચાલ્યો ગયો.

રોજ સવારે મારે સૌને જગાડવા પડતા. આજે સૌ આપોઆપ જાગી ગયા. થોડી વારમાં સાંડિયા પહોંચી જઈશું. અમારી આ વેળાની યાત્રા ત્યાં પૂરી થશે. સૌને ઘર યાદ આવી રહ્યું હતું.

સાંડિયા દેખાવા લાગ્યું. નર્મદાની મુખ્ય ધારા સામે કાંઠે જવા લાગી. પણ એક નાની ધારા આ કાંઠે જ રહી. અમે એની સાથે સાથે આગળ ચાલ્યા. થોડી વારે ધ્યાનમાં આવ્યું કે આ ધારા જઈ નથી રહી, આવી રહી છે ! મતલબ કે આ કોઈ બીજી નદી છે. એક જ પટમાં પરસ્પર વિરુદ્ધ દિશાઓમાં વહેતી બે નદીઓ ! નદીઓની આવી આવનજાવન તો જોઈ નહોતી. નર્મદાની આ નાની સાહેલીનું નામ અંજની. નર્મદાને મળવા એ સામે કાંઠે નથી જતી. આ કાંઠે જ વહે છે ને આ કાંઠે જ મળે છે.

અહીં પેલો દીકરો મળી ગયો. અમે કહ્યું, 'તારી મા તારા માટે રડી રહી છે. તું એને મૂકીને ચાલ્યો ગયો.'

કોઈક વાત પર બંને વચ્ચે ઝઘડો થયો હતો. નારાજ થઈને માને મૂકીને એ ચાલ્યો ગયો. પણ હવે એનો અપરાધ-બોધ જાગ્યો છે. માને લેવા પાછો જઈ રહ્યો છે.

સાંડિયામાં નર્મદા પર લાકડાનો કાચો પુલ બની રહ્યો હતો. ત્યાં સ્નાન

કર્યું અને ઘર માટે રવાના થયા. જતાં પહેલાં વિદાય લેતાં મેં કહ્યું, 'મા નર્મદે ! રોજ સવારે ઊઠીને તને પ્રણામ કરું છું, પણ આજે નથી કર્યા. આજે પ્રથમ પ્રણામ મેં મારા ગુરુ આચાર્ય નંદલાલ વસુને કર્યા. આજે ત્રીજી ડિસેમ્બર છે. મારા ગુરુનો જન્મદિવસ. જન્મદિવસ જ નહીં, આજથી એમનું જન્મશતાબ્દી વર્ષ શરૂ થાય છે. શાંતિનિકેતનમાં એમનાં જ ચરણોમાં બેસીને કળાનું શિક્ષણ લીધું. એમની પાસેથી જ પ્રકૃતિને પ્યાર કરતાં શીખ્યો. જો એમનાથી શિક્ષણ ન મળ્યું હોત, તો તારી પરિક્રમા કરવાનું ભાગ્યે જ સૂઝત. એટલે આજે તો બલિહારી ગુરુ આપકી, જિન નર્મદા દીની દિખાય !'

૧૦. સાંડિયાથી હોશંગાબાદ

નર્મદા ભરપૂર વહી રહી છે. ખૂબ વરસાદ વરસ્યો છે આ વરસે. કહે છે કે આવો વરસાદ છેલ્લાં સો વરસોમાં નથી વરસ્યો. ચોમાસું હમણાં જ પૂરું થયું છે. નર્મદાનું પાણી હજુ પણ ડહોળું છે. અહીં નર્મદા પર લાકડાનો કાચો પુલ બને છે, પણ હજુ નથી બન્યો. પાણી ઓછું થાય ત્યારે બને.

નારિયેળ વધેરવા પૂરતોય પથ્થર નહોતો. એક હોડી પર નારિયેળ વધેર્યું અને 'નર્મદે હર !'ના ઘોષ સાથે સાંડિયાથી નીકળી પડ્યા. દિવસ હતો ૧૯ ઑક્ટોબર '૮૩ અને સાથી હતો ફૂલસિંહ. ફૂલસિંહ ગોંડ યુવાન છે – ઊંચો પૂરો, હટ્ટોકટ્ટો. ભાગ્યે જ બોલે છે. જાણે બોલતાં આવડતું જ ન હોય.

રાત્રિવિરામ માછાના મંદિરમાં રહ્યો. મંદિર નર્મદાના ઊંચા કાંઠા પર છે, ગામ દૂર છે. સાંજે હું કાંઠા પર ઊભીને નર્મદાની શોભા જોઈ રહ્યો હતો. પાસેનાં વૃક્ષો પર હજારો પંખીઓ કલબલાટ કરી રહ્યાં હતાં. જોવા માટે નર્મદાનો વિસ્તૃત પ્રવાહ, સાંભળવા માટે પક્ષીઓનું સમવેત ગાન અને ચૂપચાપ ઢળતી સાંજ. બહુ સારું લાગી રહ્યું હતું. ત્યાં દૂરથી કૂતરાંઓનું ભસવું સંભળાયું. એવા જોશભેર ભસી રહ્યાં હતાં કે જાણે એકમેકને ફાડી ખાશે. મારો આનંદ ઓસરી ગયો. ખુશીની સાથે દુ:ખનું પૂંછડું લાગ્યું જ હોય છે.

સવારે ચાલ્યા. થોડી વારમાં કુબ્જા આવી. કુબ્જા અને નર્મદાના સંગમ પર છે અજેરા. એકદમ ઊભી ને ઊંચી ભેખડ પર હોવાને લીધે આ ગામ હવામહેલ જેવું જણાતું હતું. લાગતું હતું કે ફૂંક મારવાથી ગામનાં ખોરડાં સીધાં નદીમાં પડશે. થોડાં કુબ્જામાં, થોડાં નર્મદામાં.

અમે કુબ્જા પાર કરવા ઇચ્છ્યું, પણ ન કરી શક્યા. પાણી વધુ નહોતું પણ બંને કાંઠે એટલો કાદવ હતો કે પગ રાખતાં જ ખૂંપતા. નર્મદાને મળવાની ઉતાવળમાં કુબ્જા જાણે એનો અસબાબ અહીં ભૂલી ગઈ છે !

પાસે એક ખેડૂત હળ હાંકી રહ્યો હતો. એણે કહ્યું કે દૂર પેલું જે લીમડાનું ઝાડ દેખાય છે, ત્યાંથી લોકો કુબ્જા પાર કરે છે. એણે એ પણ કહ્યું કે ચોમાસામાં નર્મદા અને કુબ્જાના પ્રવાહ એક થઈ જાય છે અને આ ખેતરો પર પાણી હિલોળા લે છે. અજેરા ચોમાસામાં ટાપુ બની જાય છે. એ ખેતરોમાંથી ચાલીને, મોટો ફેરો ખાઈને કુબ્જા પાર કરી ત્યારે અજેરા આવી શક્યા.

સાંજે ગજનઈ પહોંચ્યા. સામાનથી લદાયેલા હતા. ગામમાં જતાં જ એક ગ્રામીણે કહ્યું, 'બહુ આડંબર રાખ્યો છે !'

બધો આડંબર એક કિસાનને ત્યાં રાખીને નર્મદાકાંઠે ગયા. ત્યાં સામેથી એક હોડી આવી અને એમાંથી એક ભાઈ ઊતર્યા. એમનાથી વાતો થવા લાગી તો કહે કે ગજનઈમાં મારું સાસરું છે. ચાલો, ત્યાં તમારી વ્યવસ્થા થઈ જશે.

ખેતરોની ખેડેલી જમીન પર બનેલી કેડી પર અમે જઈ રહ્યા હતા. મેં કહ્યું, 'ખેતરો કેટલાં સારાં લાગી રહ્યાં છે !'

એમણે કહ્યું, 'ખેતરાં સારાં લાગી રહ્યાં છે કેમ કે એ ખેડાઈ રહ્યાં છે, વાવણી થઈ રહી છે, આળસ મરડીને ખેતરો જાગી રહ્યાં છે. હમણાં ખળાં સારાં નહીં લાગે. એ હમણાં સૂતાં છે. જ્યારે મોલ વઢાઈને ખળામાં પહોંચશે, ત્યારે એ સારાં લાગશે. ત્યારે ખેતરો ઢંગ વિનાના લાગશે.' આટલું કહીને ઋતુવર્ણન સંબંધી એક કવિતા ધારાપ્રવાહ સંભળાવી. મેં કહ્યું, 'તમે ભણેલા લાગો છો.'

'ચોથી સુધી ભણ્યો છું.'

'હજુ કંઈક સંભળાવો.'

'પાઠ ૧ : ઈશ પ્રાર્થના' કહીને એમણે પૂરી પ્રાર્થના સંભળાવી. 'પાઠ ૧૪ : મૂર્ખ છોકરો' કહીને મૂરખ છોકરાની વાર્તા સંભળાવી. 'પાઠ ૪૪ : રામાયણના દોહા' અને દોહા સંભળાવ્યા. એક લાંબી કવિતાના રૂપમાં શેખચલ્લીની વાત સંભળાવી. દરેક વખતે પહેલાં પાઠનો ક્રમાંક, પછી પાઠનું શીર્ષક અને પછી પૂરો પાઠ ! ચાળીસેક વરસ પહેલાં ભણેલા પાઠ એમને કેવા કડકડાટ યાદ હતા !

'તમને તો પાઠોના ક્રમાંક સુધ્ધાં યાદ છે !'

'શરૂમાં મેં જે ઋતુવર્ણન સંભળાવ્યું હતું એ પાઠ ૬૪ છે !'

હવે જો એ મને કહેત કે તમે તો ભણેલા છો, હવે તમે કંઈક સંભળાવો,

તો હું એમને કવિ રવીન્દ્રનાથના આશ્રમમાં પાંચ વરસ રહ્યો હોવા છતાં એકે કવિતા સંભળાવી ન શકત. સારું થયું કે એમણે આવું કંઈ પૂછ્યું નહીં ને મારે શરમાવાની વેળા ન આવી.

મારું માનસ કંઈક એવું રહ્યું છે કે ઉતાવળે વાંચો, વાંચીને આગળનું વાંચો ને જ્યારે આ બધું વાંચવાનું પૂરું થાય, ત્યારે મગજ ખાલીનું ખાલી ! હવે થાય છે કે ઘણું ઉદરસ્થ કરવા કરતાં થોડું કંઠસ્થ કરવું સારું.

જે ઘરમાં અમે સામાન મૂકીને ગયા હતા, એ જ એમનું સાસરું હતું. એમના લીધે અમારી ત્યાં રહેવાની સાથે જમવાની સગવડ પણ થઈ ગઈ.

સવારે આગળ વધ્યા. રેવાવનખેડીમાં નર્મદામાં એક નાવ જોતાં જ સદા ચૂપ રહેનાર ફૂલસિંહ બોલી ઊઠ્યો, 'અરે, આમાં તો પડદો છે !'

પડદેનશીન નાવ ! આ ગોંડ જુવાને ક્યારેય આવી નાવ નહોતી જોઈ. મેં કહ્યું, 'આ પડદાને સઢ કહે છે. એમાં હવા ભરાય એટલે નાવ ચાલે.'

આ પછી આવ્યું ઈશ્વરપુર. ઈશ્વરપુરને રાઈન નદીએ ત્રણ બાજુએથી ઘેર્યું છે. રાઈનને બે વાર ઓળંગી. ત્રીજી વાર સંગમ પાસે ઓળંગવી હતી પણ કાંપ જોઈને હાંજા ગગડી ગયા. થાય છે એવું કે નર્મદામાં જ્યારે પૂર આવે, ત્યારે સહાયક નદીનું પાણી થંભી જાય. આ રોકાયેલા ડહોળા પાણીની માટી ધીરેધીરે વહેણની બંને પડખે નીચે બેસતી જાય અને પાણી ઓસરી જતાં કાદવ બનીને રહી જાય. આવું સંગમ પર વધુ થાય છે. ત્યારે લાંબો ફેરો ખાઈને નદી પાર કર્યા વિના બીજો કોઈ ઉપાય રહેતો નથી.

દેનવા પાર કરતી વેળા ત્રણ પરકમ્માવાસીઓનો સાથ થઈ ગયો. પંચોતેર વર્ષના વૃદ્ધ દાદુ, પંચાવનના આધેડ કક્કા અને અઠ્ઠાવીસનો જુવાન રમ્મુ. સુખી ખેડૂતો છે. હમણાં દશેરાથી જ પરિક્રમા શરૂ કરી છે. દાદુ અને કક્કા ફોઈ-મામાના દીકરા ભાઈ છે. રમ્મુ એમનો ભત્રીજો છે.

હજુ સુધી અમે બે હતા, હવે પાંચ થયા, પાંચ પાંડવ. ત્રણ કુંતીના, બે માદ્રીના !

અને બપોરે અમે જે ગામે પહોંચ્યા, એ ગામનું નામ હતું પાંડવદ્વીપ !

નર્મદાકાંઠે એક ઝાડ નીચે સામાન મૂક્યો. અહીં બહુ ધમાલ હતી. અહીંથી ત્રણ વૃદ્ધો પરિક્રમા શરૂ કરી રહ્યા હતા. એમને વળાવવા સગાંવહાલાં ટોળે મળ્યાં હતાં. અમે બેઠા કે એક સ્ત્રીએ કહ્યું, 'મહારાજ, રસોઈ તૈયાર છે, નહાઈ આવો.'

જમ્યા. પછી નીકળવાનો સમય થયો. સગાંવહાલાં રડીરડીને વિદાય આપી રહ્યાં હતાં. એક બાળકી એના દાદાને વળગીને ધ્રુસકે ધ્રુસકે રડતી હતી અને કેમેય અળગી નહોતી થતી.

મેં જોયું, અમારો નૌજવાન સાથી રમ્મુ પોતાનાં છાનાં આંસુ લૂછી રહ્યો હતો.

રમ્મુ અલમસ્ત જવાન છે. લાંબો, સુગઠિત અને હસમુખો. ગજબનો વાતોડિયો, એટલો જ મળતાવડો. રસ્તામાં કહેવા લાગ્યો, 'મારે બે બાળકો છે. સાત વરસની દીકરી, ચાર વરસનો દીકરો. એમની મા હવે નથી. બાળકોને ભાઈને ઘેર મૂકીને આવ્યો છું. એમને ઘેર છોડતી વેળા એટલું દુ:ખ નહોતું થયું જેટલું આજે થયું. તે દિવસે પહેલેથી કાળજું કઠણ કરી લીધું હતું. આજે પેલી બાળકીને પોતાના દાદાને વળગીને રડતી જોઈને મને મારાં બાળકો યાદ આવી ગયાં. હૈયું હાથ ન રહ્યું, આંસુ ઢળી પડ્યાં.'

અઠવાડિયાથી ખાળી રાખેલાં આંસુ લાગ મળતાં જ બહાર ધસી આવ્યાં. આંસુને કોણ કેદ કરી શક્યું છે !

મારુ ક્યારે આવી ગઈ, કંઈ ખબરેય ન પડી. અમે હજી કાંઠા પર જ હતા ત્યાં રમ્મુ મારુમાં ઊતરી ગયો. એના કાંપમાં પગ મૂકતાંની સાથે એ જાંઘ સુધી ખૂંપી ગયો. એ ખૂબ જ ગભરાઈ ગયો. મોંમાંથી અવાજ સુધ્ધાં નહોતો નીકળતો. સારું થયું કે ખૂંપવું રોકાઈ ગયું. અમે પણ એને હામ આપતા રહ્યા. ખૂંપવું રોકાયું એટલે એનામાં હિંમત આવી. પહેલાં એણે લાઠી કાઢી. ધીમે ધીમે એક પગ બહાર કાઢ્યો, પછી બીજો અને આસ્તે આસ્તે પાછો આવી ગયો. કહે, 'આજે મરતાં મરતાં બચ્યો. અંદર ને અંદર ઊતરી રહ્યો હતો. રેવામાઈએ બચાવી લીધો. નહીં તો મારુ તો મને મારી જ નાખત.'

મોટો ચકરાવો લઈને મારુ પાર કરવા સિવાય બીજો કોઈ ઉપાય નહોતો. કાંઠેકાંઠે ચાલ્યા. ભીનામાં જે કાંપ માખણના પિંડા જેવો મુલાયમ હતો, એ જ કાંપ સુકાઈને કાચા લોઢા જેવો થઈ ગયો હતો. એની જાડી પોપડીની ધાર પગમાં કાંટાની જેમ ભોંકાતી હતી. પોણોસો વર્ષના વૃદ્ધ દાદુનું આના ઉપર ઉઘાડે પગે ચાલવું જોયું નહોતું જતું. પણ એમના મોંમાં સિસકારોય નથી.

ત્યાં એક ગ્રામીણે કહ્યું કે આવડો ફેરો શા માટે ખાવ છો, જ્યાં મારુ નર્મદાથી મળે છે, ત્યાં જાવ. સહેલાઈથી પાર થઈ જશો.

અસંભવ ! જ્યારે અહીં આટલો કાદવ છે, તો સંગમ પાસે તો વધુ જ હોવાનો. ત્યાં જવું વ્યર્થ છે. લાંબો ફેરો ખાઈને મારુ પાર કરી. પછી આવ્યું સ ાતવાસા. આ ગામમાં અમારા પરકમ્માવાસી સાથીઓના ઓળખીતા રહે છે. એમને ત્યાં જ ઊતર્યા. એમને જ્યારે મારુ-પ્રસંગ સંભળાવ્યો તો કહે કે પેલો ગ્રામીણ ઠીક જ કહેતો હતો. હજુ બે દિવસ પહેલાં જ ગામલોકોએ ત્યાં કાદવમાં ઝાડની ડાળો બિછાવીને રસ્તો બનાવ્યો છે. તમે નાહક ફેરો ખાધો.

એક તો ફેરો ખાધો ને વળી મૂરખમાં ખપ્યા !

સાંજે નર્મદાકાંઠે જઈને બેઠો. થોડી વારમાં પૂનમનો ભર્યોભર્યો ચાંદો

નીકળ્યો ને જોતજોતામાં ચાંદનીથી લચી પડ્યો. ધરતી દૂધથી નહાઈ ઊઠી.

કોણ કહેશે કે બપોરનો તડકો અને રાતની ચાંદની મૂળે એક જ છે !

સૂર્યપ્રકાશ જ્યારે સીધો આવે છે, ત્યારે તડકો કહેવાય છે, જ્યારે ચંદ્રતળાવડીમાં નાહીને આવે છે ત્યારે ચાંદનીના નામે ઓળખાય છે !

પાછો આવ્યો ત્યારે અમારા સાથી તાપણા પાસે બેસીને આગ તાપતા હતા. ઠંડીનો ચમકારો ઓર વધ્યો હતો.

સવાર થતાં ચાલી નીકળ્યા. નદીતીરેની રસાળ ભૂમિ જોઈને મારા ખેડુ સાથીઓ કહે છે, 'આમાં તો સોનું પાકે સોનું !'

આ બાજુ બાવળ બહુ છે. રમ્મુ અથવા કક્કા બાવળની ડાળખીને પકડીને ઝાટકેથી ખેંચે એટલે એ ડાળથી જુદી. પછી હાથેથી જ કાંટા કાઢી નાખે એટલે દાતણ તૈયાર. એમના લીધે મને રોજ લીલું તાજું દાતણ મળે છે. ખાવાનું ભલે લૂખુંસૂકું મળતું હોય, પણ દાતણ લીલુંછમ મળે છે !

સાંજે બછવાડા પહોંચ્યા. ગામના ચોરા પર સામાન રાખ્યો. સાથીઓ સદાવ્રત માટે નીકળી ગયા. હું આશ્રયની ખોજમાં હતો. ત્યાં એક ભાઈ આવ્યા. એમની ગોશાળા ખાલી પડી હતી. લીંપેલગૂંપેલ, ચોખ્ખીચણક, એ જ અમને આપી દીધી.

સાંજે વાતો થવા લાગી. કહે, 'તમે સારું કામ કરી રહ્યા છો, પણ તમારે એક ટેપરેકર્ડર રાખવું જોઈએ. જ્યાં સરસ લોકગીત સાંભળવા મળ્યાં કે ટેપ કરી લીધાં.' એટલામાં ઘરેથી હાકલ થઈ એટલે ઘેર ગયા. અમારા માટે ચા-દૂધ લાવ્યા. પછી કહે, 'તમે સ્કેચ કરો છો એ ઠીક છે, પણ તમારે કૅમેરા પણ રાખવો જોઈએ. દર વખતે સ્કેચ કરવાનો સમય ક્યાં હોય છે ?'

વચ્ચે વચ્ચે ઊઠીને ઘેર જતા. ઘેરથી જ્યારે પણ આવતા, નવો સુઝાવ લઈને આવતા. આ વેળા આવ્યા તો કહેવા લાગ્યા, 'તમે જ્યારે પરિક્રમા કરી રહ્યા છો, તો કમસે કમ ત્રણ ઘેરથી ભિક્ષા જરૂર માગવી જોઈએ.'

કૅમેરા અને ટેપરેકર્ડર લઈને પણ ચાલું અને ભિક્ષા પણ માગું. કોણ દેશે ભલા ભિક્ષા !

પણ હવે જે સુઝાવ લઈને આવ્યા, એ તો એકદમ દિવ્ય હતો. 'તમે દાળચોખા લઈને ચાલો છો એ ઠીક છે, પણ તમારે સાથે થોડા કાજુ-કિસમિસ પણ રાખવાં જોઈએ. ખૂબ ભૂખ લાગી હોય અને રસોઈને વાર હોય, ત્યારે પચાસ પચાસ ગ્રામ કાજુ-કિસમિસ ખાઈ લીધાં.'

કેવું સારું જો ભિક્ષામાં લોકો અમને કાજુ-કિસમિસ આપે ! તો એમનાં બંને સુઝાવોનું એકીસાથે પાલન થઈ જાય. જોકે કાજુ-કિસમિસ ખાધે એટલા દાયકા વીતી ગયા છે કે હવે કદાચ એય ખબર ન પડે કે આમાં કિયા કાજુ અને કિયા કિસમિસ !

ગનેરા પછી નર્મદાનો સાથ છૂટી ગયો. હવે લગભગ દસ કિલોમીટર સુધી નર્મદાનો સાથ નહીં રહે. નર્મદાએ પોતાનો પ્રવાહ બદલી નાખ્યો છે, દૂર ખસી ગઈ છે. કેમ જાણે જૂનું ઘર છોડીને નવા ઘરે રહેવા ચાલી ગઈ છે, પરંતુ પરકમ્માવાસીઓ આ જૂના માર્ગનો પણ એ જ માનમરતબો જાળવે છે, એને ઓળંગતા નથી. એટલે અમે પણ આ જ માર્ગે ચાલ્યા. આને બુઢ્ઢી નર્મદા કહે છે. ચોમાસું હમણાં જ પૂરું થયું છે, એટલે એ બુઢ્ઢી નર્મદામાં ક્યાંક ક્યાંક પાણી ભર્યાં હતાં. તો ક્યાંક ખેતી થઈ રહી હતી.

બપોરે ગૌઘાટ પહોંચ્યા. કેવું એકાંત સ્થળ ! વૃક્ષોની ઝળૂંબતી ઘટા, એના પર ટોળે મળતાં પંખીગણ ને એમના કિલકિલાટને લીધે આ સ્થળ બહુ રમણીય લાગતું હતું. વૃક્ષો પર ટોળેટોળાં પોપટ ઊડી રહ્યા હતા. નહાવા માટે કુંડ હતો. અહીં વિસામો લેતા પરકમ્માવાસીઓ સારી સંખ્યામાં હતા, પરંતુ આ બધા અહીંથી હવે સીધા હોશંગાબાદ જશે. નર્મદાકાંઠે જવાથી બહુ ચકરાવો થાય છે.

અમે બુઢ્ઢી નર્મદાની સાથે ચાલ્યા. ડાબી બાજુએ લાલ પીળી માટીની ચડતીઊતરતી ટેકરીઓવાળો જૂનો કાંઠો હતો. જમણી બાજુએ નર્મદાનો જૂનો પટ હતો, જે હવે સપાટ થઈ ગયો હતો. મનમાં કેવું કેવું લાગતું હતું. નર્મદા નથી પણ, અને છે પણ !

રાત બીકોરમાં રહ્યા. અહારખેડાથી નર્મદા પાછી મળી ગઈ. સામે કાંઠે પર્વતમાળા ડોકિયું કરવા લાગી. હવે અમારી કેડી ખાડાટેકરાવાળા ઉજ્જડ વગડામાંથી હતી અને ઝાડીઝાંખરાં પણ શરૂ થઈ ગયાં હતાં.

સૂરજકુંડ પહોંચતાં બપોર થઈ ગયા. રમણીય વળાંક લેતી નર્મદા અહીં જાણે કે એકાંતવાસ કરી રહી છે. નદીકાંઠે ધેનુઓનાં ધણ ચરાવતા બેત્રણ ગોવાળિયા સિવાય કોઈ નહોતું. થોડે ઉપર એક કુટી હતી. એમાં સૌમ્ય સ્વભાવના એક સંન્યાસી રહેતા હતા. વાતો થવા લાગી તો કહે, 'છ સાત વરસ પહેલાંની વાત છે. નર્મદાકાંઠે એક સંન્યાસી આવ્યા અને એક ઝાડની નીચે આસન જમાવ્યું. હું નાહીને આવી રહ્યો હતો. મેં એમને જોયા, પણ એ કંઈ ન બોલ્યા, તો હુંય કાંઈ ન બોલ્યો. સાંજ થઈ ગઈ. હવે મને ચિંતા થઈ. જઈને જોયું તો એમ જ બેઠા હતા. હું એમને માનપૂર્વક અહીં લઈ આવ્યો. રૂડી રીતે રાખ્યા. પાંચ-છ દિવસ રહ્યા. વેદાંતના પ્રકાંડ પંડિત હતા. હું પણ વેદાંતી સાધુ છું. મને એમનાથી ઘણું શીખવા મળ્યું. પણ જો હું ન જાત, તો એ જાતે તો ન જ આવત. કોઈથી કંઈ માગતા નહોતા, ભિક્ષા સુધ્ધાં નહીં.'

સાંજે ગોરા પહોંચ્યા. પૂરમાં આ ગામ બે વાર તારાજ થઈ ચૂક્યું છે. અહીં માત્ર છસાત ખોરડાં બચ્યાં છે. નર્મદાકાંઠેની કુટીમાં રાત રહ્યા. સવારે

ઊઠીને જોયું, નર્મદાનાં પાણી સોનેરી થઈ રહ્યાં છે. થોડી વારમાં સૂરજ નીકળ્યો. જેમ જેમ એ ઉપર ચડતો ગયો, તેમ તેમ પાણીમાં એના પ્રતિબિંબની પહોળાઈ તો એની એ જ રહી, પણ લંબાઈ વધતી ગઈ અને થોડી વારમાં તો એણે એક ઝળહળતા થાંભલાનું રૂપ લઈ લીધું.

આ તો સૂર્યનો કીર્તિસ્તંભ ! પછી તો રોજ સવાર-સાંજ હું સૂર્ય-ચંદ્રના સદ્યનિર્મિત કીર્તિસ્તંભ જોતો. સંસારના બધા કીર્તિસ્તંભ એક એક કરીને જમીનદોસ્ત થઈ જશે, માત્ર આ બે જ 'યાવચ્ચંદ્રદિવાકરૌ' રહેશે.

આગળ ચાલ્યા. ખેતરોમાં લહેરાતી જાર એટલી ઊંચી હતી કે એમાં પૂરો હાથી અલોપ થઈ જાય.

ચાંદલા પછી તવા નદી આવી. અમે તવાને કાંઠેકાંઠે આગળ વધ્યા. તવા અને નર્મદાના સંગમ પાસે એક મંદિર દેખાતું હતું. પાસે જણાતું હતું પણ ત્યાં પહોંચતા પરસેવો પડ્યો. અહીં નર્મદામાં ખૂબ ચટ્ટાનો છે. એમાંથી ખળખળ પાણી વહી રહ્યાં હતાં. કેટલા દિવસો બાદ જલરવ સાંભળવા મળ્યો ! સામા કાંઠેનો પહાડ અહીં સાવ પાસે આવી ગયો છે. પહાડની ઓથમાં બે નદીઓનું મિલન બહુ સોહામણું લાગતું હતું.

તવાનો પટ બહુ પહોળો છે. નર્મદાથી પણ પહોળો અને એમાં પાણી પણ ખૂબ હતું. બહુ મુશ્કેલીએ પાર કરી સંગમમાં સ્નાન કર્યું અને બાંદ્રાભાન પહોંચ્યા. ત્યાંથી સડક મળી ગઈ. હોશંગાબાદ હવે વધુ દૂર નથી. ડાબી બાજુએ તવા, જમણી બાજુએ નર્મદા, વચ્ચે સડક. બે બાજુએ બે નદીઓ – એક આવી રહી છે, બીજી જઈ રહી છે – અને વચ્ચે અમારો રસ્તો.

હોશંગાબાદ પહોંચતાં સાંજ થઈ ગઈ. સીધા અહીંના સુપ્રસિદ્ધ સેઠાનીઘાટ ગયા. ત્યાં કેટલાય પરકમ્માવાસીઓ હતા, ગૌઘાટવાળા પણ હતા. કેટલાકે તો બહાર ખુલ્લામાં ઝાડ નીચે રાતવાસો કર્યો હતો. અમને એક ધર્મશાળામાં સારી જગ્યા મળી ગઈ એટલે અહીં અમે બે રાત માટે લંગર નાખ્યું.

૧૧. હોશંગાબાદથી હંડિયા

હોશંગાબાદ પાઘડીપને વસેલું નર્મદાકાંઠેનું મોટું શહેર છે. અહીંના ઘાટો આપણા દેશના સર્વોત્તમ ઘાટોમાંથી છે. નર્મદાનો પટ જેટલો પહોળો છે, ઘાટ એટલા જ વિશાળ છે, જાણે એના માપથી બનાવ્યા ન હોય. નદીમાં હાલકડોલક થતી નાવડીઓ અથવા સઢવાળી નૌકાઓ એક કાંઠેથી બીજે કાંઠે અવરજવર કરતી રહે છે. એથી પાણી પર તરેહતરેહની ભાત પડતી રહે છે.

આજથી લગભગ વીસ વરસ પહેલાં અહીં આવેલો, ત્યારે ઘાટ પર કેટલી પનિહારીઓ દેખાતી હતી ! એકલી અથવા વૃંદમાં, માથા પર ત્રણ ત્રણ બેડાં રાખીને ટહુકા કરતી પગથિયાં ચડતી, ત્યારે પાણી છલકાઈને કપડાં પર પડતું અને અંગેઅંગમાંથી લાવણ્ય નીતરતું. ઘરે પાણી ઠાલવીને પાછી આવતી ને મોં દેખાય એવાં બેડાં માંજતી અથવા ઘસીને પોતાના અંગ ઊજળાં કરતી, ત્યારે આ ઘાટ કેટલા ચેતનવંતા લાગતા હતા !

હવે શહેરમાં નળ આવી ગયા છે એટલે પનિહારી એકલદોકલ જ દેખા દે છે. દિવસની રોનકમાં કમી આવી ગઈ છે પણ સાંજ ઢળ્યે જ્યારે સ્ત્રીઓ દીવડા પેટાવીને નર્મદામાં વહેતા મૂકે છે, અથવા મંદિરોની આરતીનો સ્વર પાણી પર લહેરાતો દૂર દૂર સુધી ફેલાય છે, અથવા ક્યાંક કથાવાર્તા કે ભજનકીર્તનના સૂર ગુંજે છે, કે ક્યાંક કોક ભાવિક ‘ત્વદીય પાદ પંકજમ્ નમામિ દેવિ નર્મદે’નો સ્તોત્ર-પાઠ કરે છે, ત્યારે જાણે કે જૂની રોનક પાછી આવી જાય છે.

રાત્રે ઘાટ પર કોઈકનું પ્રવચન ચાલી રહ્યું હતું. પાસે વહેતી નીરવ નર્મદા અને ચડઊતર પગથિયાં પર બેસીને શાંતિથી સાંભળતા શ્રોતા. મને થયું કે અહીં તો નાટક પણ ભજવી શકાય, નૃત્યનું આયોજન પણ થઈ શકે. આ ઘાટથી વધુ સારો ખુલ્લો રંગમંચ બીજો કયો હોઈ શકે ?

અને સામે કાંઠેનો પહાડ એ જાણે મંચ પાછળનો રેશમનો પડદો !

અહીં બે રાત્રિનો વિશ્રામ મળી ગયો એટલે બીજે દિવસે ખૂબ ચાલ્યા. સાંજે કેવલારી અને નર્મદાનો સંગમ આવ્યો. આ સંગમ પર છે ખોકસર. રાત અહીંના મંદિરમાં રહ્યા. મંદિરના ચોગાનમાં ગૌરીશંકર મહારાજની સમાધિ છે. ગૌરીશંકર નર્મદાના પરમ ભક્ત હતા. એમણે નર્મદા પરિક્રમાનો મહિમા ખૂબ વધાર્યો. નર્મદાખંડમાં આજે પણ એમનું નામ બહુ આદરથી લેવાય છે.

સવારે ચાલ્યા. આ બાજુ નર્મદા ખૂબ ફેલાઈ ગઈ છે. કાંઠાઓની ઊંચાઈ ઓછી છે, એથી પૂરનાં પાણી દૂર દૂર સુધી ફેલાઈ જાય છે. પાછલાં પૂરોમાં કેટલાંય ગામો તારાજ થઈ ચૂક્યાં છે. કેટલાંક નદીથી દૂર ચાલ્યાં ગયાં છે.

ત્રીજો પહોર હતો. નાનપાઘાટ પાર કરી ચૂક્યા હતા. નર્મદાની ભેખડ ઉપરથી જઈ રહ્યા હતા. ફૂલસિંહ, કક્કા અને દાદુ આગળ હતા. હું સહેજ પાછળ હતો. રમ્મુ મારી જોડે હતો. મેં કહ્યું, 'રમ્મુ, આવ જરા નર્મદાજીનો પ્રવાહ જોઈએ.' પણ એ ન આવ્યો, આગળ નીકળી ગયો. હું એકલો ભેખડની કોર સુધી ગયો, એક ઝલક પ્રવાહ જોયો ને પાછો કેડી પર આવીને આગળ વધ્યો.

થોડુંક જ ચાલ્યો કે સામે કેડી પર જ એક મગરને પડેલો જોયો. હું ખચકાઈને ઊભો રહી ગયો, ચૂપચાપ જોતો રહ્યો. એ કોઈ પણ પ્રકારના હલનચલન વિના નિશ્ચેષ્ટ પડ્યો હતો. હું સમજ્યો કે એ મૃત પડ્યો છે એટલે આગળ વધ્યો. પણ જેવો વધ્યો કે તરત જ એણે નર્મદા ભણી સડેડાટ દોટ મૂકી અને જોતજોતામાં ઝાંખરામાં ગાયબ થઈ ગયો. એ જમીનથી ઘસડાતો ગયો હતો એટલે બહુ શોર થયો હતો.

ઘડીભર તો હું ઘા ખાઈ ગયો. મારો શ્વાસ થંભી ગયો. મારાં રૂંવાડાં ઊભાં થઈ ગયાં. મગર પાણીથી આટલે દૂર ઊંચી ભેખડ પર આવી શકે છે એ મારા માટે નવાઈની વાત હતી. વળી જમીન પર એ આટલી ઝડપથી દોડી શકે છે, એય કલ્પનાથી બહાર હતું. એ મારાથી બહુ તો પાંચેક મીટર દૂર હતો. મને સહેજે સપાટામાં લઈ શકે એમ હતો. એની પૂંછડીની એક જ થપાટે મારો કચ્ચરઘાણ નીકળી જાત. અથવા એ મારા પગને એના રાક્ષસી જડબામાં જકડી મને દ્રુત ગતિએ નદીકાંઠે લઈ જઈ પછી વિલંબિત ગતિથી મારી જયાફત ઉડાવી શક્યો હોત; પણ ના, એ તો ઊલટાનો જીવ લઈને ભાગ્યો હતો ! મારી બીક ખુશીમાં ફેરવાઈ ગઈ. એવો સુકલકડી છું કે મારાથી

ઘરના ઉંદરોય નથી ડરતા. પણ આજે તો મગર જેવો મગર ડરીને ભાગ્યો હતો! ઉંદર-છછુંદર છો ન ડરતા, મગર તો ડરે છે !

મગરના ભાગવાથી જમીન પર થયેલા લિસોટાને —મકરરેખાને – હું જોઈ રહ્યો. કર્કરેખા પર રહું છું. મકરરેખા તો કેમ કરીને પહોંચાય ? પણ નર્મદાજીની કૃપાથી આજે મકરરેખા અનાયાસ જોવા મળી ગઈ !

હું આગળ ચાલ્યો. મેં વિચાર્યું કે મારા સાથીઓએ પણ મગરને જરૂર જોયો હશે, કેમ કે દસેક મિનિટ પહેલાં જ તો તેઓ અહીંથી પસાર થયા હતા. તેઓ હથેડ નદીની ચટ્ટાનો પર બેસીને મારી રાહ જોઈ રહ્યા હતા. મેં જ્યારે એમને આ ઘટના વિષે કહ્યું ત્યારે તેઓ આભા થઈ ગયા. એમણે કોઈ મગર નહોતો જોયો. આ સાંભળીને મને બહુ નવાઈ થઈ.

હવે રમ્મુ બહુ પસ્તાવા લાગ્યો. કહે, ‘આ તો મગરના રૂપમાં નર્મદા માઈએ તમને દર્શન દીધાં. હું બહુ અભાગિયો છું. તમારું કહેવું માન્યું હોત, તો મને પણ મૈયાનાં દર્શન થઈ જાત.’

થોડી વારમાં આંવરીઘાટ પહોંચી ગયા. ગામ દૂર છે પણ નર્મદાકાંઠે મંદિર અને ધર્મશાળા છે. ત્યાં રાતવાસો કર્યો. ત્યાં રમ્મુએ સૌને પૂછ્યું, દૂધ લેવા ગામ ગયો હતો. ત્યાં પણ સૌને પૂછી આવ્યો, પણ કોઈએ ન કહ્યું કે અહીં નર્મદામાં મગર છે. હવે તો એને પાકો વિશ્વાસ થઈ ગયો કે મગરના રૂપમાં નર્મદાજી જ હતાં. એમણે જ મગરના રૂપમાં મને દર્શન દીધાં હતાં.

આવી વાતોમાં મારો રાઈ-રતી વિશ્વાસ નથી. મેં એને ઘણો સમજાવ્યો કે એ મગર જ હતો, બીજું કંઈ નહીં, પણ એ કોઈ રીતે ન માન્યો. જોકે મને પણ એ વાતનું આશ્ચર્ય જરૂર થયું કે અહીં જ્યારે નદીમાં કોઈ મગર નથી, તો એ આવ્યો ક્યાંથી ?

પરંતુ રમ્મુ માટે જે ચમત્કારિક ઘટના છે, મારા માટે જે આશ્ચર્યજનક ઘટના છે, એક પ્રકૃતિવિદ માટે એ જ એક સાવ સામાન્ય ઘટના હશે.

ચલો દૂસરે મુકામ. થોડી વારમાં ઈદનાસંગમ જઈ પહોંચ્યા. રોજ બપોરે સ્નાન કરતા હતા, પણ આજે સંગમસ્નાનના લોભને રોકી ન શક્યા. બહુ ટાઢ હતી છતાં સ્નાન કરીને આગળ વધ્યા. ઘુઘરા પાસે નર્મદામાં બે ટાપુ દેખાયા. મોટાનું નામ જુગલા અને નાનાનું નામ જુગલી.

રાત પથોરામાં રહ્યા. જે કુટીમાં અમે રોકાયા હતા, એમાં જ સાગરનિવાસી દંપતી પણ રોકાયું હતું. પતિ-પત્ની નર્મદાની પરિક્રમા ક્યારની કરી ચૂક્યાં છે. હવે ઓંકારેશ્વર જલ ચડાવવા જઈ રહ્યાં છે. પરિક્રમા કરતી વેળા આ ગામમાં ચાતુર્માસ કર્યો હતો એટલે ગામલોકો જોડે માયા બંધાઈ ગઈ છે. ગામલોકોએ એમને રોકી લીધાં છે. ગામની છોકરીઓ પત્નીને ઘેરી વળે છે. એ મને કહે, ‘હું જ્યારે ઘેર હતી, ત્યારે એક ને એક બીમારી લાગી

જ રહેતી. ક્યારેક માથું દુખે તો ક્યારેક પેટ. થોડુંક પગે ચાલું તો પગ દુખે ને તાવ આવે. પણ જ્યારથી પરિક્રમા પર નીકળી છું, બધી બીમારીઓ ગાયબ થઈ ગઈ છે. આખો દિવસ ચાલતી રહું તોપણ કંઈ નથી થતું. ખૂબ સાજીનરવી છું. હા, બે બાળકો ઘેર મૂકીને આવ્યાં છીએ. એમની બહુ યાદ આવે છે.'

હું જો ડૉક્ટર હોત, તો મારા અડધાથી વધુ દરદીઓને, એમના રોગ મુજબ, પંદર દિવસથી લઈને ત્રણ મહિના સુધીની નર્મદા પરિક્રમા પ્રિસ્કાઇબ કરત. કહેત, 'તમને દવાની કોઈ જરૂર નથી. એ ફાયદાને બદલે નુકસાન વધુ કરશે. તમે નર્મદા પરિક્રમા પર અથવા કોઈ પણ પદયાત્રા પર નીકળી જાવ. આથી તમારા તનના આરોગ્યની સાથે મનનું આરોગ્ય પણ સુધરશે.'

રાતે વાળુપાણી પતાવીને બેઠા હતા ત્યાં પાડોશમાં કોઈક ઘરથી લોકગીત સંભળાવા લાગ્યાં. મેં સાગરનિવાસી ભાઈને કહ્યું, 'ચાલો, ગીતો સાંભળવા જઈએ.' એ હસવા લાગ્યા. 'લાગે તો એવું છે કે આ ગીતો કોઈક આટલામાં જ ગાઈ રહ્યું છે. પણ એ તો આવી રહ્યાં છે સામે કાંઠેથી. ક્યારેક તો પેલે પાર થતી વાતો હવાની સાથે વહીને અહીં આવે છે ને સ્પષ્ટ સંભળાય છે.'

સવારે ચાલ્યા. હોશંગાબાદથી નીકળ્યે આજે ચોથો દિવસ છે. હોશંગાબાદથી નીકળતી વેળા મેં એક છાપું ખરીદ્યું હતું. જાણીજોઈને વાંચ્યું નહોતું. સાચવીને રાખી લીધું હતું. હવે આઠેક દિવસ પહેલાં છાપું મળે એમ નહોતું. એ ગાળો અડધો કરવા આજે ચોથે દિવસે મેં એ કાઢ્યું ને નિરાંતે વાંચવા લાગ્યો. મને એ આજનું જ લાગ્યું ! આ તો ચાર દિવસ જૂનું હતું, નામ અને તારીખ પર ધ્યાન ન આપીએ તો દસ વરસ જૂનું છાપું પણ બિલકુલ આજ સવારનું જ લાગે. લૂંટ, અપહરણ, હત્યા, બળાત્કાર, ગુનાખોરી, નેતાઓનાં જુઠ્ઠાણાં, સત્તાની સાઠમારી – ખબરોની આ જ તો એ અમરવેલ છે, જે છાપાંઓ પર સદા છવાયેલી રહે છે.

જો હું કોઈ છાપાનો તંત્રી હોત, તો મારું છાપું રોજેરોજ ન નીકળત. જે દિવસે કોઈ ઢંગના સમાચાર ન હોત, તે દિવસે છાપું બંધ રહેત. છાપામાં એક કાયમી સૂચના છાપી દેત કે જે દિવસે છાપું ન આવે, એ દિવસે સમજી લેવું કે આજે કોઈ સમાચાર નથી. કોઈ પણ સમાચાર વિના ૧૨ કે ૧૬ પાનાં ભરી કાઢવા એ ક્યાંનો ન્યાય ? એ અખબારી કાગળનો અને વાચકોના સમયનો બગાડ જ છે.

પરંતુ, વિડંબના એ છે કે આ બધું જાણવા છતાં અમારા ઘરમાં છાપું વાંચવા માટે હું જ સૌથી વધુ વ્યગ્ર રહું છું ! હોશંગાબાદમાં તાજું છાપું તો વાંચ્યું જ હતું, છેલ્લા ત્રણ-ચાર દિવસનાં છાપાં પણ જોઈ ગયો હતો !

ઝાલર ટાણે ભિલાડિયા પહોંચ્યા. છે તો નાના કદનું ગામ, પણ કાઠું

એનું રાજધાનીનું છે. વચ્ચે રાજમાર્ગ જેવો પહોળો સમથળ રસ્તો ને બંને બાજુ ઘર. નર્મદા પર પાકો ઘાટ, એનાથી લાગેલું મંદિર. મંદિરની ઓસરીમાં રાત રહ્યા. મંદિરમાં જ સદાવ્રતની વ્યવસ્થા છે. મારા સાથીઓને ક્યાંય માગવા જવું ન પડ્યું. લગભગ દરેક ગામમાં સદાવ્રત મળી રહે છે. ઘરોઘર ઝોળી નથી ફેરવવી પડતી. હા, દૂધ માટે જરૂર માગવા જવું પડે છે. ત્રણે ચાના બંધાણી છે, કક્કા સૌથી વધુ. એ રમ્મુને દૂધ લેવા મોકલે ને મળતાવડો રમ્મુ ક્યાંક ને ક્યાંકથી દૂધ લઈ આવે. રમ્મુ બહુ મજેદાર માણસ છે. જ્યારે જુઓ ત્યારે નાચતો જ હોય. કેડી પર ચાલતાં ચાલતાં સહસા નાચવા લાગે. ગામલોકોની સામે નાચવામાં એને કોઈ સંકોચ નથી થતો. કક્કા અને રમ્મુના સ્વભાવમાં બહુ ફરક છે. કક્કા ગંભીર અને કામઢા, રમ્મુ ફક્કડ અને મનમોજી. દાદુને લીધે બંનેનો સાથ નભી રહ્યો છે, નહીં તો ક્યારના અલગ થઈ ગયા હોત. દાદુ બહુ ઓછું બોલે છે. 'બઢિયા, ઉમદા, બહુત ઉમદા' આ જ શબ્દો એમના મોંએથી નીકળે છે. જાડા કાચાપાકા રોટલા જોઈને પણ કહે છે - બહુત બઢિયા. ઓછું બોલે છે, પણ જ્યારે બોલે ત્યારે લાગે કે કોઈ સંત બોલી રહ્યા હોય, જાણે સાંભળતા જ રહીએ.

આ પછીનો રાતવાસો ગોદાગાંવમાં. અહીં ગંજાલ નર્મદાને મળે છે. એક વહેળો હજી છે પણ એ એટલો નાનો છે કે નર્મદાને સીધા મળવાની એનામાં હામ નથી એટલે એ ગંજાલને મળે છે ને એ પછી તરત જ ગંજાલ નર્મદાને મળે છે. આ ત્રિભેટા પર છે અહીંના મહંતોની છત્રીઓ, એટલે કે સમાધિઓ. અમે આ છત્રીઓ પાસેની ધર્મશાળામાં રાત રહ્યા. અહીંથી સંગમનું દૃશ્ય બહુ સુંદર દેખાય છે.

અહીંથી ચાલ્યા. છોટી છીપાનેર પછી બપોરે બજરંગકુટી પહોંચ્યા. આધુનિક કુટી છે. રાત સમસાબાદમાં રહ્યા. અહીંથી આગળ વધ્યા તો હંડિયામાં નર્મદા પર બનેલો પુલ દેખાવા લાગ્યો. નજીક જણાતો હતો, પણ હજી ઘણો દૂર છે. રસ્તે ઘણા પરકમ્માવાસીઓનો સાથ થઈ ગયો. વચ્ચે જ્યાં વિસામો ખાવા બેસતા, ત્યાં કેટલાક પરકમ્માવાસીઓ સોય અથવા ચીપિયાથી પગમાં વાગેલા કાંટા કાઢતા. કોઈકને લોહી પણ નીકળી આવતું. પણ બીજી જ ક્ષણે તેઓ પાછા ઉઘાડા પગે ચાલી નીકળતા.

સાંજે બમ્હોરી પહોંચ્યા. સૌ સદાવ્રત લેવા નીકળી ગયા. થોડા દિવસોથી ફૂલસિંહ પણ સદાવ્રત લેવા ચાલ્યો જાય છે. દાતા જો ઉદાર જણાય તો પોતાનું માગી લે અને અતિ ઉદાર જણાય તો મારું પણ લઈ આવે !

બધા બમ્હોરીમાં રહી ગયા પણ અમે પાંચે નર્મદાકાંઠે બનેલી ઝૂંપડીમાં રાત રહ્યા. સવારે આગળ ચાલ્યા. બપોરે હંડિયા પહોંચી ગયા. આ પાર હંડિયા, પેલે પાર નેમાવર. આ નર્મદાનું મધ્ય છે, એટલે નર્મદાનું નાભિસ્થાન કહેવાય

છે. તો થોડું થોડું કરીને હું નર્મદાના મધ્ય સુધી આવી પહોંચ્યો હતો ! મારા હરખનું શું કહેવું ! મનમાં એ આશા પણ બલવતી થઈ કે જ્યારે નર્મદાના મધ્ય સુધી આવી ગયો છું, તો નર્મદા મને અધવચ્ચે નહીં છોડે. કોઈક ને કોઈક દિવસે સમુદ્ર સુધી પણ પહોંચાડશે.

કાલે દિવાળી છે. દિવાળી અહીં જ મનાવીશું. પરમ દિવસે ઘેર જશું. દાદુ, કક્કા અને રમ્મુ આગળ જશે. નોખા થવાનો વિચાર જ નથી ગમતો. બે દિવસથી રમ્મુનું નાચવું-ગાવું બંધ થઈ ગયું છે. કદી ચૂપ ન રહેનાર રમ્મુ કંઈ બોલતો જ નથી. દાદુ અને કક્કાને પણ જુદાઈની વાત ગમતી નથી. પંદરેક દિવસમાં તો કેવો મીઠો નાતો બંધાઈ ગયો છે !

સાંજે બાજુના આંગણામાં ઘરની વહુ સરસ રંગોળી પાડી રહી હતી. સોહામણા આકારોથી શોભતી અને મધુર રંગાવલિથી દીપતી એની રંગોળીથી આંગણું જાણે હસી ઊઠ્યું.

દિવાળીના દિવસે સવારથી જ રેંકડામાં બેસીને આસપાસના હજારો ગ્રામીણોનું આવવું શરૂ થઈ ગયું હતું. નદીસ્નાન કરવા આવેલી માનવમેદની વધતી જતી હતી. ભાવિકો ટોળે વળી ભજનો ગાતાં હતાં. અને બળદોનાં તો ટોળેટોળાં હતાં. કિસાન પોતાના ધોળા ને ધીંગા બળદોને ખેંચીને નર્મદામાં લઈ જતા ને ઘસીઘસીને નવડાવતા. કિસાનોના હાકોટા-ગોકીરા, બળદોની ડોકમાં રણકતા ઘૂઘરા ને પાણીના છબછબાટને લીધે વાતાવરણ કેવું ગાજતું હતું !

ત્રીજો પ્રહર થતાં રેંકડા, બળદ, ખેડૂત, સૌ ગાયબ થઈ ગયાં. દિવસે જે નદીકાંઠો માનવમેદનીથી ઊભરાતો હતો, સાંજ પડ્યે એ ખાલીખમ થઈ ગયો.

અંધારું ઊતરવા લાગ્યું. હું નર્મદાકાંઠે ચટ્ટાન પર એકલો બેઠો હતો. ત્યાં દાદુ આવ્યા. સાથે દીવા લાવ્યા હતા. એક દીવો પેટાવીને નર્મદામાં તરતો મૂક્યો. એક મને આપ્યો – લે, એક તું પેટાવ.

આ તો મને ગમતું કામ. દીવો લીધો. વહેણ પાસે જઈને પ્રજ્વલિત કરવાનો જ હતો, ત્યાં અચાનક કંઈક યાદ આવ્યું. દીવો દાદુને પાછો આપી દીધો.

'કેમ ?'

'બસ, એમ જ.'

'તો પણ ?'

દાદુના બહુ આગ્રહથી મેં કહ્યું, 'સાંભળો, દાદુજી. આજે દિવાળી છે. ઠીક આવી જ રીતે એક દિવાળીએ હું અમરકંટક હતો. રાતના અંધારામાં એક દીવો પેટાવીને નર્મદાકુંડમાં વહેતો મૂક્યો હતો અને મા નર્મદાને કહ્યું હતું – એક દીપ તું જલાવજે, મારા હૃદયમાં, જેથી ભીતરનું અંધારું દૂર

થઈ જાય. આજે આને ઠીક પાંચ વરસ થયાં. પાંચ વરસનો સમય કંઈ થોડો ન કહેવાય. પણ નર્મદાએ દીપ ન જલાવ્યો. જલાવવાની કોઈ તૈયારી પણ નથી જણાતી. એટલે હુંય દીપ નહીં જલાવું. હું નર્મદાથી રિસાયો છું.'

દાદુ હસી પડ્યા. 'અરે પાગલ, ભીતરનો દીપ શું એટલી સહેલાઈથી જલે ? એક વાર કહી દેવાથી જલે ? એમાં પાંચ વરસ તો શું, જનમારો આખોય નીકળી જાય. ફરીથી જન્મ લેવો પડે.'

થોડી વાર ચુપકીદી છવાઈ ગઈ. કોઈ કંઈ બોલ્યું નહીં. ફરી દાદુ જ બોલ્યા, 'બહારનો દીવો ચટ જલે છે તો પટ બુઝાઈ પણ જાય છે. ભીતરનો દીવો મોડેથી જલે છે તો સહેલાઈથી બુઝાતો પણ નથી. એનાં અજવાળાં દૂર સુધી ફેલાય છે. માટે ધીરજ રાખ. ઉતાવળ કર્યે કામ ન આવે. હૈયામાં એ દીવાને પામવાની લગની હોય અને કદમ એ ભણી જઈ રહ્યા હોય, તો બસ છે. ઊઠ બેટા, સારું કામ કદી વ્યર્થ નથી જતું.'

દાદુની વાણી એ નિસ્તબ્ધતામાં કોઈક મંત્રની જેમ ગુંજી ઊઠી. મને મારી ભૂલ સમજાઈ. હું રિસાઈ જલદી જાઉં છું, તો માની પણ જલદી જાઉં છું. અત્યંત પ્રસન્ન મનથી દીપ જલાવ્યો, ભક્તિપૂર્વક પ્રવાહિત કર્યો અને... અને આંસુઓથી ભીંજાયેલું મારું મોં નર્મદાના ગાલ સાથે અડાડી દીધું.

દાદુ મરક મરક હસી રહ્યા હતા.

૧૨. હંડિયાથી ઓંકારેશ્વર

પરિક્રમા દિવસોદિવસ મોંઘી થતી જાય છે. જેમજેમ જબલપુરથી દૂર થતો જાઉં છું, તેમતેમ ખર્ચ વધતું જાય છે. જેને સાથે લઈને જાઉં છું, એનું પૂરું ખર્ચ ને તે ઉપરાંત સારું એવું મહેનતાણું આપવું પડે છે અને આ વરસે ખીસું સાવ ખાલી છે. પરિક્રમામાં કેમ જવાશે ?

ભિક્ષાં દેહિ ! પરકમ્માવાસીને ભિક્ષાની વળી શરમ કેવી ? ભિક્ષા એ કંઈ ભીખ નથી. માટે ભિક્ષા માગીને પણ પરિક્રમામાં તો જવું જ.

કોની પાસે માગું ? કાન્તા પાસે જ તો ! અગ્નિની સાક્ષીએ જેનો હાથ ઝાલ્યો છે, એની સામે હાથ લંબાવતાં થોડો ખચકાટ તો અનુભવ્યો, પણ વાણીમાં બની શકે એટલી મીઠાશ આણતાં બોલ્યો, 'તું તો બહુ ઉદાર છો. ચિ. શરદનાં લગ્ન સમયે વહુનાં ઘરેણાં બનાવવા વગર કહ્યે તારાં ઘરેણાં આપ્યાં હતાં. આ વેળા પરિક્રમામાં જવા માટે પૈસાની જોગવાઈ નથી. જો તારી વીંટી આપી દે તો મારું કામ બને.'

મારી આંખોમાં યાચનાની ઝલક જોઈને કાન્તા હસી પડી. કહે, 'આટલી શી વાતમાં આવડું સ્તુતિગાન !' પછી તો—

કાન્તાએ મને વીંટી આપી
વીંટી મેં સોનીને આપી
સોનીએ મને રૂપિયા આપ્યા
રૂપિયા મેં ગાંઠે બાંધ્યા
ને પરિક્રમા પર નીકળી પડ્યો !

ઠીક દશેરાની સવારે હંડિયાથી નીકળ્યા. તારીખ છે ૪ ઑક્ટોબર, '૮૪ અને સાથી છે અનિલ અને શ્યામલાલ. અનિલ મારો વિદ્યાર્થી છે. ઓગણીસ વરસનો લાંબો, દૂબળો પણ ખડતલ યુવાન. શ્યામલાલ લાંબો, હટ્ટોકટ્ટો ગોંડ યુવાન છે. બંને લાભ અને શુભ જેવા દુર્લભ સાથી છે.

યાત્રા આરંભ કરતી વેળા જ્ઞાની દાદુ, કર્મઠ કક્કા અને રમતિયાળ રમ્મુની સહેજે યાદ આવી ગઈ.

હંડિયા નર્મદાનું મધ્ય છે. અહીં સુધી અમને અમરકંટક નજીક હતું. અહીંથી સમુદ્ર નજીક થતો જશે.

રાત સીગોનમાં રહ્યા. સવારે ચાલ્યા. અમારો વધુ પડતો માર્ગ ઝાડીમાંથી છે. ઓંકારેશ્વરની ઝાડી શરૂ થઈ ગઈ છે. સાગવાનનાં ખૂબ ઝાડ છે. એમનાં મોટાં મોટાં પાંદડાં કાં તો જીર્ણશીર્ણ થઈ ગયાં છે, કાં ખરી ગયાં છે.

ત્રીજે પહોરે જોગા પહોંચ્યા. અહીં નર્મદામાં એક ટાપુ પર એક કિલ્લો છે. આ બાજુની ધારા સુકાઈ ગઈ હતી. ચટ્ટાનો પર થતાં અમે કિલ્લામાં આવી ગયા. નદીના મધ્યમાં સ્થિત આ કિલ્લો ને મહેલ કોઈક પરીકથાના મહેલની યાદ અપાવતા હતા. આની સાથે ગોંડ રાજાઓની સ્મૃતિ જડાયેલી છે. આનું સ્થાપત્ય એવું અનલંકૃત અને સાદું છે કે નર્મદાની ગોદમાં એ જરાય વિજાતીય નથી લાગતો. એના સ્થાપત્યમાં એક પ્રકારનું પૌરુષ ઝલકે છે. નદીના મુખ્ય પ્રવાહ ભણી ઊતરતી સીડીમાં એવા તો આડાઅવળા વળાંક છે ને એ એવા તો અવનવા દેખાય છે કે મને થયું કે આ મહેલનું છોગું તો આ સીડી જ.

મહેલ પરથી અમે નર્મદાને જોવા લાગ્યા. નીચે નદીનાં જળ અવિરત દોડી રહ્યાં છે. આજ સવારથી જ અમે નર્મદામાં ખૂબ ઝાડી જોતા આવ્યા છીએ. અહીં પણ નર્મદામાં ખૂબ ઝાડીઝાંખરાં છે. પાણીમાં ઊગેલી અસંખ્ય ઝાડીઓ અને અસ્પષ્ટ કિનારાઓને લીધે નર્મદા અહીં અસ્તવ્યસ્ત જણાય છે.

સવારે ગાડાવાટ પકડીને સાંજે પુનઘાટ આવી ગયા. સાંજ થતાં કેટલાંય માછીમાર યુગલો પોતપોતાનાં હોડકામાં બેસીને માછલાં પકડવા નીકળી પડ્યાં. પતિ જાળ ફેંકે અને પત્ની હલેસાં ચલાવે. નદીમાં દૂર-દૂર સુધી નીકળી જાય, રાત નદીકાંઠે વિતાવે અને સવાર પડ્યે પાછાં આવે. દિવસ હો યા રાત, હરપળે કોઈ ને કોઈ માછીમાર માછલીની ખોજમાં બેઠેલો અમને દેખાઈ જતો.

સવારે ચાલ્યા. અમારી ગાડાવાટ નદી પાસેથી જ છે.

ઝાડીમાંથી નર્મદા ડોકાઈ જાય છે અને જો દેખાતી નથી તો સંભળાઈ તો રહી જ છે. ચાલતાં ચાલતાં વચ્ચે કોઈક સુંદર સ્થળે રોકાઈને ચારે બાજુ નજર દોડાવવી બહુ ગમે છે.

બપોરે આવ્યું મૌલા. અહીં જામદી નદી નર્મદાને મળે છે. એક ખેડૂતે પોતાની ઝૂંપડી પાસે શાકભાજી વાવી હતી. અમે એની પાસે શાકપાંદડું માગ્યું,

પણ વરસાદ ન થવાને કારણે છોડ સુકાઈ રહ્યા હતા. એણે પૂરું ખેતર ફંફોસ્યું ત્યારે માંડ થોડાં ગલકાં, ભીંડા ને ચોળા નીકળ્યાં. અમે આનું ભેગટું શાક કર્યું.

સાંજે બડકેશ્વરઘાટ પહોંચ્યા. રાત અહીં રહ્યા. અહીં સુધી અમારી વાટ ઝાડીમાંથી જરૂર હતી, પણ પડખે જ નર્મદા વહેતી હતી. પરંતુ અહીં લોકોએ કહ્યું કે હવે નર્મદા છૂટી જશે. હવે તો ઓંકારેશ્વર પાસે જ મળશે. નર્મદાનો કાંઠો એટલો દુર્ગમ છે અને ઝાડી એવી ગીચ છે કે ત્યાંથી કોઈ નથી જતું. તમે જશો તો ભૂલા પડશો ને હેરાનપરેશાન થશો.

શું કરીએ, એમ વિચારતા આગળ ચાલ્યા. બલડી મોટું ગામ છે. ત્યાં થોડું હટાણું કર્યું. બંધાનિયા પછી અમારી પગદંડીમાંથી બીજી પગદંડીનો ફણગો ફૂટચો. હવે કઈ બાજુ જવું ? ત્યાં સામેથી એક ગ્રામીણ આવ્યો. એણે કહ્યું, 'ડાબી કેડી તમારી છે. પરકમ્માવાસીઓ એ જ માર્ગે જાય છે. જમણી કેડી સરઈ જશે.'

'સરઈ ક્યાં છે ?'

'નર્મદાકાંઠે.'

ચલો સરઈ ! જે થશે તે જોયું જશે. પરકમ્માવાસીઓનો આસાન માર્ગ છોડીને અમે સરઈ ગયા. ત્યાંથી નર્મદાના કાંઠે કાંઠે ચાલ્યા. છોટી તવા પાર કરીને સાંજ ટાણે જમોટી પહોંચ્યા. ચટ્ટાનો ને ખડકો વચ્ચે વહેતી નર્મદા અહીં કેટલી સાંકડી થઈ ગઈ છે ! હમણાં જોગામાં, પુનઘાટ અને બડકેશ્વરઘાટમાં એને કેટલી પહોળી જોઈ હતી ! આ જ તો નર્મદાની વિશેષતા છે. એ ક્યારે વિરાટમાંથી વામન, દ્રુતમાંથી વિલંબિત, ઊંડીમાંથી છીછરી, પહોળીમાંથી સાંકડી કે નાજુક ને નમણીમાંથી લડાયક થઈ જાય, કંઈ કહી ન શકાય. એને શોર પસંદ છે, પણ કોમળ અને શાંત થતાં પણ વાર નથી લાગતી. બહુ અપ્રત્યાશિત છે આ નદી. આજે કંઈક, કાલે બિલકુલ બીજી.

અહીં નદીમાં એક વિશાળ ખડક એવો લાગતો હતો જાણે કોઈક પ્રાગૈતિહાસિક પશુ પૂંછડું દબાવીને બેઠું હોય. નજીક જવાથી ખબર પડી કે આ ખડક નથી પણ એક લાંબા સાંકડા ટાપુનો આરંભ છે.

જમોટી ગામ શું, ગામડુંય નથી. ગોવાળોના છ-સાત છાપરાં જ છે. દૂરના આ ભુલાયેલા વીસરાયેલા ગામડામાં ભાગ્યે જ કોઈ આવતું હશે. અહીં કોઈને ત્યાં રહેવાની જગ્યા નહોતી. ઘરના વાડામાં લોકો ઢોર બાંધે છે એટલે ત્યાં પણ જગ્યા નહોતી. ક્યાં જઈએ ?

એક ગ્રામીણે કહ્યું, 'આવો, જગ્યા બતાવું.'

એ અમને આંબલીના ઝાડ નીચે લઈ ગયો. 'અહીં રહો.'

ત્યાં છાણનો મોટો ઢગલો હતો અને અસંખ્ય માખીઓ બણબણતી હતી. અહીં કેમ સુવાય ?

'જગ્યા પસંદ નથી ?'

'નથી.'

'આવો, બીજી બતાવું.'

એ અમને આંબલીના બીજા ઝાડ નીચે લઈ ગયો ! આ જગ્યા પહેલી જગ્યા કરતાં કંઈક ઠીક હતી, પણ જ્યારે ઝાડની નીચે જ સૂવું છે, ત્યારે અમે અમારી પસંદનું ઝાડ શા માટે ન ચૂંટીએ ! એટલે અમે એક ત્રીજા ઝાડ નીચે રાતવાસો રાખ્યો. 'કરતલભિક્ષા, તરુતલવાસ.' કરતલભિક્ષાનો વારો તો હજી નથી આવ્યો, પણ તરુતલવાસ તો આજે છે જ.

રાતનો ત્રીજો પહોર હતો, બે પાડા લડ્યા. એક ભાગ્યો, બીજાએ એનો પીછો કર્યો. બંને મારા પગ પાસેથી ભાગ્યા. છૂંદાતો સહેજમાં બચી ગયો. ફિલ્મના પડદા પર જોઈને રોમાંચ થઈ આવે એવું દૃશ્ય હતું. ઓઢીપોઢીને પડ્યો હતો એટલે આ ભયંકર દૃશ્ય જોવામાંથી બચી ગયો. શું થયું એનું પૂરું ભાન થતાં તો ભયની ક્ષણ વહી પણ ગઈ. વૃદ્ધાવસ્થામાં જ્યારે પુત્રપરિવારથી વીંટળાયેલો બેઠો હોઈશ, ત્યારે અનાયાસે થઈ ગયેલું આ પરાક્રમ એમને જરૂર સંભળાવીશ !

સવારે ચાલ્યા. અહીંથી અમને ગાડાવાટ તો મળી, પણ થોડી વારમાં એ સાંકડી થતી થતી પગદંડીમાં ફેરવાઈ ગઈ અને આગળ જઈને એ પણ ગાયબ થઈ ગઈ. અમે અડાબીડ જંગલમાં ઘૂસી આવ્યા હતા. ક્યારેક આમ જતા, ક્યારેક તેમ, અને ભટકી ભટકીને પાછા ત્યાં જ આવી જતા. ક્યારેક તો એ જ ન સમજાતું કે અમે આગળ જઈ રહ્યા છીએ કે પાછા આવી રહ્યા છીએ !

અમારી ચારે બાજુ પોતાની પહોળી છાતી લઈને ગાઢ એકાંત જંગલ ઊભું હતું.

બહુ મુશ્કેલીએ એક કેડી મળી. ખૂબ દૂર સુધી ગયા બાદ ગાયોના ગળાની ઘંટડીઓનો અવાજ સંભળાયો. નાની ઘંટડીઓનો કોમળ સુરીલો અવાજ ! ત્યાં જરૂર કોઈક ગોવાળ હશે. એનાથી મારગ પૂછીશું.

ગાયોનું ધણ તો મળ્યું પણ એની સાથે કોઈ ગોવાળ નહોતો. તેમ છતાં આશા બંધાઈ કે ગાયો છે તો ગામ પણ હશે. ઠીકઠીક ચાલ્યા બાદ જંગલ પાંખું થવા લાગ્યું. અચાનક વૃક્ષોમાંથી નર્મદા દેખાણી. થોડી વારમાં નદીકિનારેના એક નાના શિવાલયે આવી પહોંચ્યા. બાજુમાં ઢાલેકોઠડા ગામ છે. આજે ખૂબ ભટક્યા હતા. થાકીને લોથ થઈ ગયા હતા.

એક નાની નદી અહીં નર્મદાને મળે છે. એ સંગમ પર છે આ નાનકડું શિવાલય. દૂર નર્મદાની વચ્ચે ઐરાવત જેવો એક ડુંગર દેખાઈ રહ્યો છે. નદીની રેતમાં દીપડાના પગનાં નિશાન હતાં. કુટીના બાબાએ કહ્યું કે રોજ રાતે દીપડો પાણી પીવા આવે છે.

પાછલા ત્રણચાર દિવસોથી રોજ વાદળાં થાય છે. આ વરસે અહીં વરસાદ બહુ ઓછો થયો છે. મોલ સુકાઈ રહ્યો છે. ખેડૂત બહુ આશાથી આકાશ ભણી જુએ છે, પણ વાદળ વરસતાં નથી. હવામાં બહુ બફારો છે.

આજે શરદપૂનમની રાત છે, પણ આજે નથી શરદ કે નથી પૂનમ. ઉનાળા જેવી ગરમી છે અને અમાસ જેવી કાળી રાત છે.

સવારે ઊઠ્યા ત્યારે ઝીણાં ઝીણાં ફોરાં પડવાં શરૂ થયાં હતાં, ભીની માટીની ફોરમ આવી રહી હતી. આજે નહીં જઈ શકીએ. અહીં જ રોકાશું.

સાંજ સુધી ઝરમર ઝરમર વરસાદ વરસતો રહ્યો. એ પછી રોકાઈ ગયો. સવારે જોયું, નદીની રેતીમાં દીપડાનાં પગલાં ઊઠી આવ્યાં હતાં. જાણે હમણાં જ તાજાં પાણી પીને ગયો હોય એવું દેખાતું હતું. રેતી જાણે નદીકાંઠેની વિઝિટર્સ બુક, એમાં દરેક યાત્રીનું નામ આપમેળે લખાઈ જાય.

સવારે આકાશ એકદમ સાફ થઈ ગયું – અરીસા જેવું. થેલા ઉપાડ્યા અને ચાલ્યા. ગીચ ઝાડીમાં કોઈ કેડી નથી. કિનારાની ચટ્ટાનો પરથી જ જવું પડશે. ક્યાંય ખેતર અથવા ગામનું નામનિશાન નથી. બંને કાંઠે માત્ર ચટ્ટાનો છે. નદી જાણે અનંત પથરાળ જંગલમાં થઈને વહી રહી છે.

ત્રીજે પહોરે અસિન્દર આવી ગયા. પાસે છે પુનાસા કૉલોની. અહીં પણ બસ ચટ્ટાનો જ ચટ્ટાનો છે. ચટ્ટાનો જાણે નર્મદાની ચારે બાજુ ઘેરો વાળીને ઊભી છે. કાલ સુધી નર્મદા વનબાલા હતી, હવે એ શૈલબાલા છે.

બંધ માટે આ સૌથી સારી જગ્યા છે. અહીં નર્મદા પર એક વિશાળ બંધ બંધાશે. એ બની જવાથી તરસી ધરતીને જીવનદાયી જળ મળશે અને એ ધનધાન્યથી લચી પડશે.

અહીં નદીકાંઠે એક કુટી ખાલી પડી હતી. રાત એમાં રહ્યા. સવારે ફરી ચટ્ટાનો પરથી ચાલ્યા. હવે ચટ્ટાનો બહુ વિકટ છે. ઊભી, ઊંચી અને કરાલ અને પાણી એને અડીને વહે છે. જરીક ચૂક્યા કે ગયા. બહુ સંભાળીને ચાલવું પડે છે. ક્યાંક પર્વતારોહીની જેમ જાળવીને ચડતા તો ક્યાંક ચોરોની જેમ હળવે પગલે ઊતરતા. ધોમધખતા તડકામાં તપી ગયેલી ચટ્ટાનોને લીધે પરસેવાથી નહાઈ ઊઠતા, પણ મનના ઉલ્લાસનું શું પૂછવું !

અને નર્મદા – કેવી લચીલી છે આ નદી ! કેવો રમણીય વળાંક લીધો છે એણે અહીં !

ચારે બાજુ ચટ્ટાનોની થપ્પીની થપ્પી ખડકી છે. એક જગ્યાએ ચટ્ટાનો તોરણની જેમ લહેરાતી ચાલી ગઈ છે. હવે પાણીની અડોઅડ ચાલવું સંભવ નથી. ઉપર ઝાડીમાંથી ગયા વિના છૂટકો નથી એટલે ઉપર ચડવા લાગ્યા. શ્યામલાલની પીઠ પર ભારે બોજ હતો, પણ એ તો સહેલાઈથી ઉપર પહોંચી ગયો. અનિલ પણ મારાથી આગળ હતો. છેવટે હું પણ ઠાગાઠૈયા કરતો પહોંચી ગયો. ઉપર ખૂબ ઘાસ હતું. છાતીપૂર જંગલી ઘાસનાં ડાભોડિયાં કપડાંમાં

ઘૂસી જઈને કાંટાની જેમ ભોંકાતાં. કેડી તો હતી જ નહીં એટલે ખાડાખૈયા ઓળંગતા ને ઊંચા ઘાસને વીંધતા આગળ વધતા હતા.

બહુ મુશ્કેલીએ એક કેડી મળી પણ એ અમને નર્મદાથી દૂર લઈ ગઈ. ગીચ ઝાડીમાં એક જ નાળાને સાત વાર પાર કરીને ચિકઢાલા પહોંચ્યા. ત્યાંથી અમને ટકારીની ગાડાવાટ મળી ગઈ. ગાડાવાટની બંને બાજુ અડાબીડ ઊભેલાં વૃક્ષોનું ગાઢ જંગલ હતું.

શ્યામલાલ કહે છે કે જંગલ ભગવાનના લગાવેલા બાગબગીચા છે.

એક ઝાડ નીચે છસાત ભીલ મોટા મોટા કુહાડા લઈને બેઠા હતા. તેઓ અમને ટકારીનો માર્ગ સમજાવવા લાગ્યા. ત્યાં એક ભીલ સ્ત્રી પોતાનાં બે બાળકોને લઈને આવી, 'લો, આ એ બાજુ જ જઈ રહી છે. એની સાથે જાઓ.'

આવા ઘનઘોર નિર્જન વનમાં આ સ્ત્રીને એકલી જતાં ડર નહીં લાગતો હોય ! અમે એની સાથે ચાલવા લાગ્યા. ચારે બાજુ એવી નિઃસ્તબ્ધતા હતી કે અમને લાગ્યું કે જાણે અમારા કાન કામ કરતા બંધ થઈ ગયા છે.

ટકારી બહુ દૂર હતું. પહોંચતાં સાંજ થઈ ગઈ. પણ નર્મદામાં ડૂબકી મારી એટલે થાક દૂર થઈ ગયો. ગામમાં છ-સાત છૂટાંછવાયાં ઝૂંપડાં જ છે. એક સ્ત્રીએ અમને આશ્રય આપ્યો. ઝૂંપડીમાં એ અને એના વૃદ્ધ પિતા હતાં.

સામાન રાખ્યો કે મોટામોટા ઉંદરો આવીને અમારા સામાન જોડે ગેલ કરવા લાગ્યા. એકાદ બેએ તો અમારા ઉપર પણ છલંગ લગાવી. રાત્રે સુવાશે કેમ ? સ્ત્રીએ કહ્યું, 'બહાર ખુલ્લામાં સૂવાનું રાખજો. ત્યાં હેરાન નહીં કરે. સામાન ઓશીકે રાખજો.'

મેં પૂછ્યું, 'તારો ધણી ક્યાં ?'

'એ અમારે ગામ છે. ત્યાં અમારી ખેતી છે. અહીં તો અમે ગાય-ભેંસ ચરાવવા આવ્યા છીએ. અહીં ઢોરોને સારો ચારો મળી રહે છે. ખૂબ દૂધ થાય છે. ઘી બનાવીને વેચીએ છીએ.'

'તારાં બાળકો પણ ઘરે છે ?'

એનું મોં કરમાઈ ગયું. ઊંડો નિસાસો નાખીને બોલી, 'મારે બે બાળકો હતાં, બાબા. બંને ગુજરી ગયાં.'

અજાણતાં જ મેં એની દુખતી રગને સ્પર્શ કર્યો હતો. એની સૂની ગોદની એને યાદ અપાવી દીધી હતી. આર્દ્ર વાણીમાં એ બોલી, 'સંતાન થવાની કોઈ ગોળી હોય તો આપો ને બાબા.'

કેવી અન્તર્વેદના હતી. મનને ભીંજવી જતું ઊંડાણ હતું. એ મારા ભણી જોઈ રહી હતી અને જવાબ માગી રહી હતી. એવો જવાબ, જે એના

જીવનમાં નવી આશા જગાવી શકે. આવામાં ચૂપ રહેવું ઠીક નહીં. હું સહસા બોલી ઊઠ્યો, 'તું દૂધ પીએ છે કે ચા ?'

'ચા.'

'બસ, આ જ તો ભૂલ છે. તારે ત્યાં આવડું દુઝાણું છે, છતાં તું ચા પીએ છે ? દૂધ પી દૂધ. તમે પતિ-પત્ની ખૂબ દૂધ પીઓ. ભગવાન સારાં વાનાં કરશે.'

'સચ ?'

'સચ, બેટી, સચ.'

એની આંખોમાં ચમક આવી. પ્રકાશનું કિરણ જાણે એને હાથ લાગ્યું.

હું અસત્ય બોલ્યો હતો. પરંતુ તે દિવસે પણ મને લાગ્યું હતું અને આજે પણ લાગે છે કે મારા આ અસત્યમાં પણ સત્ય છે.

સવારે ચાલ્યા. બપોર સુધી ધારાક્ષેત્ર પહોંચી જશું. આ કાંઠે ધારાક્ષેત્ર, સામે કાંઠે ધાયડીકુંડ. અહીં નર્મદામાં નાના નાના કેટલાય ધોધ છે. એનો અવાજ સંભળાવા લાગ્યો. લલચાયેલી અધીરતાથી આગળ વધવા લાગ્યા. થોડી વારમાં પ્રપાતો પાસે આવી પહોંચ્યા. અહીં મોટા શિલાખંડો સાથે અફળાઈને પાણી નિનાદ કરતું વહેતું હતું. એક હૃષ્ટપુષ્ટ પ્રપાત પાસે અડ્ડો જમાવ્યો. એમાંથી ઊડતાં જલબિંદુઓમાં ઇન્દ્રધનુષ દેખાઈ રહ્યું હતું. કેવું નાનું ઇન્દ્રધનુષ ! જાપાનમાં વિશાળ વૃક્ષોને નાના કદનાં કરીને કૂંડામાં ઉગાડે છે. આને બોનસાઈ કહે છે. નર્મદાએ અહીં જાણે પોતાના કૂંડામાં બોનસાઈ ઇન્દ્રધનુષ ઉગાડ્યું છે.

અમે કાનેથી જેટલું સાંભળી નથી રહ્યા, એથી વધુ લોભી આંખોથી જોઈ રહ્યા છીએ.

હવાની લહેરખીને લીધે ઇન્દ્રધનુષ ઝૂલતું જણાતું હતું. આ ઝૂલતા ઇન્દ્રધનુષની પાસે જ અમે અમારી રસોઈ બનાવી. શા ઠાઠ છે અમારા !

સામે કાંઠેના પ્રપાત મોટા છે પણ ચટ્ટાનોને લીધે અહીંથી દેખાતા નથી. પ્રપાતોની મધ્યમાં એક મોટા ખડક પર બેસીને એક માછીમાર જાળ ફેંકી રહ્યો હતો. હું વિચારતો હતો કે એ ત્યાં કેવી રીતે ગયો હશે ત્યાં તો બાજુમાં ઊભેલા એક માછીમારે છલંગ લગાવી દીધી ને ધસમસતી ધારાઓને ચીરીને એ જ ખડક પર પહોંચી ગયો !

માછીમારોએ અમને કહ્યું કે અહીંથી તમે નદીના કાંઠે નહીં જઈ શકો. દૂર સુધી ગયેલો કિલ્લાની દીવાલ જેવો ખડકાળ કાંઠો પણ જાણે અમને આ જ વાત કહી રહ્યો હતો – અહીં માણસનો પ્રવેશ નિષિદ્ધ છે.

ત્યાં એક ગ્રામીણ આવેલો. એણે કહ્યું, 'અહીંથી પુનાસા સુધી ગાડાવાટ ગઈ છે. તમે પુનાસા જાવ. ત્યાંથી ઇન્ધાવડી થઈને સાતમાત્રા જજો. ત્યાંથી ફરી નર્મદા મળી જશે.'

તો અમે હજી પુનાસાની આસપાસ જ ફેરફુદરડી ફરી રહ્યા છીએ ! પુનાસા જવાની અમારી અનિચ્છા જોઈને કહે, 'ચાલો, મારે ગામ ચાલો. મારે ત્યાં રહેજો. ત્યાંથી તમને ઇન્ધાવડી નજીક થશે.'

એની જોડે ઝાડીના ભયાનક વિજન પ્રદેશમાં થઈને સાંજે એના ગામ ભવરલા પહોંચ્યા. એના ઘરે જઈને આશ્ચર્યમાં ગરક થઈ ગયા. જિપ્સીઓ જેવા મોટા ઘેરના ઘાઘરા, રંગરંગની ચોલી, નાનીશી ઓઢણી અને બલોયાંવાળા હાથને લીધે એમની સ્ત્રીઓ કેવી આકર્ષક જણાતી હતી ! આ વણજારા હતા. જે ગ્રામીણ અમને અહીં લઈ આવ્યો હતો, એમાં વણજારાની એકે વિશેષતા નહોતી, પણ એમની સ્ત્રીઓએ પોતાનો પહેરવેશ એવો ને એવો જાળવી રાખ્યો હતો. આ ગામમાં આ નસલ ક્યાંથી આવી ટપકી હતી !

એક ચોગાનને ઘેરીને એમનાં છ-સાત ઘર હતાં. આજે અમે એમના અતિથિ હતા.

સવારે ચાલ્યા. ધોમધખતા તડકાને લીધે ઇન્ધાવડી પહોંચતા પરસેવે નહાઈ ઊઠ્યા. હમણાં ઉનાળો નહીં પણ શરદ છે. પણ સૂરજ જાણે આ વાત ભૂલી જ ગયો છે ને પૂરી તાકાતથી તપી રહ્યો છે. માત્ર આજનો દિવસ જ હતો કે જ્યારે આખો દિવસ નર્મદાનાં દર્શન નહોતાં થયાં. રાત ઇન્ધાવડીમાં રહ્યા.

બીજે દિવસે થોડી વારમાં સાતમાત્રા પહોંચી ગયા. અહીં પાછી નર્મદા મળી ગઈ. ઊંચા કાંઠા પરના ભગ્ન મંદિર પાસેથી હું જોવા લાગ્યો – ક્યાંય કાજલરાની દેખાય છે ! નર્મદાકાંઠેનું બસ આ એક જ ગામ છૂટી ગયું હતું, પણ ત્યાં ગીચ ઝાડી સિવાય કંઈ દેખાતું નહોતું, લોકો પણ ક્યાં ક્યાં પોતાના માળા બાંધી લે છે !

અહીંથી કિનારે કિનારે ચાલ્યા. કેટલેય ઠેકાણે ચટ્ટાનો બહુ વિકટ હતી અને લાગતું કે હવે આગળ નહીં જઈ શકાય. પણ શ્યામલાલ ક્યાંક ને ક્યાંકથી માર્ગ ખોળી જ લેતો.

કાવેરીસંગમ પહોંચતા બપોર થઈ ગયા. હવે ઓંકારેશ્વર પાસે જ છે.

થોડી વારમાં માંધાતા આવી ગયા. ઠીક સામે છે ઓંકારેશ્વર – નર્મદાકાંઠાનું સૌથી મોટું તીર્થ. ઓંકારેશ્વર સાવ સામે છે, બે મિનિટનોય રસ્તો નથી, પણ નર્મદાના ટાપુ પર હોવાને કારણે પરકમ્માવાસી ત્યાં જઈ ન શકે.

ઓંકારેશ્વર – કેટલું પાસે અને છતાં કેટલું દૂર !

માંધાતા નાનું ગામ છે. ઘર ઓછાં ને ધર્મશાળા વધુ. અમે એક ધર્મશાળામાં રહ્યા. અહીં કાલે પણ રહીશું. બાર દિવસના વનવાસ બાદ આરામનો એક દિવસ માણી શકાય છે.

૧૩. ઓંકારેશ્વરથી ખલઘાટ

સવારે વિષ્ણુપુરી ઘાટ પર બેઠો હતો. સવારનો કુમળો તડકો બહુ સારો લાગી રહ્યો છે. સામે છે ઓંકારેશ્વર – પહાડી નદીનું પહાડી તીર્થસ્થાન. નર્મદા અહીં જાણે ગર્ભસ્થ શિશુ જેવી જણાય છે. સાંકડી નર્મદાની બંને બાજુ ઊભા પથરાળ ખડકો છે. અહીં માંધાતા, સામે ઓંકારેશ્વર અને વચ્ચે અલસ ગતિથી વહેતી શાંત, નીરવ નર્મદા. વહેતી છતાં નદી થંભી ગયેલી જણાય છે.

સુદૂર કેરળથી આવીને બાળક શંકરે અહીં ગુરુ ગોવિંદપાદના આશ્રમમાં રહીને વિદ્યાભ્યાસ કર્યો હતો. તેઓ આપણા દેશના સર્વશ્રેષ્ઠ પરિવ્રાજક છે. ભારતની ભાવનાત્મક એકતા માટે એમણે જે કર્યું એ અનુપમ છે. આવા આદ્ય શંકરાચાર્યની પાવન સ્મૃતિ આ ઓંકારેશ્વર સાથે સંકળાયેલી છે. વળી કમલભારતીજી, રામદાસજી અને માયાનંદજી જેવા સંતોના આશ્રમ પણ અહીં હતા. આજે પણ નવાનવા આશ્રમ બનતા જાય છે. નર્મદાકાંઠેનું આ સૌથી મોટું તીર્થ છે. પરકમ્માવાસીઓ પરિક્રમાના અંતે જ્યારે અહીં આવીને જળ ચડાવે, ત્યારે જ એમની પરિક્રમા પૂર્ણ થયેલી ગણાય.

નર્મદાકાંઠેનાં નાનામાં નાનાં તૃણ અને નાનામાં નાના કણ કોણ જાણે કેટલાય પરિવ્રાજકો, ઋષિમુનિઓ અને સાધુસંતોની પદધૂલિથી પાવન થયાં હશે. કેટલાય સાધકોએ એમની સાધનાથી નર્મદાતટને પાવન કર્યો હશે અને સંસ્કૃતિનું અજવાળું ફેલાવ્યું હશે. અહીંનાં વનોમાં અગણિત ઋષિઓના આશ્રમો રહ્યા હશે. ત્યાં એમણે ધર્મ પર વિચાર કર્યો હશે, જીવનની ગૂંચો ઉકેલી

હશે અને સંસ્કૃતિની સ્વરલહરી સંભળાવી હશે. આપણી સંસ્કૃતિ આરણ્યક સંસ્કૃતિ રહી. પણ હવે ? હવે આપણે એ પાવન વનોને કાપી નાખ્યાં છે અને પશુપક્ષીઓને હાંકી કાઢ્યાં છે અથવા મારી નાખ્યાં છે. ધરતી સાથે આ કેવો વિશ્વાસઘાત છે !

એક ભાવિક સ્નાન માટે આવ્યો. મેં કહ્યું, 'નર્મદા અહીં કેટલી સાંકડી થઈ ગઈ છે !'

'નર્મદાની આ એક ધારા છે. બીજી ઓંકારેશ્વરની પાછળ છે.'

'હા, કાવેરી સંગમ નજીક અમે એને બે ધારાઓમાં વહેંચાતી જોઈ હતી.'

'કહે છે કે કાવેરી નર્મદાને મળી પણ થોડી વારમાં બંને વચ્ચે ઝઘડો થઈ ગયો એટલે કાવેરી નર્મદાથી નોખી થઈ ગઈ. ઓંકારેશ્વરની આ બાજુ છે એ નર્મદા, પેલી બાજુ છે એ કાવેરી.'

'બંને ફરી મળે છે કે નહીં ?'

'જ્યાં આ ઓંકારેશ્વરનો ટાપુ ખતમ થાય છે, ત્યાં બંને ફરી મળે છે. નર્મદાએ આખરે નાની બેનને મનાવી લીધી. એટલે અસલી કાવેરીસંગમ પછીનો છે, પહેલો નહીં.'

પહેલાં આગમન, પછી બહિર્ગમન અને છેલ્લે પુનરાગમન ! કલ્પના મજાની છે !

અહીં બેઠોબેઠો સામેનો ઘાટ જોઈ રહ્યો છું. ત્યાં ન જઈ શકવાનું કોઈ દુ:ખ નથી કેમ કે ઓંકારેશ્વર હું બે વાર આવી ગયો છું. પણ અનિલ અને શ્યામલાલને કહ્યું કે તમે જરૂર જઈ આવો. હોડીથી જજો, પુલથી આવજો.

અહીંથી મોરટક્કા. ત્યાં સુધી સડક જાય છે. પણ અમે સડકથી નહીં જઈએ, નદીના કાંઠે જ જઈશું.

બપોરે નીકળ્યા. પણ થોડી વારમાં જ સમજી ગયા કે બપોરે નીકળીને ભૂલ કરી. સૂરજ સામે રહે છે. ચટ્ટાનો ભઠ્ઠીની જેમ તપી ગઈ છે અને શ્યામલાલ ઉઘાડે પગે છે. પણ એ તો કદાચ ધગધગતા અંગારા ઉપર પણ ચાલી શકે એવો ખડતલ છે.

અમને એમ કે ઓંકારેશ્વરની ઝાડી ખતમ થઈ ગઈ, પણ હજી ખતમ થઈ નથી. મોરટક્કા સુધી ગઈ છે. ક્યારેક પથરાળ ખડકો પર ચડતા ઊતરતા, ક્યારેક ઝાડીમાં અટવાતા તો ક્યારેક સામા કાંઠાની પર્વતમાળાથી આવતી હવાની લહેરખી માણતા આગળ વધી રહ્યા હતા. વચ્ચેવચ્ચે રોકાઈ જતા, પરસેવો લૂછતા ને ફરી આગળ વધતા.

સાંજે મોરટક્કાના ખેડીઘાટે પહોંચ્યા. અહીં નર્મદા પર સડકનો પુલ છે. બાજુમાં રેલનો પુલ પણ છે. રાત અહીં રહ્યા.

સવારે ઊઠતાં જ અનિલે કહ્યું, 'જરા ઉપર જુઓ !'

મધ્ય આકાશમાં અડધો ચંદ્ર હતો. મેં કહ્યું, 'સૂરજના હિસાબે અત્યારે સવાર છે, પણ ચંદ્રના હિસાબે અત્યારે બપોર છે !'

અનિલ માટે આ વિસ્મયની વાત છે પણ હું તો ચંદ્રની કિસમકિસમની કરામત જોઈ ચૂક્યો છું. ક્યારેક પૂર્ણકુંભ તો ક્યારેક બારીક તેજરેખા, એનો વળાંક ક્યારેક સવળો તો ક્યારેક અવળો, ક્યારેક ઊગતાંની સાથે આથમવાની તૈયારી કરતો હોય તો ક્યારેક અડધી રાતે ગાયબ હોય ને ભરબપોરે બિરાજ્યો હોય ! આ રમતારામનું ભલું પૂછવું !

જ્યારે ચંદ્ર આ બધું કરી શકે છે ત્યારે એક કરામત એણે હજી બતાવવી જોઈતી હતી. સૂર્યોદય અને સૂર્યાસ્તને લીધે પૂર્વ અને પશ્ચિમ દિશાઓની રંગછટા જોવા જેવી છે. ઉપેક્ષિત રહી જાય છે ઉત્તર અને દક્ષિણ. કેવું સારું જો ચંદ્ર ઉત્તરમાં ઊગે અને દક્ષિણમાં આથમે !

ચંદ્રનો આવો અ-પૂર્વ ઉદય જોઈને સૂર્ય પણ નિર્-ઉત્તર રહી જાત !

અહીંથી માર્ગ સહેલો છે. ઝાડી ખતમ. નદીના કાંઠે કાંઠે આગળ વધ્યા. સાંજે ટોકસર પહોંચ્યા, પણ ગામમાં ન રહ્યા. આગળ નદીકાંઠે ગોમુખ બાવડી છે. રાત ત્યાં રહ્યા.

સવારે ચાલ્યા. થોડી વારમાં કાંકરિયા આવી ગયા. નદીકિનારે ખંડેર જેવી ધર્મશાળા હતી. ઉપર છાપરું નહોતું રહ્યું, બારીમાં પણ માત્ર ફ્રેમ બચી હતી. બારીની આ ફ્રેમમાંથી ઘાટ પરની પનિહારીઓ એવી દેખાતી હતી જાણે હું રંગીન ટી.વી. જોઈ રહ્યો હોઉં ! જો ફ્રેમની નજીકથી જોઉં તો ક્લોઝ અપ દેખાય ને પાછળ હટીને જોઉં તો લૉન્ગ શૉટ દેખાય ! આવો લાઈવ ટેલિકાસ્ટ તો સંસારનો શ્રેષ્ઠ ટી.વી. સેટ પણ ન આપી શકે.

બપોરે રાવેર પહોંચ્યા. અહીં નદીકાંઠે પેશ્વાનું સ્મારક છે. ત્યાં એક ઝાડની નીચે રસોઈ બનાવી. જ્યાં સુધી ઓંકારેશ્વરની ઝાડીમાં હતા, ત્યાં સુધી ઇંધણની કોઈ કમી નહોતી. પણ હવે બળતણ મળવું બહુ મુશ્કેલ થઈ ગયું છે. જેમ તેમ થોડું મળ્યું. બાકીનું હું દૂર નદીકાંઠેથી વીણી લાવ્યો. બાદમાં ખબર પડી કે એ ચિતાનાં લાકડાં હતાં.

સાંજે બકાવા. અહીં નદીકાંઠે એક ચબૂતરો છે. આજનો રાતવાસો આ ચબૂતરા પર છે. અહીંથી એક સાંકડી પથરાળ સડક નર્મદાના મધ્ય સુધી જાય છે. સ્વચ્છ પાણી ભરવા માટે આ સૌથી સારી જગ્યા છે. એટલે અહીં પનિહારીઓની ભીડ લાગી રહે છે. પાણીની સપાટીથી સહેજ ઉપર આવેલા આ જલપથ પર જતી પનિહારીઓ જલપરી જેવી જણાતી હતી. તેમ છતાં આ કોઈ જલપરીઓ નહોતી. આ તો છે શ્રમબાલાઓ, કઠોર શ્રમ કરતી ગ્રામનારીઓ. પણ આ શ્રમ એવો છે કે જે રમત બની ગયો છે. હસતી રમતી, ઠઠ્ઠા મશ્કરી કરતી સ્વસ્થ સુડોળ નારીઓને જણાતું જ નથી કે એમના

માથા પર ભારે બોજ છે. ઉઘાડે પગે ને ખરબચડા પથરા પર તેઓ એમ જઈ રહી છે, જેમ શહેરની છોકરીઓ પિકનિકમાં જાય છે.

શ્રમનો આ કેવો ઉત્સવ છે !

સવારે આ નાના ગામથી વિદાય લેતી વેળા આ પાવન દૃશ્યને મેં પાછળ વળીવળીને જોયા કર્યું.

આગળ આવ્યું મર્દાના. આ ગામ કંઈક મોટું હતું. એકબે દુકાનો પણ હતી. અનિલ અને શ્યામલાલ એક દુકાનેથી ખરીદી કરવા લાગ્યા. હું ગલીને નાકે ઊભો હતો. ત્યાં એક વૃદ્ધ બેઠા હતા. એમણે કહ્યું, 'તમે અનાજ શા માટે ખરીદી રહ્યા છો ? મારે ત્યાં સદાવ્રત આપવામાં આવે છે, ચાલો.' તોળાઈ ગયેલો સોદો દુકાનદારે ખુશીથી પાછો લઈ લીધો.

'આ સદાવ્રત ક્યારથી ચાલે છે ?'

'પંચોતેર વર્ષથી. પંચોતેર વર્ષ પહેલાં મારો જન્મ થયો હતો. એની ખુશીમાં મારા પિતાએ આ શરૂ કરેલું તે આજ સુધી ચાલ્યું આવે છે. મેં મારી બધી જમીન ચારે દીકરાઓમાં વહેંચી દીધી છે, પણ બે એકર જમીન સદાવ્રત માટે જુદી રાખી છે. હું નહીં રહું પણ સદાવ્રત રહેશે.'

જિંદગી તો કુલ એક પેઢીની હોય છે, પણ ભલાઈનું કામ પેઢી દર પેઢી ચાલતું રહે છે.

સાંજે ભટિયાન પહોંચ્યા. નર્મદાના રેતાળ કાંઠા પર આવેલું નાનું ગામ. નદીકાંઠે કેટલાંય વૃક્ષો છે. એક વૃક્ષ નીચે એક પાકી નાની ધર્મશાળા છે. એમાં એક દૂબળાપાતળા સાધુ રહે. માત્ર લંગોટી પહેરે. દિવસે બેસે નહીં. ઊભા રહે અથવા બહાર વૃક્ષમાં એક ઝૂલો બનાવ્યો છે, એનાથી અઢેલીને અધ્યયન કરે. ગામલોકો એમને ખૂબ જ ચાહે છે. છેલ્લાં ત્રીસ વર્ષોથી અહીં છે. અમને બહુ પ્રેમથી આવકાર્યા. રહેવા જગ્યા કરી આપી.

એમની સાથે વાતો થવા લાગી તો હું વરતી ગયો કે એમની માતૃભાષા ગુજરાતી છે. પછી તો ગુજરાતીમાં જ વાતો થવા લાગી. મેં કહ્યું, 'આટલાં વર્ષો બાદ પણ તમે ગુજરાતી ભૂલ્યા નથી ?'

'માતૃભાષા શેં ભુલાય !'

તેઓ એક ચોપડો લઈ આવ્યા. એમાં એમણે કોઈક ધાર્મિક ગ્રંથની નકલ કરી હતી. હિંદી ગ્રંથને એમણે ગુજરાતી લિપિમાં ઉતાર્યો હતો. દેવનાગરી અને ગુજરાતી લિપિમાં ઝાઝું અંતર નથી. તેમ છતાં એમને બચપણમાં શીખેલી લિપિમાં લખવું જ વધુ ફાવ્યું હતું.

સવારે અમે ચાલવા લાગ્યા તો બહુ પ્યારથી બોલ્યા, 'આવજો !'

આ નાનકડો પણ પ્રેમભીનો શબ્દ એમના મોંએથી વધુ મીઠો લાગ્યો. ઘડીભરને માટે જાણે તેઓ સંન્યાસી મટીને ગૃહસ્થ બની ગયા છે અને વિદાય લેતા મહેમાનોને કહી રહ્યા છે, 'આવજો !'

આગલો પડાવ મર્કટીતીર્થ. નિર્જન એકાંતમાં વેદા અને નર્મદાના સંગમ પરની ટેકરી પર એક મંદિર છે. બાજુમાં પડુંપડું થતી ધર્મશાળા છે. એમાં રહ્યા. મંદિરમાં એક યુવાન પૂજારી અને એની મા છે. પૂજારી નહાવા ગયો, ત્યારે એની માએ કહ્યું, 'આજથી ત્રણેક વરસ પહેલાં અચાનક આ ઘરેથી ચાલ્યો ગયો. ખૂબ ગોત્યો પણ ક્યાંય ન મળ્યો. લગભગ એક વરસ બાદ અમરકંટકથી કાગળ આવ્યો કે હું નર્મદા-પરિક્રમા પર નીકળી ગયો છું, મારી વાટ ન જોતા. પણ માનું હૈયું છે ને ! મનમાં થતું કે પરિક્રમા પૂરી કરીને ઘરે પાછો આવી જશે. પણ પરિક્રમા કરતાં કરતાં એણે તો ભેખ લઈ લીધો.'

એક નિસાસો નાખીને એણે કહ્યું, 'લગભગ પંદર વરસની ઉંમરે એની સગાઈ કરી દીધેલી. છોકરીના બાપે સાત વરસ સુધી રાહ જોઈ. છેવટે અમે એની ઘરે પાછા ફરવાની ઉમેદ છોડી દીધી, ત્યારે ગયે વરસે જ એમણે પોતાની દીકરીનાં લગ્ન બીજે કર્યાં. એ છોકરી જોડે મારે કેવી માયા બંધાઈ ગઈ હતી !'

ચૂલાની આગ સંકોરતાં એણે આગળ ચલાવ્યું, 'બહુ એકાંત છે અહીં, પાસે કોઈ ગામ નથી. હું અને મારો દીકરો, બસ બે જ જણ. એ તો આખો દિવસ પૂજાપાઠમાં લાગ્યો રહે છે પણ મારો સમય નથી નીકળતો. અહીં રહું તો ઘરની યાદ આવે ને ઘરે જાઉં તો આની ચિંતા થયા કરે.'

બિચારી મા ! એના મનના બે ટુકડા થઈ ગયા હતા. એક અહીં હતો, બીજો ઘેર રહી ગયો હતો.

વળી કહે, 'કાલે રાત્રે અહીં બે મોંવાળો સાપ નીકળ્યો હતો. હું તો ખૂબ જ ડરી ગઈ. બહુ મુશ્કેલીએ બહાર કાઢ્યો.'

રાત્રે બહાર ખુલ્લામાં સૂતા. આકાશ સાફ હતું અને રાત સોહામણી હતી. તારા એટલા નજીક જણાતા હતા કે હાથ લંબાવો ને અડી લો.

સવારે નીકળીને બપોરે નાવડાટોડી પહોંચ્યા. સામે કાંઠે છે મહેશ્વર -- રાણી અહલ્યાબાઈનું નગર. અહલ્યાબાઈ નર્મદાનાં પરમ ભક્ત હતાં. પરમ દાનવીર અને પ્રજાનાં પ્રેમાળ હતાં. આખા દેશમાં એમણે કેટલાય ઘાટો ને મંદિરો બંધાવ્યાં. કૂવા ખોદાવ્યા. ધર્મશાળાઓ બંધાવી. ગરીબોનાં દુઃખ નિવાર્યાં. મહેશ્વરમાં એમનાં બનાવેલાં મંદિરો અને ઘાટ આ કાંઠેથી ખૂબ સુંદર લાગી રહ્યાં હતાં.

નાવડાટોડીમાં અમારી ધર્મશાળાના એક ખૂણે એક ભિક્ષુક બાઈ રોટલા ઘડી રહી હતી. થોડી વારમાં એણે રોટલાનો ઢગ ખડકી દીધો. કહે, 'આ રોટલા કૂતરા માટે છે. અહીં એક બાબા રહે છે. સામે પેલી ચાની છાપરી છે ને, એમાં જ રહે છે. પહેલાં સરકારી નોકર હતા. હવે રિટાયર થઈ ગયા છે. સારું પેન્શન મળે છે. પોતાનું પૂરું પેન્શન કૂતરાં પાછળ ખર્ચ કરે

છે. એમના જ કહેવાથી હું આ રોટલા ટીપું છું. મને આના પૈસા આપે છે. આ ગામ તો શું, આજુબાજુના લોકો પણ એમને ખૂબ ચાહે છે.'

એમને જઈને મળ્યા તો છાપરીમાંનો બાંકડો બતાવીને કહે, 'આ બાંકડો એ મારું ઘર ને આ થેલો એ મારી ઘરવખરી. ગામનાં કૂતરાં-ગલૂડિયાં એ મારાં સ્વજન.' પછી બોલ્યા, 'માણસોથી કૂતરાં સારાં.'

જીવનના કયા કટુ અનુભવે એમના મનમાં માણસજાત પ્રત્યે આવી નફરત પેદા કરી હશે ?

'દેવી-દેવતામાં મારો વિશ્વાસ નથી. સાધુ-સંતો પર પણ નથી. બહારથી ધર્માત્મા હોવાનો ઢોંગ કરતા લોકોને ઉપરથી નીચે સુધી ગંદકીમાં ડૂબેલા જોઈ ચૂક્યો છું. એક નર્મદાને માનું છું. મને એ હરઘડી દેખાવી જોઈએ. વરસાદમાં પૂરનું પાણી જ્યાં સુધી આ બાંકડાને અડે નહીં, ત્યાં સુધી હું ખસું નહીં. નર્મદા વિના હું રહી જ ન શકું.'

પછી હસીને કહે, 'આ ગામના લોકોએ મને ખૂબ પ્યાર આપ્યો છે. જ્યારે મરીશ ત્યારે મારી એવી સ્મશાનયાત્રા નીકળશે કે કોઈ મોટા નેતાનીય શું નીકળશે. દુઃખ એ વાતનું છે કે એ જોવા હું જીવતો નહીં હોઉં !'

બહુ ફક્કડ માણસ છે. પોતાની જ મસ્તીમાં મગ્ન.

સવારે જ્યારે નીકળ્યા ત્યારે મનમાં સહસ્રધારા જોવાની ઉત્કંઠા લઈને ચાલ્યા. મંડલાની સહસ્રધારા ઘણી વાર જોઈ છે. મહેશ્વર પાસેની આ મોટી સહસ્રધારા પહેલી વાર જોઈશ.

શોર સંભળાવા લાગ્યો. ચાલ તેજ થઈ ગઈ. જોતજોતામાં સહસ્રધારા આવી પહોંચ્યા. નર્મદા અહીં ખૂબ ફેલાઈ ગઈ છે. પોતાની હજારો ધારાઓને એણે અહીં રમતી મેલી છે. જળધારાઓની કેવી ફૂલગૂંથણી ! અને નાના નાના ટાબરિયા પ્રપાતોનો શો કલબલાટ ! એકમેકમાં ગૂંથાયેલી આડીઅવળી જળધારાઓથી અહીં નર્મદાએ જાણે ઝીની ઝીની બીની રે ચદરિયા !

પાણીની ચાદર ! જળધારાના તાણાવાણા ! ચટ્ટાનોની સાળ ! આવી ચાદર તો બસ નર્મદા જ વણી શકે અને આવી ચાદર તો બસ ધરતી જ ઓઢી શકે.

આ ધારા શબ્દ પણ નર્મદા સાથે ખૂબ સંકળાયેલો છે. અમરકંટકથી નીકળતાં જ કપિલધારા અને દૂધધારા. મંડલાની સહસ્રધારા. બરમાનઘાટની શતધારા. ઓંકારેશ્વર પાસે ધારાક્ષેત્ર અને મહેશ્વર પાસે ફરી સહસ્રધારા. કેવી ધારાપ્રવાહ નદી છે આ !

જ્યાં જ્યાં ધારા શબ્દ આવ્યો છે, ત્યાં ત્યાં ધોધ જરૂર છે. ચાહે કપિલધારા જેવો ઊંચો હોય, ચાહે સહસ્રધારાનાં પતંગિયાં જેવા આ નાના ધોધ હોય. જબલપુરના ધુઆંધારમાં ધારા શબ્દ આવતાં આવતાં રહી ગયો. જોકે ધાર એ ધારાનો જ અનુજ છે.

પણ હવે ચાલવું જોઈએ. તડકો તેજ થઈ ગયો છે. આગળનો માર્ગ કઠણ છે. થોડી વાર માટે કાંઠો છોડવો પડશે.

ચાલતાં ચાલતાં એક ઊંચી ભેખડ પર આવ્યા. આ ઊંચા ઝરૂખેથી સહસ્રધારાના પેલા શ્વેત શિશુપ્રપાતો એકસાથે દેખાઈ રહ્યા છે. શિશુ શું, એકદમ દૂધપીતાં, ધાવણાં. એમના મોં પરથી દૂધ હજી સુકાયું જ ક્યાં છે !

ઢાલખેડામાં રાઘવાનંદજીના આશ્રમમાં રહ્યા. અહીં કોઈકે અમને કહ્યું કે સામે નર્મદામાં પેલો જે ટાપુ દેખાઈ રહ્યો છે ને, એમાં એક ફ્રેન્ચ યુગલ છ માસ સુધી રહ્યું. ચોમાસું આવ્યું ત્યારે સામે કાંઠે ગયું. થોડા સમય પહેલાં જ ફ્રાંસ પાછું ગયું.

એવી કઈ રેશમડોર હશે કે જે સાત સાગર પારના યુવાન યુગલને આ સૂમસામ ટાપુ પર ખેંચી લાવી હશે – સૌંદર્યપિપાસુ મન, એકાંત સાધનાની ઝંખના કે પશ્ચિમની અશાંતિમાંથી દૂર જઈને પૂર્વની શાંતિમાં ડૂબકી લગાવવાની પ્રબળ ઇચ્છા ? એ જે હો તે, મારે માટે આટલું બસ છે કે નર્મદાને પ્યાર કરનારા સુદૂર ફ્રાન્સ સુધી ફેલાયેલા છે.

ટાઢ નથી. બહાર ખુલ્લામાં જ સૂતા. આ વેળાની યાત્રામાં નર્મદામાં એટલા ટાપુ જોયા છે કે સૂતાં સૂતાં આકાશગંગાને જોવા લાગ્યો તો મને એમાં પણ કેટલાય ટાપુ દેખાવા લાગ્યા !

સવારે ચાલ્યા. આજે દિવાળી છે. બપોર સુધી સાટકસંગમ પહોંચી જઈશું. ત્યાં નર્મદાનો પ્રસિદ્ધ ખલઘાટ પુલ છે. ત્યાં યાત્રા સમાપ્ત કરશું.

ખલઘાટનો પુલ દેખાવા લાગ્યો. થોડી વારમાં અમે સાટકસંગમે આવી પહોંચ્યા. સાટક સાવ નાનો વહેળો છે, પણ એ પાર કરતાં એક નાટક થયું. સાટકમાં એક નાનો સુંદર પ્રપાત. એ જોતાંજોતાં હું પાણીમાં ઊતર્યો. ઊતર્યો કે લીલવાળા પથ્થર પરથી લપટીને પડ્યો ! માંડ માંડ ઊભો થયો કે બીજી વાર પડ્યો ! સાટકે પોતાના અંકમાં મને બે વાર લીધો એટલે આ નાટક એકાંકી ન રહેતાં દ્વિઅંકી થઈ ગયું !

બાજુમાં જ મંદિર છે. મંદિરની બાજુમાં ખલઘાટનો પુલ છે. જૂનો પુલ તો જર્જર થઈ ગયો છે, પણ બાજુમાં જ શાનદાર નવો પુલ છે. મંદિરની દેખરેખ એક મહારાષ્ટ્રીયન બાઈ કરે છે. માતાના વહાલથી અમને આવકાર્યા. મેં કહ્યું, 'અમારી આ વેળાની યાત્રા અહીં પૂરી થાય છે. કાલે સવારે ઘરે પાછા જશું. આવતે વરસે ફરી અહીં આવશું ને દશેરાથી આગળ વધશું.'

'આગળ શૂલપાણની ઝાડી આવશે. એના વિષે તો તમે સાંભળ્યું જ હશે.'

સાંભળ્યું કેમ નથી ! કેટલાય પરકમ્માવાસીઓ પાસેથી કેટલીય વાતો સાંભળી છે. ઝાડીમાં તીરકામઠાં લઈને ભીલો આવે ને બધું લૂંટી લે.

પરકમ્માવાસી પાસે છેવટે રહે લંગોટી ને તુંબડી ! પણ આ જ વાતોએ તો અમારા મનમાં ઝાડી પ્રત્યે વિશેષ આકર્ષણ જગાડ્યું છે.

'રાજઘાટથી ઝાડી શરૂ થાય છે. તમારી પાસે આવડો બધો સામાન છે. એમાંથી કંઈ નહીં બચે. ભીલો તમારાં કપડાં ને ચશ્માં સુધ્ધાં ઉતારી લેશે.'

લંગોટીભેર રહી લઈશ, પણ જો મારી સ્કેચબુક લઈ લે, ચશ્માં લઈ લે, તો તો જાણે મારાં કવચકુંડળ જ ઉતારી લીધાં ! વળી ઉઘાડે શરીરે ટાઢ કેમ સહન થશે ?

મને કંઈક ચિંતામાં જોઈને એણે કહ્યું, 'એક કામ કરો, ઝાડીમાંથી ન જાવ. બહાર બહારથી નીકળી જાવ.'

ના, હરગિજ નહીં ! ઝાડીમાંથી જ જઈશું, ગમે તે થાય. હા, એક કામ કરીએ. દિવાળીની રજાને બદલે ઉનાળાની રજાઓમાં ચાલીએ. ઉનાળામાં ઉઘાડા ડિલે રહી લેવાશે, પણ ટાઢ સહન નહીં થાય. અનિલ અને શ્યામલાલ તો આ યાત્રા માટે ખડે પગે તૈયાર છે. મને પણ થાય છે કે હવે તો વહેલો આવે ઉનાળો !

'હવે અમે દશેરા સુધી રાહ નહીં જોઈએ. ઉનાળામાં આવશું ને ઝાડીમાં ઝંપલાવશું !'

રાતનું અંધારું પાણીમાં ઊતરી આવ્યું હતું અને કાજળ જેવું કાળું થઈ ગયું હતું. પથારીમાં પડ્યો પડ્યો ને તારા જોતો જોતો હું ગણગણતો હતો :

જટાજૂટ વધારશું જી
ભિક્ષા માગીને ખાશું જી
નિર્ધન નિર્વસ્ત્ર થાશું જી
પણ ઝાડીમાંથી જાશું જી !

૧૪. ખલઘાટથી બોરખેડી

લો, મા નર્મદે, લગામ તોડાવીને હું પાછો આવી ગયો !

અહીંથી ગયે પૂરા છ મહિનાય નથી થયા કે પાછા આવી ગયા. સાટકસંગમના મંદિરની મહારાષ્ટ્રીય મહિલાએ અમને આવકાર આપતાં કહ્યું, 'હું વિચારતી જ હતી કે તમે હજી સુધી આવ્યા કેમ નહીં. પણ તમારો ત્રીજો સાથી ક્યાં ?'

'કોણ અનિલ ? એની પરીક્ષા ચાલી રહી છે એથી ન આવી શક્યો.'

'પણ તમે આટલો બધો સામાન લઈને કેમ આવ્યા ? ઝાડીમાં ભીલો બધું લૂંટી લેશે. તમારાં કપડાં સુધ્ધાં ઉતારી લેશે.'

એ ઠીક જ કહી રહી હતી. પણ સાવ જરૂરી સામાન જ લીધો હતો. આઠેક દિવસનું સીધું, દસેક દિવસનો નાસ્તો, થોડાં વાસણ, શેતરંજી, બે ચાદર, કપડાંની બે જોડ, ટુવાલ અને થોડી બીજી પરચૂરણ ચીજો. બસ, આ જ હતી અમારી ઘરવખરી. આ વેળા સ્ટવ નહોતો લીધો. દાઢી કરવાનો સામાન પણ નહોતો લીધો. વળી ઝાડી અહીંથી લગભગ સો કિલોમીટર પછી શરૂ થશે. ત્યાં સુધી તો કંઈક આરામથી રહી લઈએ.

૧૯ મે, ૧૯૮૫. સવારના પહેલા ઉજાસમાં સાટકસંગમથી નીકળી પડ્યા. પાસે જ ખલઘાટનો જૂનો પુલ છે. જરા આગળ નવો પુલ છે. મુંબઈ-આગ્રા રાજમાર્ગ આ પરથી જાય છે, એટલે વાહનોની ખૂબ અવરજવર રહે છે.

તેજ લૂ વાતી હતી. એક તો ઉનાળાના દિવસો, તેમાં પશ્ચિમી નિમાડની ભયંકર ગરમી. થોડી વારમાં પરસેવે નહાઈ ઊઠ્યા.

રાતવાસો ગ્યારહલિંગીના મંદિરમાં કર્યો. એકાંત સ્થળ. મંદિરમાં એક સ્વામીજી ઊતર્યા હતા. જ્યારે મેં એમને કહ્યું કે અમે ઝાડીમાંથી જઈશું તો તેમણે કહ્યું, ‘ભૂલા પડી જશો. ભટકી જશો. મહિનાઓ લાગી જશે.’

‘ઝાડી કુલ એંશી માઈલની છે. હવે તો એટલીય નથી રહી. મહિનાઓ કેવી રીતે લાગી જશે ?’

‘તમારું ગણિત કાંઈ કામ નહીં આવે. નૌ દિન ચલે અઢાઈ કોસ કહેવત યાદ આવશે. ભૂખ અને તરસના લીધે પ્રાણ કંઠે આવશે. ભીલો તમારાં ચશ્માં સુધ્ધાં ઉતારી લેશે. વળી તમે તો એટલો બધો સામાન લઈને ચાલ્યા છો કે મારાય મોંમાં પાણી આવી રહ્યું છે. ક્યાંક એવું ન થાય કે ઝાડી શરૂ થાય એ પહેલાં જ તમને કોઈ લૂંટી લે.’

ત્યાં સુધી નર્મદાતટની લગભગ ૧,૪૦૦ કિ.મી.ની પદયાત્રા કરી ચૂક્યો હતો. જો આ સ્વામીજી મને શરૂમાં જ મળ્યા હોત તો મેં કદાચ ઘરેથી જ નીકળવાની હિંમત ન કરી હોત.

પોતાના ભક્તોની જોડે એ પાસેના ગામે રાતવાસો કરવા ચાલ્યા ગયા એટલે એ એકાંત સ્થળે અમે બે જ રહી ગયા - શ્યામલાલ અને હું. દુર્લભ સાથી છે શ્યામલાલ. મજબૂત બાંધાનો યુવાન, ગમે એટલો ભારે બોજ ઉપાડવો પડે, એને કશો ફેર નથી પડતો. મારી પાછળ પોતાનો જીવ સુધ્ધાં જોખમમાં નાખવા તૈયાર રહે છે.

આજે તો ઉઘાડા આભ નીચે ઉતારો છે. ભોંય પર પથારી છે. તારા તો રોજ હોય છે પણ આભ આજે કાંઈ મહોર્યું છે !

મારું મન તો ઊપડ્યું આભમાં હટાણું કરવા. હું અનંત આકાશમાં ભમી રહ્યો હતો ત્યાં કીડીઓએ મને ચટકા ભર્યા અને હું જોરથી ધરતી પર પછડાયો ! ખૂબ કીડીઓ હતી. કેટલીય વાર જગા બદલી પણ ઠીકથી સૂઈ ન શક્યા.

બપોરે મારુકીચિચલી પહોંચ્યા. ધર્મશાળામાં ઊતર્યા. એમાં એક યુવાન સાધુ રહેતો હતો. કહે, ‘ઝાડીમાંથી જ જજો. આઠ દિવસમાં પાર થઈ જશો. માર્ગ બહુ કઠણ છે પણ ભૂલવા- ભટકવાનો કોઈ સવાલ જ નથી. બસ, મૈયાને કાંઠે કાંઠે ચાલજો. તમને હશે કે ઝાડી છે એટલે ખૂબ ઝાડ હશે પણ ત્યાં એક ઝાડ નથી. બહુ તડકો થવા ન દેતા. પણ હા, તમારો સામાન બધો લૂંટાઈ જશે. તમારી પાસે લંગોટ છે કે નહીં ?’

‘નથી.’

‘તો તમે પહેરશો શું ? ભીલો તમને નાગા કરી દેશે.’

સાધુને ખૂબ ચિંતા થઈ. કોઈકને ત્યાંથી એણે લંગોટને લાયક ગુણપાટના બે ટુકડા મગાવી દીધા. ‘આ રાખો. ખૂબ કામ આવશે.’

માત્ર લંગોટી પહેરીને ધોમ તડકામાં, ધગધગતી ધરા પર, ઉઘાડે પગે ચાલી શકીશું ? ખાશું શું, રહેશું ક્યાં, મારી સ્કેચિંગનું શું થશે ?

મનમાં એક આશા છે કે આવી કઠણ પરીક્ષા કદાચ અમને નહીં આપવી પડે. બનતાં સુધી અમારી સુરક્ષા-વ્યવસ્થા થઈ જશે. તેમ છતાં ગુણપાટની લંગોટીઓ સાચવીને રાખી લીધી. ભગવાન કરે ને એ પહેરવા વારો ન આવે !

સવારે ચાલી નીકળ્યા. કપિલાસંગમ પાસે નર્મદાનું રાજરાજેશ્વર રૂપ જોયું. નદી અહીં કેટલી પહોળી થઈ ગઈ છે ! પણ જાણું છું, આને સાંકડી થતાં પણ વાર નહીં લાગે.

બપોરે દતવાડા પહોંચ્યા. મંદિરના ઘાટની સીડીઓ જોવા જેવી છે. મૂર્તિકાર જેમ પથ્થરમાંથી મૂર્તિ કંડારે, એમ પથ્થરોમાંથી જ કંડારી લીધેલાં પગથિયાં છે.

રાત્રે ખુલ્લામાં સૂતા. આકાશમાં તારાઓનાં ટોળેટોળાં ઊમટ્યાં હતાં. મને થયું, રાત્રિનું આકાશ એ તો જાણે ટીવીનું સ્ક્રીન. (કેવડું મોટું સ્ક્રીન !) એમાં ચંદ્ર, તારા, ગ્રહ, નક્ષત્ર દ્વારા ભજવાતું નાટક આપણે અહીં દૂર પૃથ્વી પર બેઠાં બેઠાં જોઈએ છીએ. અસલી 'દૂરદર્શન' તો આ છે !

પણ આપણી પૃથ્વી આકાશથી બહાર નથી. આકાશમાં જ છે. ('જલ મેં કુંભ' જેવી !) તો પછી મારી ઉપમા બરાબર ન થઈ. સ્ક્રીનથી દર્શક નોખો હોય પણ આમાં તો દર્શક પણ એ સ્ક્રીનમાં જ છે ! પેલામાં દ્વૈત છે, આમાં અદ્વૈત. પણ મારી દ્વૈત- અદ્વૈતની મીમાંસા આગળ ચાલે એ પહેલાં થોડી કીડીઓએ ચટકા ભરીને મને યાદ અપાવ્યું કે હું ત્યાં નહીં પણ અહીં છું. બહુ કીડીઓ છે. રોજ રાત્રે વારે વારે જગ્યા બદલવી પડે છે.

આગલો પડાવ પિપલોદ. એ પછીનો પડાવ રાજઘાટ. રાજઘાટથી ઝાડી શરૂ. પણ અહીં તો કોઈ ઝાડી નથી. ઊલટાનો અહીં તો નર્મદા પર સડકનો પુલ છે. પાંચ કિલોમીટર દૂર બડવાની શહેર છે. સરકારી કચેરીઓ, પોલીસથાણું વગેરે બડવાનીમાં છે. શ્યામલાલને રાજઘાટની ધર્મશાળામાં બેસાડીને હું બડવાની ગયો. પોલીસના વડાને મળ્યો. ટૂંક પરિચય આપીને કહ્યું કે મને ઝાડીમાં રક્ષણ આપવાની કૃપા કરો.

એમણે તરત થાણેદારને ફોન કર્યો. થાણેદારનો અવાજ બુલંદ હતો. મને પણ સંભળાઈ રહ્યો હતો. તેઓ ફોનમાં કહી રહ્યા હતા, 'ભીલો તો લૂંટશે જ. એ એમની સેંકડો વર્ષો જૂની પરંપરા છે. આપણે કોની કોની વ્યવસ્થા કરતા ફરશું ?'

'પણ આમની પાસે તો ઈંદોર સંભાગના આયુક્તનો પત્ર છે. આપણે આ વ્યવસ્થા કરવી જ પડશે.' પછી મને કહે, 'તમે એક કામ કરો. થાણેદારસાહેબને જાતે જઈને મળી લો.'

થાણેદાર એ જ ભવનમાં નીચે બેસતા હતા. યુવા, સુપુરુષ થાણેદાર. વાતવાતમાં ખડખડાટ હસતા. મારી વાત રસપૂર્વક સાંભળીને કહે, 'તો તમે લેખક છો ! મારા પિતા પણ લેખક હતા. હું તમારી પૂરી મદદ કરીશ.

તમે બિલકુલ નિશ્ચિંત રહેજો.'

પોલીસખાતા પ્રત્યે મારી શ્રદ્ધા એકદમ વધી ગઈ.

રાજઘાટથી બોરખેડી સુધીનો પ્રદેશ એમના થાણામાં હતો. બોરખેડીથી ઝલકનસંગમ સુધીનો પ્રદેશ પાટી થાણામાં હતો. એમણે ત્યાં વાયરલેસથી ખબર મોકલાવી દીધા. પાકી વ્યવસ્થા કરીને બોલ્યા, 'કાલે સવારે તમારે ત્યાં પોલીસના બે જવાન બંદૂક લઈને આવી જશે. પરમ દિવસે બપોર સુધી તમે બોરખેડી પહોંચી જશો. ત્યાંથી પાટી થાણાના બે જવાન તમને ઝલકનસંગમ સુધી લઈ જશે. ત્યાં મધ્યપ્રદેશની હદ પૂરી થાય છે ને મહારાષ્ટ્રની હદ શરૂ થાય છે. ત્યાંથી કોઈ ડર નથી. ત્યાંથી તમે એકલા જઈ શકો છો.'

હું ચાલવા લાગ્યો તો કહે, 'પરમ દિવસે હું જાતે બોરખેડી આવીને જોઈશ કે તમારી વ્યવસ્થા બરાબર થઈ છે કે કેમ.'

ધોમ તડકામાં હું જ્યારે રાજઘાટ પાછો આવ્યો, ત્યારે બપોરના ત્રણ વાગી રહ્યા હતા. આભમાંથી અગ્નિ ઝરી રહ્યો હતો, પણ હું બહુ ખુશ હતો.

અમારી ધર્મશાળામાં ત્રણ બાવા ઊતર્યા હતા. બે બહુ તગડા ને જવાન હતા. છૂટથી બોલતા. ત્રીજો જરા મોટી ઉંમરનો ને દૂબળોપાતળો હતો. મને ડર લાગ્યો કે આગળ ઝાડીમાં ક્યાંક આ લંગોટા જ અમને લૂંટી ન લે ! પણ હું બડવાનીથી પાછો આવ્યો ત્યાં સુધીમાં તો એ ત્રણે ચાલ્યા ગયા હતા. મેં નિરાંતનો શ્વાસ લીધો.

બીજે દિવસે બંદૂક લઈને પોલીસના બે જવાન આવી ગયા એટલે અમે ચાલી નીકળ્યા. હથિયારબંધ પોલીસની સાથે નર્મદા- પરિક્રમા કરવી ક્યાં સુધી ઉચિત છે. પણ આમાં અનુચિત પણ શું છે ? વિશ્વામિત્ર યજ્ઞ ત્યારે જ કરી શક્યા હતા, જ્યારે રામ-લક્ષ્મણે તીર-ધનુષથી એમની રક્ષા કરી હતી. રક્ષાનું ઉપકરણ બદલાઈ ગયું છે. તીર-ધનુષનું સ્થાન બંદૂકે લઈ લીધું છે.

થોડું ચાલ્યા ત્યાં તો એ ત્રણે બાવા મળી ગયા. એમાં એક બહુ તેજતર્રાર હતો. એણે પોલીસવાળાને કહ્યું, 'બંદૂક લઈને ચાલ્યો છે ? ભીલો સામે અર્જુનનું ગાંડીવ પણ કંઈ કામ નહોતું આવ્યું. તારી બંદૂકડીની શી વિસાત ?' કહીને એ તિરસ્કારપૂર્વક હસ્યો. પોલીસવાળા સજ્જન હતા, કંઈ બોલ્યા નહીં.

થોડી વારમાં ભીલખેડા આવી પહોંચ્યા. નર્મદાકાંઠાના આ નાનાશા ગામનું પરકમ્માવાસીઓ માટે વિશેષ મહત્ત્વ છે. અહીં એક ભાઈ રહે છે. પરકમ્માવાસીઓ એની પાસે પોતાનો સામાન જમા કરાવી દે અને જ્યારે સામે કાંઠેથી પાછા આવે, ત્યારે એ એમનો સામાન સામે કાંઠે મોકલાવી આપે. આમ એ ઝાડીમાંથી લૂંટાવાથી બચી જાય. અમે એને મળ્યા.

'મારા પરદાદા કે એમનાય પરદાદા પરિક્રમા પર નીકળ્યા હતા ત્યારે ભીલોએ એમને લૂંટી લીધા હતા. પાછા આવીને એમણે આ સેવાકાર્ય શરૂ કર્યું તે આજ સુધી ચાલ્યું આવે છે.'

બપોરે જાંગરવાકુટી પહોંચ્યા. ત્યાંના સાધુએ અમને બહુ આવકાર આપ્યો. રસોઈ બનાવવાની તૈયારી કરતા જ હતા ત્યાં પેલા ત્રણે બાવા આવી પહોંચ્યા. પછી તો પાંચેની રસોઈ સાથે જ બની. પવન એવો તો સુસવાટા મારી રહ્યો હતો કે કુટીની અંદર પણ ધૂળ જ ધૂળ હતી.

સાંજે વાતો થવા લાગી. પેલા પહેલવાન જેવા બાવા પાસે સરસ નવી ચાદર હતી. કોઈકે કહ્યું, 'ભીલ આ લૂંટી લેશે.'

અક્કડ ને ફક્કડ બાવાએ દૂર બેઠેલા એક ગ્રામીણને કરડાકીથી કહ્યું, 'ઈધર આ !'

ગ્રામીણ ડરતો ડરતો આવ્યો. 'યહ ચાદર લે જા !' અમને કહે, 'કોઈ મુઝસે છીન લે, ઈસકે પહલે મૈં હી ક્યોં ન દે દૂં !' સવારે ચાલી નીકળ્યા. ત્રણે બાવા ત્યાં જ રહી ગયા. ખૂબ પવન હતો. રેત આવતી ત્યારે રેતની ડમરી ચડતી.

હવે નદીની બેય બાજુ ડુંગરા દેખાવા લાગ્યા છે.

બોરખેડી અહીંથી વધુ દૂર નથી, પણ કાંઠે કાંઠે ચાલવું સંભવ નથી. પાસે જ ચડતી ઊતરતી વાંકીચૂંકી કાચી સડક છે. એના પર ચાલીને અમે બોરખેડી આવી ગયા. ગામના મુખીને ત્યાં ઊતર્યા.

ત્રીજે પહોરે મોટરસાઇકલનો અવાજ સંભળાયો. હેડ કૉન્સ્ટેબલને પાછળ બેસાડીને ધોમ તડકામાં બળબળતી ધૂળના ગોટા ઉડાડતા થાણેદાર આવી પહોંચ્યા. અહીંથી એમના સિપાઈ પાછા ચાલ્યા જશે, પણ પાટી થાણાના આવી જશે. અમારા ખબરઅંતર પૂછી, હસતા હસાવતા ચાલ્યા ગયા.

બોરખેડી સહેજ મોટું ગામ છે. બે-ત્રણ દુકાનો છે. દુકાનવાળું આ છેલ્લું ગામ છે. અહીંથી ઝાડી શરૂ. 'શ્યામલાલ, જે લેવું હોય એ લઈ લે. આગળ કંઈ નહીં મળે.'

સાંજ થતાં પાટી થાણાના બે સિપાઈ આવી ગયા -- વાનખેડે અને સિસોદિયા. વાનખેડે આ બાજુના પ્રદેશનો સારો જાણકાર છે.

ગામડાગામમાં એકનો મહેમાન સૌનો મહેમાન. થોડા ગ્રામીણો અમને અહીંની સૌથી ઊંચી ટેકરી પર લઈ ગયા. ટેકરીનું નામ છે બાબાબૂડા. આના પરથી મેં સાંજના સૂરજને પશ્ચિમની ક્ષિતિજમાં વિલીન થતો જોયો. સૂરજના ડૂબી જવા બાદ પણ હું ક્ષિતિજને ક્યાંય સુધી જોતો રહ્યો. કેમ જાણે અહીં ઊભો ઊભો જ શૂલપાણ ઝાડીને જોઈ લઈશ.

સવારે ચાલ્યા ત્યારે અમે છ હતા. બે અમે, બે સિપાઈ અને બે ગ્રામીણ – જેમને સિપાઈઓએ ભોમિયા તરીકે સાથે લીધા હતા. આમ ભેટ બાંધીને, જાડું જૂથ લઈને અમે ઝાડીના સૌથી વધુ ખતરનાક પ્રદેશ તરફ વધવા લાગ્યા. ઝાડીએ જે જાદુ મારા મનમાં જગાડ્યું હતું, જે સ્વપ્ન જોયાં હતાં, એ પામવાના દિવસો આખરે આવી પહોંચ્યા હતા.

૧૫. બોરખેડીથી કેલી

નીચે વહેતી નર્મદાની હલકી છપ છપ સાંભળતા ઊંચી પહાડી કેડીએથી જઈ રહ્યા છીએ. જેમજેમ આગળ વધીએ છીએ, તેમતેમ પહાડોનું એક શતદલ જાણે ખૂલતું જાય છે.

ડુંગર પછી ડુંગર. વળાંક પછી વળાંક અને ઠાંસોઠાંસ ડુંગરાઓમાંથી માર્ગ કાઢતી વાંકીચૂંકી તન્વંગી નર્મદા. આ છે શૂલપાણની ઝાડી. પ્રકૃતિ જાણે અહીં નર્મદાના ધાગામાં ડુંગરાઓનો ગજરો ગૂંથતી ચાલી ગઈ છે.

પણ ઝાડી નામ બહુ ભ્રામક છે. મધ્ય પ્રદેશ, મહારાષ્ટ્ર અને ગુજરાતની સીમાઓના ત્રિભેટે આવેલો નર્મદાનો જે એંશી માઈલ લાંબો કાંઠો શૂલપાણ ઝાડીના નામે ઓળખાય છે, ત્યાં ઝાડી તો શું એક ઝાડ નથી. અહીં છે માત્ર ડુંગરા – નાગા, વેરાન અને સૂમસામ ડુંગરાઓનો અનંત વિસ્તાર. દુર્ગમ પથ અને ભયાનક નિર્જનતા. નર્મદાપરિક્રમાનો આ સૌથી વધુ ખતરનાક પ્રદેશ છે. આમાંથી કોઈ પરકમ્માવાસી વણલૂંટ્યો ન જાય. ભીલોના ડરથી મોટા ભાગના પરકમ્માવાસીઓ ઝાડી છોડી દે છે અને જે થોડાઘણા ચાલે છે એ પણ મોટે ભાગે શિયાળામાં. ઉનાળામાં પહાડો ને પથ્થરો એટલા ધખી જાય છે કે ઉઘાડે પગે ચાલવું અત્યંત કષ્ટપ્રદ થઈ જાય છે. તરસ અલગ પરેશાન કરે છે. પણ અમે જેઠ મહિનાનો આકરો તાપ અને લૂ-ઝરતા વાયરા પસંદ કર્યા હતા અને હવે પરસેવાથી નહાઈ રહ્યા હતા.

ચકોર વાનખેડેની આંખો ચોમેર ફરતી હતી. વળાંક વટાવીને એક પહાડના પડખામાંથી બહાર નીકળ્યા ત્યાં નદી ભણી આંગળી ચીંધી એ બોલ્યો, ‘જરા ત્યાં જુઓ.’

દૂર, નર્મદાનો સાંકડો પ્રવાહ ઠેકતા ભીલ દેખાયા – લંગોટ પહેરેલા સાતઆઠ ભીલ !

હવે એ પ્રદેશ શરૂ થઈ ગયો છે, જ્યાંના પુરુષો માત્ર લંગોટ પહેરે છે. વેંત એકનો લંગોટ – લંગોટ ઉપર રૂમાલના આકારનો કપડાનો ટુકડો ઝૂલતો હોય, બસ.

'જો અમે ન હોત તો તેઓ તમારું બધું જ લૂંટી લેત. જેવા નાગા તેઓ છે એવા જ નાગા તમને કરી મૂકત. વિરોધ કરત તો મારત. જો લાગે કે આ માણસ થાણામાં ફરિયાદ કરી શકે એવો છે, તો કાપીને ફેંકી દેત.'

સિસોદિયાએ કહ્યું, 'આપણે ખરગોન જિલ્લામાં છીએ. સામે ધાર જિલ્લો છે. સામે કાંઠેના ત્રણ-ચાર ગામના જ ભીલો લૂંટફાટ કરે છે. સામે કાંઠે અને આ કાંઠે પણ. એમનો આતંક બોરખેડીથી લઈને ઝલકનસંગમ સુધી છે. એંશી માઈલની ઝાડીમાં બસ આ પચીસ માઈલમાં જ વધુ પડતી લૂંટફાટ થાય છે. આ પ્રદેશના ભીલો થોડીઘણી ખેતી કરે, નદીમાં માછલાં પકડે, ધનુષબાણ લઈ શિકાર કરે અને નદીકાંઠે નીકળતા પરકમ્માવાસીઓને લૂંટી લે.'

આટલી વારમાં ભીલો સામે કાંઠેથી આ કાંઠે આવી ગયા હતા. દૂરથી અમને જોઈને બહુ ખુશ થયા હશે. આજે તો ખૂબ યજમાન આવી રહ્યા છે, સામાન પણ ખૂબ છે, ત્યાં જરા નજીક આવતાં જોયું હશે – સત્યાનાશ ! આની સાથે તો બંદૂકવાળા પોલીસ છે ! છુપાઈ જાઓ. છૂમંતર થઈ જાઓ ! અને આંખના પલકારામાં તેઓ અલોપ થઈ ગયા. જાણે ધરતીમાં સમાઈ ગયા.

કોતરોમાં લપાઈને તેઓ અમને સામાન-અસબાબ સાથે આવતા અને પછી જતા જોઈ રહ્યા હશે અને મન મારીને રહી ગયા હશે. પોતાના શિકારને આટલી સહેલાઈથી હાથમાંથી નીકળી જતો જોઈને એમને કેટલી નિરાશા થઈ હશે ! કેટલી !

બપોરે તુવરખેડા પહોંચ્યા. છ-સાત વેરવિખેર ઝૂંપડીઓનું ટચૂકડું ગામ. મુખીને ત્યાં રોકાણા. વાનખેડે મુખીને ઓળખે છે. મુખીને મળીને એ મારી પાસે આવ્યો ને ખૂબ સંકોચ સાથે કહેવા લાગ્યો, 'ભોજનમાં તમને મરઘો તો ચાલશે ને ? આપણા સ્વાગતમાં તેઓ મરઘો કાપવા ઇચ્છે છે. ના પાડશું તો એમને માઠું લાગશે.'

મિષ્ટાન્નમાં મરઘો ! ભીલોનાં ઘરોમાં મરઘાંનું ટોળું હોય જ. 'ના, હું નથી ખાતો, પણ તમે મજેથી ખાઓ. શ્યામલાલને પણ સામેલ કરી લો.'

શ્યામલાલે મારા માટે દાળ બનાવી. મુખીની સ્ત્રીએ જારના રોટલા બનાવ્યા. મને એ માલપૂઆ જેવા લાગ્યા.

જમીને બેઠો હતો. ત્યાં બહાર છાયામાં ખાટલીમાં સૂતેલી એક સ્ત્રી તરફ મારું ધ્યાન ગયું. અમને જોઈને એ બેઠી થઈ ગઈ અને કુતૂહલથી અમારા ભણી જોવા લાગી. એને જોઈને હું અવાક્ રહી ગયો. આંખ પાછી ખેંચવાનું મન જ ન થાય. રંગ તો કાળો હતો, પણ આવો સુંદર, આવો કોમલ - - મૃદુલ સંઘેડાઉતાર ચહેરો મેં ક્યારેય નહોતો જોયો. વિધાતાએ જે દિવસે એને ઘડી હશે, તે દિવસે પછી બીજું કોઈ કામ નહીં કર્યું હોય. બસ, બેઠાં બેઠાં એને પરમ સંતોષથી જોયા કરી હશે. મને અનાયાસ ગુરુદેવનું આ ગીત યાદ આવ્યું :

કૃષ્ણકલિ આમિ તારેઈ બલિ,
કાલો તારે બલે ગાંયેર લોક.
કાલો ? તા સે જતઈ કાલો હોક,
દેખેછિ તાર કાલો હરિન ચોખ.

– લોકો એને ગમે તે કહે, હું એને કૃષ્ણકલી કહું છું. ગામનું લોક એને કાળી કહે છે. કાળી ? એ ગમે તેટલી કાળી કાં ન હોય. મેં એની હરિણીશી કાળી આંખો જોઈ છે.

શાંતિનિકેતનમાં આ ગીત કેટલીય વાર સાંભળ્યું હતું. ત્યારે શી ખબર કે આ કૃષ્ણકલી શૂલપાણ ઝાડીમાં દેખા દેશે !

એ ગર્ભવતી હતી. સાતમો કે આઠમો મહિનો ચાલી રહ્યો હતો. હજી એ મા નહોતી બની પણ માતૃત્વનો ઉજાસ એના ચહેરા પર ઊતરી આવ્યો હતો. સૌંદર્ય સાથે માંગલ્ય ભળ્યું હતું. મેં એને કહ્યું, 'બેટી, તું બેસ તો તારું ચિત્ર દોરું.' એ લજાતી- શરમાતી બેઠી. મેં એના બે-ત્રણ સ્કેચ કર્યા પણ એના સૌંદર્યનો શતાંશ પણ ન લાવી શક્યો. એક સ્કેચ કંઈક ઠીક થયો. એ એને બતાવ્યો. પોતાનો ચહેરો જોઈને એ આછું હસી. કેવું મીઠું-મર્માળું મોહક સ્મિત !

એટલામાં ફૂટતી મૂછોવાળા બે કિશોર આવ્યા. કેવા સુંદર ચહેરા ! રંગબેરંગી પાઘમાં રૂપાળા રાજકુમાર લાગતા હતા. શું સ્ત્રી, શું પુરુષ, ભીલો બહુ સુંદર હોય છે. તડકામાં તપેલાં એમનાં શરીર ખૂબ સુગઠિત હોય છે. તેઓ દૂબળા-પાતળા હોય છે, પણ એમનામાં ગજબની સ્ફૂર્તિ હોય છે.

બપોર પછી નહોતા ચાલતા પણ આજે ચાલશું. ધોળે દિવસે પણ ગભરાવી નાખે એવા આ ભેંકાર પાર્વતીય પ્રદેશમાંથી જેટલા જલદી પસાર થઈ જવાય એટલું સારું.

અહીંથી કાચી સડક મળી તો એનાથી ચાલ્યા. ક્યારેક ખીણમાંથી તો ક્યારેક પહાડોની પીઠ પર ચાલીને જ્યારે કોટબાંધની પહોંચ્યા, ત્યારે સાંજનું અંધારું ઘેરાવા લાગ્યું હતું. આજે ધોમ તડકામાં પચીસ કિલોમીટરનો વિકટ

પંથ કાપ્યો હતો. થાકીને લોથ થઈ ગયા હતા. જો નહાઈ લઈએ તો થાક ઊતરી જાય.

રાતના અંધારામાં નર્મદા અમૂર્ત, રહસ્યપૂર્ણ અને ભયાવહ લાગતી હતી. આછી ચાંદનીની સોડમાં ચોમેરના ડુંગરા વધુ કાળા જણાતા હતા. નીરવ નર્મદામાં રાત્રિસ્નાન કર્યું તો લાગ્યું કે હું નદીમાંય નાહી રહ્યો છું ને અંધારાથીય નાહી રહ્યો છું.

સવારે ચાલી નીકળ્યા. કિરાતકન્યા નર્મદાનો લયબદ્ધ પ્રવાહ જોતાં થોડી વારમાં ઝલકનસંગમ આવી પહોંચ્યા. ઝરણા જેવી ઝલકનની આ પાર મધ્ય પ્રદેશ, સામે પાર મહારાષ્ટ્ર. સિપાઈ અહીંથી પાછા વળી જશે. અહીંથી અમારે એકલાએ જ આગળ વધવું પડશે.

ઠીક સંગમ પર મુખીનું ઘર હતું. વાનખેડેને ખબર હતી કે મુખી પાસે બંદૂક છે, ‘તારી બંદૂક બતાવ જોઈએ.’

લંગોટધારી મુખી પાસે બંદૂક ! મને બહુ નવાઈ લાગી.

મુખી બંદૂક લઈ આવ્યો. વાનખેડેએ એની નાળને બહુ પ્યારથી સાફ કરી. મને કહે, ‘બહુ ઊંચી જાતની રાઈફલ છે.’

મુખીની સ્ત્રી શેકેલી શીંગા લઈ આવી. એનાં ચાર-પાંચ બાળકો હતાં. શરીર સહેજ બેડોળ થઈ ગયું હતું, પણ ચહેરો કેવો ઘાટીલો હતો ! મુખી પણ બંકો હતો. બંનેના ચહેરા તાજગી અને તંદુરસ્તીથી ઝળાંહળાં થઈ રહ્યા હતા. એમની બારતેર વરસની એક દીકરી હતી. એને મા-બાપનું ભરપૂર રૂપ મળ્યું હતું. મેં એને કહ્યું, ‘દીકરી, તું બેસ તો તારું ચિત્ર બનાવું.’

આ સાંભળીને એ એટલું હસી કે હસીહસીને બેવડ વળી ગઈ. મોં પર લોહી ચડી આવ્યું. હાસ્ય અને સૌંદર્યથી ઊભરાતી દીકરીને મા જે નજરે જોઈ રહી હતી, એમાં સ્નેહની અનુભૂતિ તો હતી જ, પ્રશંસાની અભિવ્યક્તિ પણ હતી. પ્રસન્ન મા મને કહે, ‘એ શરમાય છે.’

એ બાળકીનું બાળસુલભ ભાવથી શરમાવું મનને એવું સ્પર્શી ગયું કે જો અશોભનીય સમજવામાં ન આવત, તો હું એનું માથું ચૂમી લેત. માના કહેવાથી માથે ઓઢણું ઓઢીને એ બેઠી. પણ એ લજ્જાળુ છોકરીના સૌંદર્યનો થોડોક જ અંશ હું મારા સ્કૅચમાં લાવી શક્યો. આ સ્કૅચ કળાની દૃષ્ટિએ કંઈ સારો નથી, તેમ છતાં મને એ બહુ ગમે છે. એ મને એક એવી અલ્લડ છોકરીની યાદ અપાવે છે જેને પામીને કોઈ પણ પિતાની છાતી ગર્વથી ફૂલી ઊઠશે.

સંગમમાં નાહ્યા પછી ઝલકનમાંય નાહ્યા. વેંત એકની ઝલકનને આ કાંઠે મધ્ય પ્રદેશ, સામે કાંઠે મહારાષ્ટ્ર. મહારાષ્ટ્રમાં નાહ્યો, મધ્ય પ્રદેશમાં ડિલ લૂછ્યું !

વાનખેડે અને સિસોદિયા અહીંથી પાછા વળી ગયા. જતા પહેલાં કહે, ‘આગળ કોઈ ભય નથી. નિર્ભય થઈને જજો. ઘરે જઈને કાગળ લખજો. તમારી આગળની યાત્રા કેવી રહી, એ જાણવાની ઉત્સુકતા રહેશે.’

હવે અમે મહારાષ્ટ્રમાં ચાલી રહ્યા છીએ.

બપોર પછી ચાલવું બહુ કષ્ટપ્રદ છે. ધરતી ભડકે બળતી હોય, ઓથ લેવાનું એક પણ ઝાડવું ન હોય ને એમાં વળી સૂરજ સામે આવે, એટલે એવું લાગે કે કોઈક ધીમી આંચે શેકી રહ્યું છે.

ચાલતાં ચાલતાં મનમાં એ વિચાર પણ આવી ગયો કે જો કાલના ભીલોને ખબર પડી જાય કે સિપાઈ તો ચાલ્યા ગયા, તો તેઓ આજે આવીનેય અમને લૂંટી લે ને કાલની દાઝ કાઢવા થોડી ઠોંઠટપલી કરે એ જુદી !

પણ પછી હું મને પોતાને જ હળવેકથી વઢ્યો, ‘જો આવડો ડરપોક છો, તો આવ્યો જ શા માટે !’

પછી દલા તરવાડીની જેમ મેં જ જવાબ આપ્યો, ‘જીવ તો બધાને વહાલો હોય, હોં !’

નદી કંઈક વધુ જ આડીઅવળી, વાંકીચૂંકી વહે છે. ચોમેર ઠાંસોઠાંસ ડુંગરા. નર્મદા જાણે સો સો તાળાંમાં બંધ છે. અમને થાય કે નર્મદા હવે કેમ આગળ વધશે ? પણ આડા પડેલા ડુંગરાઓને હાથતાળી આપતી, કોઈકની એક કોરે વળતી તો કોઈકની બીજી કોરે ઢળતી એ તો આગળ ચાલી જાય છે ને એક પછી એક કોઠા વટાવતી જાય છે.

ચોગમ લુબ્ધ નજર રમાડતા અમે જઈ રહ્યા છીએ. અમે વિચારીએ કે સામે નર્મદાનો માર્ગ રૂંધીને ઊભેલ જે ડુંગર છે, એ સામે કાંઠે હોવો જોઈએ, પણ નજીક પહોંચીએ ત્યારે જણાય કે એ તો આ કાંઠે છે; અને જો ધારતા કે એ આ કાંઠે હશે, તો એ અચૂક સામે કાંઠે નીકળતો !

ઝાડીમાં નર્મદાએ શું ખેલ કર્યા છે !

રાત ઓરદામાં રહ્યા. આ પછીની રાત જુનાણામાં. પાસે જ ડુંગરાઓની સાથે છૂપી ગોઠડી કરતી ને પોતાનું ઝરઝરનું ગીત ગાતી નર્મદા વહી રહી છે. કોણ જાણે કઈ અક્ષય શક્તિ એને ડુંગરાઓમાં, ખીણોમાં, કોતરોમાં કે પથરાળ પટમાં થાક્યા વિના દોડતા રહેવાની પ્રેરણા આપે છે.

શ્યામલાલ કહે છે, દિવસનાં અજવાળાં કરતાં રાતના અંધારામાં નદીનો પ્રવાહ વધુ તેજ હોય છે. કલ્પના મજાની છે.

લોકોની ભાષા સમજાતી નથી. એમની ભાષા મરાઠી નથી, બીજી જ કોઈક છે. મહારાષ્ટ્રનો આ ભાગ ખાનદેશ કહેવાય છે. જિલ્લો છે ધૂળિયા અથવા ધુળે.

પર્વતમાળામાંથી માર્ગ કંડારતી નર્મદા અને શિલાઓની ભુલભુલામણીમાંથી

માર્ગ કાઢતા અમે. લગભગ બે કલાક બાદ નદી-કાંઠે વાંસ પર એક પાટિયું ટીંગાયેલું જોયું. એમાં હિંદીમાં લખ્યું હતું : અહીં પરકમ્માવાસીઓને સદાવ્રત આપવામાં આવે છે.

આવા નિર્જન સ્થાનમાં આ પાટિયું જોઈને બહુ ખુશી થઈ. એક કેડી ઉપર જતી હતી. એનાથી ઉપર ગયા. એક ગામ દેખાયું. નામ હતું નીમગવ્હાણ. એટલે નીમગાંવ. બીજાં ગામોથી થોડું જુદું. સમથળ ભૂમિ. વ્યવસ્થિત ઝૂંપડીઓ. કલમી આંબાના ઝાડ. જે ગુરુજી સદાવ્રત આપતા હતા, એ તો ક્યાંક બહાર ગયા હતા, પણ એમનો શિષ્ય હતો. બહુ વિનમ્ર. રોકાવાનો ઘણો આગ્રહ કર્યો, પણ અમને ઉતાવળ હતી. એટલે થોડી વાર વિસામો ખાઈ બરડા પર બોજ લાદીને ચાલવા તૈયાર થયા એટલે એણે કહ્યું, 'તમે મૈયાની પરિક્રમા કરી રહ્યા છો. અમારા મહારાષ્ટ્રના રિવાજ મુજબ હું તમારો સાષ્ટાંગ ચરણસ્પર્શ કરવા માગું છું.'

હું તો રાજીનો રેડ ! આવું માન તો કોઈએ નહોતું આપ્યું. ઉંમરમાં એ મારા સૌથી નાના દીકરાથીય નાનો હતો. પગે લાગી શકે છે. પણ પગે લાગવાને બદલે એ મારા ભણી ટગરટગર કાં જુએ ?

હું મૂઢમગજ કેમે કરીને સમજ્યો નહીં ત્યારે એણે બહુ વિનયથી કહ્યું, 'જરા ચંપલ ઉતારી નાખો.'

મને થયું કે જમીન ફાટે ને હું એમાં સમાઈ જાઉં. ચંપલ ઉતાર્યાં એટલે એણે જમીન પર આખોય દેહ લંબાવીને દંડવત્ પ્રણિપાત કર્યા.

બપોરના બળબળતા તડકામાં પેન્દ્રા પહોંચ્યા. સામે કાંઠે હાંફેશ્વરના મંદિરનું શિખર દેખાઈ રહ્યું હતું. સ્ત્રીઓનું એક વૃંદ ઘાસના ભારા લઈને આવ્યું. એમને સામે કાંઠે જવું હતું. નર્મદાના સાંકડા વહેણમાં એક નાવડી પડી રહેતી. નાવડી સામે કાંઠે હતી. એક સ્ત્રી તરીને ગઈ, નાવ લઈ આવી ને ત્રણચાર ખેપમાં બધી સ્ત્રીઓ સામે કાંઠે પહોંચી ગઈ. મોડે સુધી નદીમાં નહાતી ને તરતી રહી, પછી હસતી રમતી ચાલી ગઈ.

ચારે બાજુ કાળા, ભૂરા કે કથ્થઈ રંગના ડુંગરા છે. બીજો કોઈ રંગ જ નથી. આ એકરસતાનો ભંગ કરે છે અહીંની સ્ત્રીઓ. એમનાં ચટક રંગનાં વસ્ત્રોમાં તેઓ રંગબેરંગી ફૂલ જેવી લાગે છે. પણ આ ડુંગરાળ મુલકમાં માણસ ક્વચિત જ નજરે ચડે છે.

તડકાનો રંગ કઢેલા દૂધ જેવો છે. તડકોય કેવો કઢેલો છે ! તાપની સાથે સાથે એનો ભાર પણ વરતાય છે.

ઉપરની કેડીએથી ચાલ્યા. સાંજ સુધીમાં પીપલચોપાની પહોંચી જઈશું. ચાલતાં ચાલતાં અચાનક કેડી ખતમ થઈ ગઈ. જમણી બાજુ નર્મદાનો ઊભો કાંઠો સીધો પાણીમાં ઊતરી ગયો હતો. સામે એક નાળાની ઊભી કરાડ હતી.

ક્યાંય ઉતરાય એમ નહોતું. સામે નાળાની પેલી પાર છૂટીછવાઈ છાપરીઓ દેખાઈ રહી હતી. જો આ નાળું ન હોત તો અમે ત્યાં અડધા કલાકમાં પહોંચી જાત. પણ હવે પાછા વળવા સિવાય બીજો કોઈ ઉપાય નહોતો. લાંબો ફેરો ખાઈને નાળું પાર કર્યું. હવે એકદમ ચઢાણ આવ્યું. એક પછી એક ટેકરી ચડતા ગયા. પછી એક પછી એક ટેકરી ઊતરતા ગયા. ચઢાણ કરતાં ઉતરાણ મુશ્કેલ હતું. બહુ મુશ્કેલીએ પેલી ઝૂંપડીઓ સુધી પહોંચ્યા. એક એક ટેકરી પર એક એક ઝૂંપડી. આ પહાડી ગામનું નામ હતું કેલી. અહીંના લગભગ નગ્ન સ્ત્રીપુરુષોને જોઈને લાગ્યું કે અમે સભ્યતાનો ભાર પાછળ છોડીને આદિમ યુગમાં આવી ગયા છીએ.

આકાશ વાદળોથી ઘેરાઈ ગયું હતું. ગમે ત્યારે વાદળ વરસી શકતાં હતાં. તેમ ખૂબ થાકી પણ ગયા હતા એટલે પીપલચોપાની જવાનું માંડી વાળ્યું. ત્યાં જ રાત રહી ગયા. સવારે જાગ્યા ત્યારે દિવસ ચડી ગયો હતો. જે ભીલને ઘરે સૂતા હતા એને કહ્યું, 'આગળનો માર્ગ બતાવવા ચાલ. મહેનતાણું આપશું.'

'પીપલચોપાની સારું ગામ નથી. લોકો ખતરનાક છે. કતલ કરી નાખે છે.' એણે પોતાની તૂટીફૂટી ભાષામાં કહ્યું ને પછી ગરદન પર હાથ ફેરવીને કતલનો મતલબ સમજાવ્યો.

એક પળ તો કાળજું થડકી ગયું. અમે નર્મદાપરિક્રમાના બહુ ખતરનાક પ્રદેશમાં ઘૂસી આવ્યા હતા અને પાછા વળવાની કોઈ ગુંજાયશ નહોતી. કોઈ પણ ભોગે આગળ વધવા સિવાય બીજો કોઈ માર્ગ નહોતો. કોણ જાણે એની વાત કેટલી સાચી હતી પણ અમે ડરી જરૂર ગયા. એ કોઈ રીતે ચાલવા તૈયાર ન થયો, ત્યારે મનમાં તરેહતરેહની આશંકાઓ લઈને એ ભયંકર સન્નાટામાં અમે બે જ ચાલી નીકળ્યા. હવે તો જે થાય એ ખરું. હે મા નર્મદે ! જો મને કાંઈ થાય તો મારી કાન્તાને મારા ઝાઝા કરીને જુહાર દેજો !

૧૬. કેલીથી શૂલપાણેશ્વર

સૂરજ સળગી રહ્યો છે અને તડકો લાવાની જેમ રેલાઈ રહ્યો છે. ન તો કોઈ ગામ દેખાય છે, ન કોઈ માણસ. માણસ તો માણસ, કોઈ ચકલુંય ફરકતું નથી. આ નીરવ નિર્જન સંસારમાં લાગે છે કે અમે એકલા છીએ. સાવ એકલા. આ ભેંકાર સૂનકારમાં નર્મદા જ અમારું એકમાત્ર અવલંબન છે.

જેમજેમ આગળ વધીએ છીએ, તેમતેમ મનનો ફફડાટ વધતો જાય છે. ખતરો જાણે નજીક ને નજીક આવતો જાય છે.

લગભગ બે કલાક બાદ એક ગામ આવ્યું. મનનો થડકારો વધી ગયો. ઝપાટાબંધ નિ:શબ્દ જઈ રહ્યા હતા. જો શબ્દ કર્યો ને કોઈક ભીલે શબ્દવેધી બાણ ચલાવી દીધું તો !

નદીની ચટ્ટાનોમાંથી લપાતા-છુપાતા ચોરપગલે ચાલ્યા જતા હતા. ગામની એક સ્ત્રી પોતાનાં બે બાળકો સાથે નહાવા આવી હતી. એને જોઈને અમે બમણા વેગથી ચાલવા માંડ્યું. માર્ગ બતાવતાં એણે કહ્યું, ‘અહીંથી નહીં, ત્યાંથી.’ એને ગામનું નામ સુધ્ધાં પૂછવાની હિંમત નહોતી. પાછું વાળીને નજર નાખવાનીય હામ નહોતી. અમે લગભગ દોડતા ચાલ્યા જતા હતા. હજી પણ મનમાં આશંકા હતી. જ્યારે બીજું ગામ આવ્યું, ત્યારે જીવમાં જીવ આવ્યો. કોઈકને પૂછ્યું કે પાછળ જે ગામ નીકળી ગયું, એનું નામ શું હતું ? એ પીપલચોપાની જ હતું.

હાશ, ઘાત ગઈ ! મારા હોઠ પર ફિક્કું સ્મિત ફરકી ગયું. એવું કંઈ ન થયું જેવું અમને કહેવામાં આવ્યું હતું. અમે નાહક ડરી ગયા હતા !

હવે જ્યારે ઊડતા વાદળની જેમ આ ખતરો નીકળી ગયો, ત્યારે મનમાં તરેહતરેહના વિચારો આવવા લાગ્યા. જો કંઈ અવળું થયું હોત તો મારા પુસ્તકનું શું થાત ? નર્મદા પર હું જે પુસ્તક લખી રહ્યો છું, જે માટે નર્મદાકાંઠાની ખાક છાની રહ્યો છું, પોતાનો જાન સુધ્ધાં જોખમમાં નાખી ચૂક્યો છું, મારું એ પુસ્તક અધૂરું રહી જાત.

પણ હવે તો ખતરો ટળી ગયો. પુસ્તક કોઈક ને કોઈક દિવસે પૂરું થઈ જશે. ત્યારે શું થશે ?

સૌપ્રથમ તો મને પ્રકાશક નહીં મળે. પ્રકાશક મળશે તો ગ્રાહક નહીં મળે, ને ગ્રાહક મળશે તો વાચક નહીં મળે !

જો કહું કે આ યાત્રા હું સ્વાન્ત:સુખાય કરી રહ્યો છું, તો એ અર્ધસત્ય થશે. હું ઇચ્છું છું કે જે સુખ મને મળી રહ્યું છે, એ બીજાને પણ મળે. હું સ્વાન્ત:સુખાય પણ ચાલું છું અને બહુજનસુખાય પણ ચાલું છું.

તો ક્યાં છે આ બહુજન ?

ટીવીની સામે ! ટીવી અને વીડિયો કૅસેટના આ યુગમાં પુસ્તકને ભલા કોણ વાંચશે ? ટીવી અને વીડિયોએ લોકોની અભિરુચિને એવી બદલી નાખી છે કે લોકો પાસે એટલી ધીરજ નથી રહી કે કંઈક વાંચે. ટીવી સામે જામી પડો. પુસ્તકને ફેંકી દો. વધુમાં વધુ 'દિવંગત પુસ્તક'ની સ્મૃતિમાં એકાદ મરશિયો ગાઈ દો ને પછી એને ભૂલી જાવ !

આ છે પુસ્તકનું ભાગ્ય. સારી રીતે જાણું છું. તેમ છતાં આ પુસ્તક માટે જ લોહીપાણી એક કરી રહ્યો છું.

મૂર્ખ !

નર્મદા શિલાઓને ઘસાઈને વહી રહી છે. એવું લાગે છે કે નર્મદા શિલાઓથી ઘસી ઘસીને પોતાનાં અંગ ઊજળાં કરી રહી છે. (નદી નાહી રહી છે !) શૂલપાણ ઝાડીના નિભૃત એકાંતમાં નર્મદા જાણે અવભૃથ સ્નાન કરી રહી છે !

મોટે ભાગે પ્રવાહની નજીક જ ચાલતા. પણ મનમાં થાય કે જો ઉપર ચાલીએ તો ચકરાવો ઓછો થાય. ઉપરથી ચાલીએ તો એવું નાળું આવે કે એમાં ઊતરીને પાછા ચડતાં દમ નીકળી જાય. ત્યારે થાય કે આના કરતાં નીચે જ ઠીક હતું. અને નીચે ચાલીએ તો ઉપરનો માર્ગ બોલાવે.

આ છે જીવન. માણસને એની પાસે જે છે, એનાથી સંતોષ નથી. જે નથી એનું એને ભારે આકર્ષણ. માણસ સર્જાયો છે અડધો સુખી ને અડધો દુ:ખી રહેવા માટે. નિર્ભેળ સુખ એના ભાગ્યમાં જ નથી.

નર્મદાથી સહેજ દૂર, એક નાળાના કાંઠે એક ગામ છે ડનેલ. ત્યાં દુકાન છે એટલે ત્યાં ગયા. દુકાનદાર માલ લેવા પહાડની પેલે પાર ગયો હતો.

એની સ્ત્રીએ અમને જરૂરી ચીજો આપી અને અમને ત્યાં રહેવાની, એટલે સુધી કે એમના ચૂલામાં રસોઈ કરવાની રજા પણ આપી.

નર્મદાના સામે કાંઠાના ભીલ પણ હટાણું કરવા અહીં આવે છે. થોડા ભીલ ખરીદી માટે આવ્યા તો દુકાનદારની દીકરીઓ એમની જોડે સરસ ગુજરાતીમાં વાતો કરવા લાગી! આ કાંઠે મહારાષ્ટ્ર છે, સામે કાંઠે ગુજરાત. આ છોકરીઓ અહીંની બોલી ઉપરાંત મરાઠી અને ગુજરાતી પણ જાણતી હતી અને જ્યારે મેં એમને કહ્યું કે મારી માતૃભાષા ગુજરાતી છે, ત્યારે માત્ર મને સંભળાવવા ખાતર જ આપસમાં ગુજરાતીમાં વાતો કરવા લાગી ! કાલ સુધી તો કોઈની ભાષા સમજાતી નહોતી અને આજે એકાએક આવી સરસ ગુજરાતી ! મને લાગ્યું કે કોયલ ટહુકા કરી રહી છે.

સવારે મરઘાની બાંગ સાથે ચાલી નીકળ્યા. એ ને એ દૃશ્ય જોઈને હવે થાકવા લાગ્યા છીએ. ડુંગરા કેમે કરીને ખૂટતા નથી. કેટલાય દિવસોથી ખુલ્લો વિસ્તાર નથી જોયો. નજર દૂર જતી જ નથી. પહાડોને ટકરાઈને પાછી આવી જાય છે. હવે તો આ પાષાણપુરી ખતમ થાય તો સારું.

આજે જ ખતમ થઈ જશે. બપોર સુધીમાં શૂલપાણેશ્વર પહોંચી જશું. ઝાડી ત્યાં ખતમ થઈ જાય છે. બસ, આજની જ વાત છે.

નર્મદાની આંગળી ઝાલીને આગળ વધી રહ્યા છીએ. હવે માર્ગ કંઈક સરળ છે. ક્યાંક સમથળ ભૂમિ દેખાય છે. ઝાડઝાંખર પણ દેખાય છે, પરંતુ પાંદડાં વિનાનાં નાગાં.

હવા એટલી ગરમ થઈ ગઈ છે કે લાગે છે કે નાનોશો તણખો નાખવાથી હવા આગ પકડી લેશે.

ચાલતાં ચાલતાં વિચારતા કે જો અમને પાંખ આવી જાય ને અમે અમારા થેલા સહિત આકાશમાં ઊડી શકીએ તો કેવું સારું ! ઉપરથી ધાગા જેવી પાતળી નર્મદાને જોઈને લાગત કે આ પહાડોએ જાણે પોતાના વક્ષ પર યજ્ઞોપવીત ધારણ કર્યું છે. નદીઓ ધરિત્રીની યજ્ઞોપવીત જ તો છે.

નીચે નર્મદાનાં ઉતાવળાં વેગભર્યાં પાણી વહ્યે જાય છે. એક ઠેકાણે એક લાંબી સાંકડી નાવ પોતાની પીઠ પર માછીમારોને લઈને નદીની ધારાને ચીરતી તીરની જેમ જઈ રહી હતી. કદાચ એ નાવ નહીં પણ તરાપો હતો. એક ગામમાં ઢોલ-ત્રાંસા વાગી રહ્યાં હતાં. ક્યાંક ડુંગરાની ઢળતી પાંખ પર થયેલું વાવેતર દેખાતું તો ક્યાંક એકાદ પંખીનો ટહુકો સંભળાતો. પરંતુ આજે અમારું પૂરું ધ્યાન શૂલપાણેશ્વર પહોંચવામાં હતું.

ઉમરખેડી, ચીમલખેડી અને ધાનખેડી વટાવીને જ્યારે અમે સળગતા બપોરે શૂલપાણેશ્વરના મંદિરે પહોંચ્યા, ત્યારે થાકીને લોથ થઈ ગયા હતા.

અમારા થાક્યા-હાર્યા ચહેરા, હાલકડોલક ચાલ અને લઘરવઘર વેશ એ વાતની ગવાહી આપતાં હતાં કે આજે અમે ખૂબ ચાલ્યા છીએ. પરંતુ એ વાતની ખુશી પણ હતી કે આખરે ઝાડીનો દુર્ગમ અને ખતરનાક પ્રદેશ અમે સહીસલામત પાર કરી લીધો હતો.

મંદિરની બહાર એક મેટાડોર ઊભી હતી. એમાં બેસીને કેટલાંક સ્ત્રીપુરુષો શૂલપાણ ઝાડીના અધિષ્ઠાતા દેવતા ભગવાન શૂલપાણેશ્વરનાં દર્શન કરવા આવ્યાં હતાં. સ્ત્રીઓ રસોઈ બનાવી રહી હતી. બહુ સુગંધ આવી રહી હતી. ભાગ્ય જો સાથ આપશે તો અમને પણ નોતરું મળશે !

હું નહાવા ચાલ્યો ગયો. મોડે સુધી નહાતો રહ્યો ને વિચારતો રહ્યો કે જેટલા ધોધ નર્મદામાં છે, એટલા ભારતની બીજી કોઈ નદીમાં નથી. પરંતુ પ્રપાત – બાહુલ્યા નર્મદામાં આ પૂરી ઝાડીમાં, જ્યાં એંશી માઈલ સુધી ડુંગરા જ ડુંગરા છે અને જ્યાં એકએકથી ચઢિયાતા પ્રપાત હોઈ શકતા હતા, ત્યાં એક પણ પ્રપાત નથી ! અહીં નર્મદા ઢળે છે, દડે છે, સરે છે, લપસે છે, પણ આ નર્મદાનું જ કૌશલ છે કે એ એકે વાર પડતી નથી !

પંદર દિવસ સુધી ન તો અરીસામાં મોં જોયું હતું, ન દાઢી કરી હતી. આજે નહાઈને પહેલી વાર કોઈકના અરીસામાં મોં જોયું તો શ્વાસ અધ્ધર રહી ગયો. આ હું કયાં ડોસાને જોઈ રહ્યો છું ! માથાના સફેદ વાળ અને બેસી ગયેલા ગાલને લીધે આમે ઉંમરથી દસ વરસ મોટો જણાઉં છું. અને હવે પંદર દિવસની વધેલી સફેદ દાઢી – ઊંટ ને ઉકરડે ચડ્યો !

એક વારની વાત છે. રસ્તામાં એક ગ્રામીણનો સાથ થઈ ગયો હતો. એના વાળ સફેદ થઈ ગયા હતા અને સામેના દાંત પણ પડી ગયા હતા. મને થયું કે આ માણસ મારાથી સાતઆઠ વરસ તો મોટો હશે જ. ત્યાં જ એણે મને પૂછ્યું, ‘આપ કહાં રહતે હૈં, પિતાજી ?’

આ ઘટના મારા વિદ્યાર્થીઓને સંભળાવીને મેં પૂછ્યું હતું, ‘કહો જોઈએ, આ ઘટના હાસ્યરસની છે કે કરુણરસની ?’ તો એક વિદ્યાર્થિનીએ હળવેથી કહ્યું, ‘વાત્સલ્યરસની !’

આવું છે મારું શરીર. મારા બદસૂરત ચહેરા ને માંસ વગરના ભૂખડીબારસ શરીર પ્રત્યે મને શરૂથી જ વિરક્તિ રહી છે. પણ મારા આ મૂઠી હાડકાંના શરીરે, સત્તાવન વર્ષની વયે, ધોમ ઉનાળામાં, શૂલપાણની દુર્ગમ ઝાડી પાર કરાવી દીધી. આજે લાગ્યું કે મારું આ સુકલકડી શરીર મને દંડ રૂપે નહીં પણ વરદાન રૂપે મળ્યું છે. આજે પહેલી વાર મારા શરીર પર મને વહાલ ઊપજ્યું. મનોમન પ્રાર્થના કરી કે હે દીનાનાથ, ભવોભવ આ જ ખોળિયું આપજે !

મંદિરના લોકો અમને બહુ કુતૂહલથી જોઈ રહ્યા છે. એમને એ વાતનું

કૌતુક છે કે અમે વગર લૂંટાયે ઝાડી કેમ કરીને પાર કરી લીધી. ઝાડીમાંથી વણલૂંટ્યો કોઈ જઈ જ ન શકે. એમની નજરમાં અમે કોઈક પરીકથાના નાયકથી કમ નથી. મંદિરના પૂજારીજીની પાસે તો ગુજરાતીમાં છાપેલાં કાર્ડ છે. એમાં લખ્યું છે કે હું પ્રમાણિત કરું છું કે આ પરકમ્માવાસી ઝાડીમાંથી આવ્યો છે ને લૂંટાઈને આવ્યો છે. આ પ્રમાણપત્રના આધારે એને આગળ ગુજરાતમાં વસ્ત્ર, વાસણ, ધાબળા વગેરે મળી જાય.

ત્યાં જ એક પ્રૌઢ મહિલાએ હાંક દીધી, 'ચાલો, રસોઈ તૈયાર છે. પરકમ્માવાસી, તમે પણ આવો !'

મેં તરત શ્યામલાલને જગાડ્યો. પછી ભોજન પર તૂટી પડ્યા.

નમતે પહોરે જોયું, ઝાડીના આરંભમાં જે ત્રણ બાવા અમને મળ્યા હતા, એમાં જે દૂબળો-પાતળો હતો, એ માત્ર લંગોટીભેર ચાલ્યો આવે છે. કેવી લંગોટી ! કપડાંનો વેંત એકનો ટુકડો, બસ !

પાછલી યાત્રામાં એક બાબાએ કહ્યું હતું કે ઝાડીમાંથી પરકમ્માવાસી એવો નીકળે છે જેવો માતાના ગર્ભમાંથી નીકળે છે. એકદમ નાગો. તે દિવસે વિશ્વાસ નહોતો બેઠો. આજે પ્રત્યક્ષ જોઈ રહ્યો છું.

એણે કહ્યું, 'અમે તમારાથી એક દિવસ પાછળ નીકળ્યા. બોરખેડી પછી એક ભીલ આવ્યો ને અમને ત્રણેને લૂંટી લીધા.'

'બીજા બે તો ખૂબ તગડા હતા. કંઈ બોલ્યા નહીં ?'

'એમની તો બોલતી જ બંધ થઈ ગઈ. બધું ચૂપચાપ આપી દીધું. હા, એમાંથી એકે એટલું જરૂર કહ્યું કે અમને શું લૂંટે છે, કાલે જે ગયા એમને લૂંટવા હતા. તો ભીલ કહે ના બાબા, એમની સાથે સિપાઈ હતા. બંદૂકની બહુ બીક લાગે છે. અમે બે'ક ચીજ આપવામાં આનાકાની કરી તો કહે કે તો પછી ધોલધપાટ કરવી પડશે. અમને ખબર હતી કે એના સાથી તીરકામઠાં કે ગોફણ સાથે આસપાસમાં જ હશે અને ભીલો તો ભારે નિશાનબાજ હોય છે. એટલે બધું ચૂપચાપ આપી દીધું.

'તું એકલો કેમ ?'

'એ બે મારા પર બહુ રુઆબ ચલાવતા. એક દિવસ બરાબરનું સંભળાવી દીધું ને અલગ થઈ ગયો.'

'રસ્તામાં કોઈ પરેશાની ?'

'રસ્તામાં તો નહીં, પણ આજે રોઈ પડ્યો.'

'કેમ ?'

'તરસના લીધે. ધખધખતી પ્યાસના લીધે મોં સુકાઈ ગયું હતું. ગળામાં શોષ પડતો હતો. આંખો સામે તણખા ઝરતા હતા. તરસે ટળવળતો હતો. 'પાણી ! પાણી !' પોકારતો શ્વાસ છોડીશ કે શું ! પહાડોમાં ભૂલો પડી

ગયો હતો. બહુ મુશ્કેલીએ નર્મદા મળી ત્યારે નીચે ઊતરીને ધરાઈને પાણી પીધું. ત્યારે જીવમાં જીવ આવ્યો.'

આવા કાળઝાળ ઉનાળામાં ઉઘાડે શરીરે, ઉઘાડા પગે, ભૂખે પેટે, ઝાળ ફેંકતી ચટ્ટાનો પર એકાકી ચાલવું કેટલું કષ્ટપ્રદ હોઈ શકે છે, એની કલ્પના કરીને હું કંપી ઊઠ્યો. કષ્ટ સહન કરવાની આ પરાકાષ્ઠા છે.

પરાક્રમ શબ્દ આજે પૌરુષનો વાચક છે. મૂળે પરિક્રમા અને પરાક્રમ, બંનેની ધાતુ એક છે. 'ક્રમણ' એટલે આગળ વધવું, સતત ચાલતા રહેવું. નર્મદાપરિક્રમામાં જો ખરેખર ક્યાંય પરાક્રમ હોય, તો એ શૂલપાણ ઝાડી પાર કરવામાં છે.

એ જ પ્રૌઢ મહિલાએ આવીને કહ્યું, 'બાબા, નહાઈ આવો. પછી જમી લો.'

એને નહાઈને આવવામાં વાર થઈ. કારણ હું સમજી ગયો. નહાઈને એ તડકામાં ઊભો રહ્યો હશે. લંગોટ સુકાણો હશે, ત્યારે જ આવી શક્યો હશે.

શૂલપાણેશ્વરમાં મહારાષ્ટ્ર સમાપ્ત થઈ જાય છે ને ગુજરાત શરૂ થાય છે. બહુ સુંદર સ્થાન છે આ. ચારેબાજુ પહાડોથી વીંટળાયેલું. રાત અહીં રહેશું, સવારે ઘર માટે નીકળશું.

આખરે શૂલપાણની ઝાડી અમે પાર કરી ચૂક્યા હતા. એ ઝાડી, જ્યાં એંશી માઈલ સુધી નર્મદા ડુંગરાઓના ઘટાટોપથી ઘેરાયેલી છે, જ્યાં તરેહતરેહની શિલાઓ પોતાના લાવલશ્કર સાથે ફેલાયેલી છે, જ્યાંની ભયાનક નિર્જનતા યાત્રીને અકળાવી દે છે, જ્યાં નર્મદાનું યૌવન જાણે કે પાછું આવી ગયું છે અને જ્યાં નર્મદાનાં અંગઅંગમાં સ્વચ્છતા અને શુચિતાનો દિવ્ય સ્પર્શ છે.

૧૭. શૂલપાણેશ્વર

મધ્ય પ્રદેશથી ગુજરાતમાં શું આવ્યો છું, જાણે એક માની ગોદમાંથી બીજી માની ગોદમાં આવી ગયો છું.

મારા પિતા ગુજરાતના એક ગામડેથી આવીને મધ્ય પ્રદેશના જબલપુરમાં વસી ગયા. મારો જન્મ જબલપુરમાં થયો. નાનપણમાં ગુજરાત આવવું-જવું ચાલતું રહ્યું, પછી ધીમે ધીમે ઓછું થતું ગયું અને છેવટે અમે મધ્યપ્રદેશના નિવાસી થઈ ગયા. હું હિન્દી-ગુજરાતી બંને જાણું છું, પરંતુ મારાં બાળકો હિન્દી વધુ ને ગુજરાતી ઓછું જાણે છે. બે-ત્રણ પેઢી પછી અમારું કુટુંબ પૂરેપૂરું હિન્દીભાષી થઈ જશે.

શૂલપાણેશ્વર મંદિરના પૂજારી ત્રિવેદીજી મૂળે મધ્ય પ્રદેશના છે. ગાડરવારા નજીક એક ગામના. ઘરમાં હિન્દી બોલે છે, ગામલોકો જોડે ગુજરાતી. એમના દીકરા ક્યારેક હિન્દી બોલે છે તો ક્યારેક ગુજરાતી અને એમનાંય બાળકો તો ગુજરાતી જ બોલે છે. બે-ત્રણ પેઢી પછી એમનું કુટુંબ પૂરેપૂરું ગુજરાતીભાષી થઈ જશે.

આપણા દેશમાં આવા આંતર-પ્રવાહો સદીઓથી ચાલતા આવ્યા છે ને દેશની એકતાને સુદૃઢ કરતા રહ્યા છે.

ભવિષ્યની પેઢીઓ પૂરેપૂરી નવા પ્રાંતની થઈ જશે, તેમ છતાં એમના મનનાં ઊંડાણમાં પોતાના વડવાઓના પ્રાંત પ્રત્યે પ્યારની કાંઈક ને કાંઈક ભાવના તો રહેવાની જ. વળી હું તો બચપણમાં ગુજરાતમાં રહ્યો છું, એની ધૂળમાં રમ્યો છું, એની શાળાઓમાં ભણ્યો છું. ગુજરાતની ભૂમિ જોઈને જો હું આંદોલિત થઈ ઊઠ્યો છું, તો એ સ્વાભાવિક જ ગણાશે.

શૂલપાણેશ્વર ગુજરાતનું નાકું છે. અહીંથી ગુજરાત શરૂ થાય છે. અહીંનું પહાડી એકાંત પાછલી યાત્રામાં જ ગમી ગયું હતું, પણ ઘરે જવાની ઉતાવળ હતી એટલે એક જ દિવસ રોકાણા હતા. આ વેળા અહીં ત્રણ-ચાર દિવસ રહેવાનો નિર્ધાર કરીને જ ઘરેથી નીકળ્યા હતા.

નદીનું પાણી ડહોળું છે. ડુંગરાઓ પર હરિયાળી છે. એમણે નવો વેશ સજી લીધો છે. એ એવા નાગા નથી, જેવા અમે એમને અમારી પાછલી યાત્રામાં જોયા હતા. આ ચમત્કાર વર્ષાનો છે. મેં મારી નોટબુકમાં લખ્યું :

પાણી
જ્યારે સમુદ્રથી આવે છે ત્યારે વાદળ
અને જાય છે ત્યારે નદી કહેવાય છે.
વાદળ ઊડતી નદી છે,
નદી વહેતું વાદળ છે !
વાદળથી વર્ષા થાય છે.
વર્ષા આ ધરતીની શાલભંજિકા છે;
એના પદાઘાતથી ધરતી મહોરી ઊઠે છે !
અને જ્યારે વર્ષા નથી હોતી
ત્યારે આ કામ નદી કરે છે.
વર્ષા અને નદી - ધરતીની બે શાલભંજિકાઓ.
વિચાર અને કર્મ (કલ્પના અને યથાર્થ)
આત્માની શાલભંજિકાઓ છે.
એના પદાઘાતથી
આત્મા પલ્લવિત પુષ્પિત થાય છે !
વાદળ ધરા પર ઊતરીને સાર્થક થાય છે
વિચાર કર્મમાં પરિણત થઈને કૃતાર્થ થાય છે.

બાદમાં આ પંક્તિઓ મેં મારા એક કવિ-મિત્રને બતાવેલી. એમણે એ જોતાં જ રદ કરી દીધી. કહે, ‘તમે તો આમાં ઉપદેશ આપવા લાગ્યા. કવિતામાં ઉપદેશ ન હોવો જોઈએ.’ મેં કહ્યું, ‘તમારો આ ઉપદેશ, કે કવિતામાં ઉપદેશ ન હોવો જોઈએ, મને શિરોધાર્ય છે !’

જાણું છું, કુકવિ થાવા કરતાં કવિ ન થાવું સારું. કવિતાએ કવિ પાસે એ રીતે આવવું જોઈએ, જે રીતે વૃક્ષમાં પર્ણ આવે છે. એ સહજ-સાધ્ય હોય, પ્રયત્ન-સાધ્ય નહીં. વરદાનની જેમ મળી હોય. દેવની દીધેલ હોય. પણ આ ક્યાં કવિતા છે, આ તો કવિતાનું બચ્ચું છે ! જોડકણું છે ! આને પણ શું એવી જ કઠણ અગ્નિ-પરીક્ષા આપવી પડશે ?

અહીં આવ્યે આજે ત્રીજો દિવસ છે. આજે શરદપૂર્ણિમા છે. આજે ચાંદો

ફાંટ ભરીને ચાંદની લાવશે. વળી આજ સાંજ સુધી મારા બે વિદ્યાર્થીઓ પણ આવી જશે. પછી કાલથી ચાલશું.

પરંતુ સાંજ રાતમાં ઢળી ગઈ, પણ વિદ્યાર્થીઓ ન આવ્યા. આ દુર્ગમ સ્થળમાં રાત્રે તો આવી જ ન શકે. અમે એમના આવવાની આશા છોડી દીધી.

પૂનમનો ચાંદો ઊગી ગયો છે પણ હજી એનું અજવાળું આવ્યું નથી. ચાંદો કાંઈક ઉપર ચડે, તો અજવાળું આવે.

જમી પરવારીને મંદિરના દરવાજા બહાર ઓટા ઉપર બેઠો હતો. નવ વાગ્યા હશે. ત્યાં ઓચિંતાની અંધારાને ચીરીને આવતી થોડી આકૃતિઓ દેખાવા લાગી. થોડી વારમાં બિલકુલ પાસે આવી ગઈ. હું ચોંકી ઊઠ્યો. મારી આંખો પર વિશ્વાસ કરું કે ન કરું ! ભાવાવેશમાં ચીસ પાડી ઊઠ્યો, 'કોણ અનિલ ! આવડી રાતે ! ગજબ કરી દીધો !'

ત્યાં તો મલય પણ આવી ગયો.

'આવા અંધારામાં તમે કેવી રીતે આવ્યા ?'

શૂલપાણેશ્વરથી નવાગામ ત્રણ કિલોમીટર છે. પાછલી વેળા સડકથી ચાલીને અમે ત્યાં એક કલાકમાં પહોંચી ગયા હતા. પણ ચોમાસામાં નદીના પટમાં જ બનેલી સડક ધોવાઈ ગઈ છે અને પહાડી પગદંડી એટલી મુશ્કેલ છે કે આ વેળા ત્રણ કિલોમીટર ચાલતાં અમને ત્રણ કલાક થયા – એય દિવસે ! આવે અંધારે આ કેમ કરીને આવી ગયા !

'લોકોએ અમને સહેલો રસ્તો બતાવ્યો. ઠીકઠીક દૂર સુધી અમે સામે કાંઠેથી આવ્યા. પછી નાવથી નર્મદા પાર કરીને આ કાંઠે આવ્યા ને નાવવાળાને સાથે લીધો. આજે અમારે કોઈ પણ રીતે અહીં પહોંચવું હતું. નહીં તો કાલે તમે અહીંથી ચાલી નીકળત.'

'હા, પણ હું કાલે પણ તમારી વાટ જોત. જો કાલે ન આવત, તો પરમ દિવસે નીકળત.'

'તો મહેરબાની કરીને પરમ દિવસે જ નીકળજો. અમે એટલા થાકી ગયા છીએ કે કાલે નીકળવાની હિંમત નથી.'

'ભલે, પરમ દિવસે નીકળીશું.'

હવે હું નિશ્ચિંત થઈ ગયો. નિશ્ચિંત થઈને નર્મદાકાંઠે ચાલ્યો ગયો. આકાશમાં પ્રકાશનો ભવ્ય મહોત્સવ શરૂ થઈ ગયો હતો. ચાંદાએ પોતાનો જાદુનો દાબડો ખોલી દીધો હતો ને ચાંદની ધાર બાંધીને વરસી રહી હતી. ક્યારેક હું ચાંદની ઠાલવતા ચાંદાને જોતો, ક્યારેક ચાંદનીની ચાદર ઓઢીને સૂતેલા ડુંગરાઓને જોતો, તો ક્યારેક ચાંદીશી ઝળાંહળાં થતી નદીને જોતો. નયનોને આવો ઉત્સવ ફરી ક્યારે જોવા મળશે !

પાછલા ત્રણ દિવસોથી ચાંદાને હું બારીકાઈથી જોતો રહ્યો હતો. કાલ સુધી એ કાંઈક અધૂરો જણાતો હતો. અરે, આજે જ્યારે નીકળ્યો હતો, ત્યારેય લાગતું હતું કે આમાં તલભાર પણ ઊણપ રહી ગઈ છે, પરંતુ હવે એ પણ પૂરી થઈ ગઈ છે. હવે મધરાતે ખરેખર પૂર્ણચંદ્ર છે. હવે એ દરેક રીતે સુરેખ, સુઘડ અને સંપન્ન જણાઈ રહ્યો છે. સંપન્ન તો એટલો બધો કે ક્યાંક પોતાની જ ચાંદનીના ભારથી તૂટી ન પડે !

મને લાગ્યું કે ચાંદો બહુ ધીમેધીમે ચાલી રહ્યો છે. એને કદાચ ખબર પડી ગઈ છે કે આજે એના ભીતરનું સમસ્ત અમૃત છલકાઈ છલકાઈને બહાર આવી રહ્યું છે. એ કદાચ વધુથી વધુ સમય સુધી આ અમૃતને લૂંટાવતો રહેવા ચાહે છે.

ધરતી ઉપર કોઈક વરદાનની જેમ ચાંદની ઊતરી રહી છે ને નર્મદાખીણને રેલમછેલ કરી રહી છે.

મને થયું, આ કેવી અજબ વાત છે કે ચાંદાનો પ્રકાશ એનો પોતાનો નથી. સૂરજનો તડકો જ ચાંદાના ધરાતલથી ટકરાઈને ચાંદની બની જાય છે. ચાંદો સર્જક નહીં, અનુવાદક છે ! એ તડકાનો ચાંદનીમાં અનુવાદ કરે છે ! પણ કેવો દિવ્ય અનુવાદ ! તડકામાં એ મોહિની ક્યાં છે જે ચાંદનીમાં છે ! ચંદ્રને અનુવાદક કહેવો, અનુગાયક કહેવો કે અનુસર્જક કહેવો, એ જ સમજમાં નથી આવતું !

(મૂળ વાદકની કૃતિને એના લય અને તાલ સાચવીને એક ભાષામાંથી બીજી ભાષામાં આબાદ ઉતારે એ અનુ-વાદક !)

પણ મારી અનુવાદવાળી આ ઉપમા અડધી જ સાચી છે. અનુવાદ અરસપરસ થઈ શકે. તડકાનો ચાંદનીમાં તો અનુવાદ થાય, પણ ચાંદનીનો તડકામાં અનુવાદ ન થાય ! જેમ દૂધમાંથી દહીં થાય, પણ દહીંનું દૂધ ન બને. તો ચંદ્ર પાસે એવું કોઈક દિવ્ય રસાયન છે, એવું કોઈક મેળવણ છે, જેનાથી એ તડકાનું ચાંદનીમાં રૂપાંતર કરે છે. બિચારો સૂર્ય ! એની પાસે આવું કોઈ મેળવણ નથી !

મોડી રાતે જ્યારે પાછો આવ્યો, ત્યારે મંદિરનો દરવાજો બંધ થઈ ગયો હતો, પણ લાકડાના એ મોટા દરવાજામાં એક નાની ખડકી હતી. એ ટપીને હું અંદર આવ્યો તો મારી સાથે નદીનો શોર પણ અંદર ઘૂસી આવ્યો ! ખડકી બંધ કરી દીધી તો શોર બહાર રહી ગયો.

બહુ રમણીય સ્થળે છે શૂલપાણેશ્વરનું આ પ્રાચીન મંદિર. આપણાં મંદિરો બહુધા પૂર્વાભિમુખ હોય છે, પણ આ પશ્ચિમાભિમુખ છે, અને એ સારું જ થયું છે. એને ડાબે પડખે દેવનદી ને જમણે પડખે નર્મદા છે. મંદિરના પ્રવેશદ્વાર પર ઊભા રહીએ, તો સામે વહેતી દેવનદી દેખાય (બાજુમાં જ

એનો નર્મદા જોડે સંગમ થાય છે) ને સામે પહાડોની હારમાળા વચ્ચે દૂર સુધી લહેરાતી નર્મદા દેખાય. ખરેખર સુંદર સ્થાન છે. આ મંદિરો માટે અપાર સૌંદર્યવંતા સ્થાનોની પસંદગી કરનાર આપણા પૂર્વજો સાધુ-સંન્યાસી હતા કે કવિ-કલાકાર, કહેવું મુશ્કેલ છે.

અહીંથી દેવનદીની એકદમ ઊભી ને ઊંચી ભેખડ દેખાતી રહે છે. ભેખડ ઉપર ટચૂકડું ગામ છે. જરા આગળ દેવનદીમાં સુંદર ધોધ છે. અમે આ બધું જોઈ આવ્યા છીએ પણ આજે અનિલ અને મલયની જોડે ફરીથી જઈશું.

દેવનદી પાર કરીને, ખડક ચડીને ઉપર આવી ગયા. અહીંનું મંદિર જોયા બાદ દેવનદીનો ધોધ જોયો ને જે પથરાળ કુંડમાં એ પડે છે, એ રૂદ્રકુંડને પણ જોયો. દેવનદી, ઘાયલ વાઘણ જેવી, શોર અને ગર્જન સાથે રૂદ્રકુંડમાં ખાબકે છે ને પછી તંગ ભેખડો વચ્ચે વાંકાચૂંકા વળાંક લેતી વહે છે ને નર્મદાને મળે છે.

અહીંના મંદિરની નીચે, દેવનદીની ઊભી ભેખડમાંથી પાણી ઝરે છે. ગામલોકોએ અહીં વાંસના બે ટુકડા ગોઠવ્યા છે, એટલે એમાંથી બે જળધારા અવિરત પડતી રહે છે. ગામની સ્ત્રીઓ અહીં આવે છે, ધાર નીચે બેસીને નહાય છે, કપડાં ધૂએ છે અથવા પાણી ભરે છે. શૂલપાણેશ્વરના મંદિરેથી અમને આ બધું દેખાતું રહેતું. જ્યારે અહીં આવ્યા છીએ, તો એ ઝરણાને પણ જોતા જઈએ. એકદમ ઊભી કેડીએથી એક એક કદમ નીચે ઊતર્યા. ચીકણી ભીની માટીને લીધે પગ લપસતા હતા. બહુ મુશ્કેલીએ ઝરણ સુધી પહોંચ્યા. હાથમાં એની ધારાને લીધી, આંખો ઠંડી કીધી ને ખોબેખોબે એ સ્વચ્છ શીતળ જળને ધરાઈને પીધું.

થોડી વારમાં ત્યાં બે સ્ત્રીઓ આવી. એક પછી એક નહાઈ, પછી માથા ઉપર ઘડા રાખીને લપસણી કેડી પર ગારો ખૂંદતી ખૂંદતી ઉપર ચડવા લાગી. અમને ખાલી હાથે ચડવું મુશ્કેલ થશે, ત્યારે આ ત્રણ ત્રણ ભરેલા ઘડા લઈને સહેલાઈથી અને દૃઢતાપૂર્વક ઉપર જઈ રહી છે. આટલી સહેલાઈ અને ખૂબસૂરતીની સાથે માત્ર પહાડી સ્ત્રીઓ જ ચાલી શકે. સ્પષ્ટ છે કે એમને ભરેલા ઘડે ચડવા-ઊતરવાનો લાંબો અભ્યાસ છે.

જાણ્યેઅજાણ્યે મારા મનમાં આ વાત છે કે આ સુંદર સ્થળે બને એટલું રહી લો. ધરાઈને જોઈ લો. પંદરેક વર્ષ પછી તો આનું અસ્તિત્વ જ સમાપ્ત થઈ જશે. એટલે જ હું અહીં ચાર દિવસથી જામ્યો છું.

પરકમ્માવાસીઓ વિષે વાત નીકળી તો પૂજારીજીએ કહ્યું, 'થોડા સમય પહેલાં અહીંથી એક બાવો નીકળ્યો હતો. એ દંડવત કરતો કરતો પરિક્રમા કરી રહ્યો હતો. એના આવતા પહેલાં જ વાત ફેલાઈ જતી કે દંડૌતી બાબા

આવી રહ્યા છે જે દરેક રોગની દવા આપે છે. ભોળા ગ્રામીણોની ભીડ લાગી જાય. એ દરેક રોગીને એક દંડો મારે, પછી ભભૂત અથવા કંઈક દવા આપે. હું દમનો જૂનો રોગી છું. રોગ આગળ ભલભલા લાચાર થઈ જાય છે. ન કરવાનુંય કરવા તૈયાર થઈ જાય છે. પહેલાં તો હું એની જાળમાં ન આવ્યો, પણ પછી મારીય મતિ મારી ગઈ. એક દંડો મેં પણ ખાધો.'

'કાંઈ ફાયદો થયો ?'

'શાનો ફાયદો ! ફાયદો ન થવાનો હતો, ન થયો. જ્યાં સુધી ખબર પડે કે દવાથી કાંઈ ફાયદો ન થયો, ત્યાં સુધી તો એ દૂર નીકળી ગયો હોય ! સારો ધંધો કરી રહ્યો છે.'

ત્રીજે પહોરે અમે નર્મદાની ઉપરવાસ દૂર સુધી ફરવા નીકળી ગયા, જેથી અનિલ અને મલયને ઝાડીની કાંઈક ઝલક મળી જાય. જોકે ઝાડી અહીં સમાપ્ત થઈ રહી છે એથી ડુંગરા એવા સઘન નથી, તેમ છતાં કાંઈક ઝાંખી તો મળી જ રહે છે. અનિલ તો આગળ આગળ ભાગી રહ્યો છે, કેમ જાણે પાછલી યાત્રામાં ન આવી શકવાની પોતાની મજબૂરી ભરપાઈ કરી રહ્યો ન હોય.

કાલે પૂર્ણિમાની રાત્રે ગામમાંથી ભજનના સ્વર આવી રહ્યા હતા. અમારા અનુરોધ પર ગામની ભજનમંડળી આજે રાત્રે મંદિરે આવીને અમને ભજન સંભળાવશે.

જમી પરવારીને બેઠા હતા કે ભજનમંડળી આવી ગઈ. પ્રારંભિક સ્તુતિ બાદ જે પહેલું ભજન શરૂ થયું કે હું ખીલી ઊઠ્યો. મારા રૂંવે રૂંવે આનંદ પ્રગટ્યો. આ તો એ જ પ્રાર્થના હતી, જે આજથી લગભગ પંચાવન વર્ષો પહેલાં, ગુજરાતના સુદૂર કચ્છ-અંજારના મારા નાનાશા ગામ કુંભારિયામાં હું બાળપોથીમાં ભણ્યો હતો !

મારું અતીત મારી સામે ખડું થઈ ગયું. મારી આંખોની સામે મારું ગામ, મારી શાળા, નદી, પાદર, તળાવ બધું સાકાર થઈ ગયું. લગભગ અડધી સદીના અંતરને એક ઝાટકે ચીરીને હું ક્યાંથી ક્યાં પહોંચી ગયો હતો ! આ ગીતે તો મને મારું બચપણ પાછું આપી દીધું !

ઓ ઈશ્વર ભજિયે તને
મોટું છે તુજ નામ
ગુણ તારા નિત ગાઈએ
થાય અમારાં કામ.

લગભગ ૬ વર્ષની ઉંમરે આ પ્રાર્થના સાથે મેં મારા શિક્ષણનો આરંભ કર્યો હતો. આજે ૬૦ વર્ષની ઉંમરે આ જ પ્રાર્થના સાથે નર્મદાકાંઠેની મારી ગુજરાતયાત્રાનો આરંભ કરી રહ્યો છું !

થોડી વાર માટે હું મારા શૈશવની સ્મૃતિઓમાં ખોવાઈ ગયો. આ બાજુ એક ગાયકે સારંગી પર એક બીજું ભજન શરૂ કર્યું હતું :

તું તારા તનમાં તપાસ મારા ભાઈ રે,
ભમ્મર ગુફામાં ભીતર ભોંયરાં
હંસા ફરે ત્યાંના ત્યાં...

જેમજેમ રાત જામતી ગઈ, તેમતેમ ગાયકોનો કંઠ વધુ ગળતો ચાલ્યો. તેઓ ભાવવિભોર થઈને સંભળાવતા રહ્યા, અમે રસવિભોર થઈને સાંભળતા રહ્યા.

સવારે ખબર પડી કે અનિલના જોડા કોઈક ચોરી ગયું છે.

અમારો સામાન મંદિરની પરસાળમાં ખુલ્લો પડ્યો રહેતો. ચાર દિવસમાં એક સોયની પણ ચોરી નહોતી થઈ. પણ કાલે રાત્રે ભજનમંડળીની સાથે ગામના બીજા લોકો પણ આવ્યા હતા. એમાંથી જ કોઈક લઈ ગયું. કૅનવાસના મોંઘા જોડા હતા. એટલું સારું થયું કે અનિલે સ્પંજની ચંપલની એક જોડ પણ રાખી લીધી હતી. એટલે ઉઘાડા પગે ચાલવાની નોબત ન આવી, પણ શ્યામલાલ તો ઉઘાડા પગે જ ચાલશે.

આમ, શૂલપાણેશ્વરના મંદિરમાં ચાર દિવસ રહ્યા બાદ, ૯ ઑક્ટોબર ૧૯૮૭ના વહેલી સવારે અમે ચારે ચાલી નીકળ્યા. આ આનંદલોકમાંથી નિર્વાસિત થવું ગમતું તો નથી, પણ સમુદ્રકાંઠે વેળાસર પહોંચવું જરૂરી છે. દિવાળીના તહેવારોમાં સામે કાંઠે લઈ જનાર નાવ બંધ રહે છે. જો મોડા પડશું તો નાવ ચૂકી જશું એટલે ચાલી નીકળ્યા. શ્યામલાલ મારી જોડે ત્રીજી વાર ચાલી રહ્યો છે, અનિલ બીજી વાર અને મલય પહેલી વાર. લગભગ અઢી વરસના ગાળા બાદ નર્મદા પરિક્રમાનો મોરચો અમે ફરી સંભાળી લીધો છે.

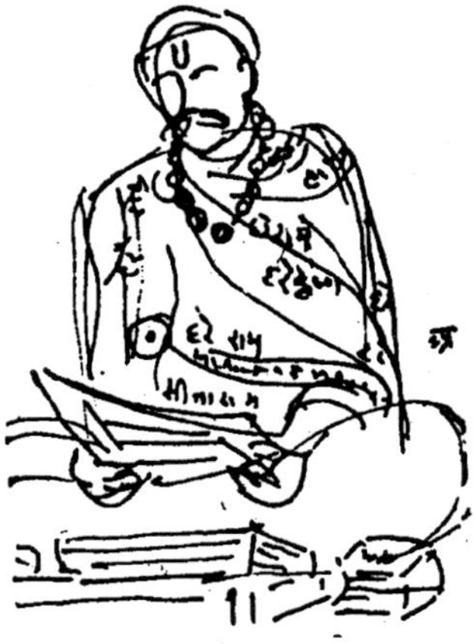

૧૮. શૂલપાણેશ્વરથી કબીરવડ

પાણી, ચટ્ટાન, પ્રપાત, શોર અને વળાંક – આ પાંચ તત્ત્વ છે, જેનાથી નર્મદાનો પિંડ રચાયો છે. ચટ્ટાનો જોડે જેવી ભાગીદારી નર્મદાએ કરી છે, એવી ઓછી નદીઓએ કરી હશે (જો ચટ્ટાન ન હોય તો નદીથી ગાઈ જ ન શકાય.) આમાં જેટલા પ્રપાત છે, એટલા ભાગ્યે જ બીજી કોઈ નદીમાં હશે. કેવા કેવા કમનીય વળાંક છે આમાં. સીધું વહેતાં તો એ જાણતી જ નથી. વધુ વાર ચૂપ પણ નથી રહેતી.

શૂલપાણની ઝાડીમાં આ બધું છે, માત્ર જેને હોવું જોઈતું હતું, એ જ નથી – પ્રપાત નથી. ન તો હરણફાળમાં કોઈ પ્રપાત છે, ન શૂલપાણેશ્વરમાં. શૂલપાણેશ્વરના પૂજારીજીને પૂછ્યું પણ હતું. એમણે પણ કહ્યું હતું કે અહીં દેવનદીમાં તો પ્રપાત છે, પણ નર્મદામાં કોઈ પ્રપાત નથી.

ઊંચી પહાડી કેડીએથી જઈ રહ્યા છીએ. બંને બાજુ પારિજાતના છોડ છે. થોડા દિવસો પહેલાં છોડવે છોડવે અઢળક ફૂલો ખીલ્યાં હશે, પણ હવે એકે ફૂલ નથી.

મનમાંથી પ્રપાતવાળી વાત ગઈ નથી. ક્યાંક શૂલપાણના ધોધ વિષે વાંચ્યું હતું. તો પછી એ ક્યાં ગયો ? સામેથી આવતા એક ગ્રામીણને પૂછ્યું, 'શૂલપાણનો ધોધ ક્યાં છે ?'

એણે કહ્યું, 'ત્યાં.'

મને કાંઈ દેખાયું નહીં. 'ત્યાં ક્યાં ?'

'પેલું પાણી કેવું ખખડે છે, એ જ !'

તો આ છે શૂલપાણનો ધોધ ! મને હસવું આવ્યું. પાણીના માત્ર ખખડવાને ધોધ કેમ કરીને કહેવાય !

નવાગામ પહોંચતાં સખત તડકો થઈ ગયો. અહીં નર્મદા ઉપર એક બંધ બની રહ્યો છે. નર્મદા ઉપર બની રહેલા બંધોમાં સૌથી મોટો. આમાં નર્મદાના અમૂલખ પાણીને સંઘરવામાં આવશે અને નહેરો મારફત દૂર દૂર સુધીનાં તરસ્યાં ખેતરોને પહોંચાડવામાં આવશે. સુદૂર રાજસ્થાન સુધ્ધાંને આનો લાભ મળશે.

આ બધાંને લીધે જે વિશાળ સરોવરો નિર્મિત થશે, એમાં કેટલાંય ગામો અદૃશ્ય થઈ જશે. સેંકડો કિલોમીટર લાંબા કિનારા ડૂબી જશે. શૂલપાણની પૂરી ઝાડી ડૂબી જશે. નર્મદાકાંઠેની ભૂગોળ જેટલી પાછલા ૨૫,૦૦૦ વર્ષોમાં નહોતી બદલાઈ, એટલી આવતા ૨૫ વર્ષોમાં બદલાઈ જશે.

નર્મદા આજે બહુ સુંદર નદી છે. આ બંધોને લીધે એનું સૌંદર્ય બેશક ઓછું થઈ જશે. પણ એની ઉપયોગિતા ઘણી વધી જશે. નર્મદાનો જે વિશાળ જળભંડાર અત્યાર સુધી વ્યર્થ વહી જતો હતો, એવું હવે નહીં થાય. ન તો અચાનક પૂરનો ખતરો રહેશે, ન દુકાળનો ભય રહેશે. લોકોને આકાશ તાકતાં જીવવું નહીં પડે. જમીન પાણી માટે ટળવળશે નહીં. ઢોર ભૂખથી મરશે નહીં. કેટલીય વેરાન, ઉજ્જડ અને હજી સુધી બેકાર પડી રહેલી જમીન સજીવન થશે. હરિયાળી હિલોળા લેશે. ગુજરાત સુજલા સુફલા થશે. દૂર દૂરના પ્રદેશોને ફળદ્રુપ કરતી નર્મદા સાચી માતા બનશે.

આ બંધ થશે પાણીની રિઝર્વ બૅન્ક. જ્યારે ચાહો, જેટલું ચાહો, પાણી લઈ લો !

અહીં નવાગામમાં સમસ્ત ગુજરાતનું પાણિયારું બની રહ્યું છે.

નવાગામથી ગોરા સુધી સડક છે. નર્મદાના કાંઠે કાંઠે જતી આ પાકી પહાડી સડક પરથી બંને કાંઠેનો રમણીય પર્વતીય પ્રદેશ અને એની વચ્ચે લહેરાતી નદી દેખાતી રહે છે. અમે આ સડક પરથી જઈ રહ્યા છીએ. દઝાડી દેનાર તાપ છે. મલય પહેલી વાર ચાલી રહ્યો છે. તરસથી પરેશાન છે. કહે, એવું લાગે છે કે આખી નદી પી જાઉં.

આખો દિવસ ચાલ ચાલ કર્યું, ત્યારે સાંજે ગોરા પહોંચ્યા. અહીં નર્મદા ઉપર સડકનો મોટો પુલ છે. એની પાસે જ એક કુટીમાં રહ્યા. સુંદર જગ્યા છે.

અડધી રાતે ઊઠ્યો. જોયું, નાના નાના તારા તો ચાંદીની ચાળણીમાં ચળાઈ ગયા હતા, માત્ર માથાભારે મોટા તારા જ બચ્યા હતા.

ડુંગરા હવે જાઉં જાઉં કરી રહ્યા છે. અલવિદા, પ્યારા વિન્ધ્યાચલ ! અલવિદા, પ્યારા સાતપુડા ! તમે બંને અમરકંટકથી જ નર્મદાની સાથે સાથે ચાલ્યા આવો

છો – ક્યારેક દૂર, ક્યારેક નજીક. નર્મદાનું તમે એ રીતે રક્ષણ કરતા આવ્યા છો, જે રીતે પાંપણ આંખનું રક્ષણ કરે છે. હવે તમે નિશ્ચિંત થઈ જઈ શકો છો.

જોઉં છું, વિન્ધ્યાચલ તો ચાલ્યો ગયો છે, પણ દક્ષિણ તટના સાતપુડાનું મન માનતું નથી. દૂર ખસી ગયો છે, પરંતુ ભલે આઘેથી જ પણ એ નર્મદાને સુરક્ષિત જતી જોવા માગે છે. લગભગ અંકલેશ્વર સુધી ચાલ્યા પછી જ એ જાય છે. હવે સમુદ્ર છે જ કેટલે દૂર !

સવાર થતાં જ ચાલી નીકળ્યા. નર્મદાના કાંકરિયાળ પટમાંથી જઈ રહ્યા છીએ. અનિલ કાંકરા વીણતો ચાલે છે. કોઈકનો આકાર સુંદર છે, કોઈકનો રંગ તો કોઈકનું ટેકસ્ચર. હું વિચારું છું કે હજી તો યાત્રાની શરૂઆત છે. આમેય બોજથી લદાયેલા છીએ, આ વધારાનો બોજ એ ક્યાં સુધી ઉપાડી શકશે ? પણ યુવા હૃદયને કોઈ કેમ કરીને સમજાવે !

આગળ ઇન્દ્રવર્ણામાં એક યુવા બંગાળી સંન્યાસી સાથે બંગાળીમાં બોલ્યો તો સંન્યાસી ખુશખુશાલ !

રાત ધનેશ્વરમાં રહ્યા. ગામ નદીથી દૂર છે, છતાં ૧૯૭૦ના પૂરનું પાણી ગામમાં ઘૂસી આવ્યું હતું. પૂરે આખા ઇલાકાને ઘમરોળી નાખ્યો હતો. એ તબાહીની કહાણી લોકો હજીય ભૂલ્યા નથી.

અહીં ધર્મશાળામાં એક વૃદ્ધ રહે. ઘરમાં અશાંતિ છે એટલે અહીં એકલા રહે છે. બહુ વાતોડિયા. નવાગામ બંધની વાત નીકળી તો કહે, ‘સાંભળ્યું છે કે બંધના પાણીમાંથી વીજળી બનાવશે. સાચી વાત ?’

‘સાચી વાત.’

‘પાણીમાંથી વીજળી કાઢી લેશે, પછી એ પાણીમાં કેવોક કસ રહેશે ? દૂધમાંથી મલાઈ કાઢી લઈએ, પછી જેવું દૂધ બચે એવું જ ને ?’

મને હસવું આવ્યું. એમનો તર્ક મજાનો હતો પણ સાચો ન હતો. મેં કહ્યું, ‘જે રીતે દૂધમાં મલાઈ કે છાશમાં માખણ હોય છે, એ રીતે પાણીમાં વીજળી નથી હોતી. પાણી જ્યારે વેગથી પડે, ત્યારે એના ધક્કાથી ચક્રો ચાલે ને એનાથી વીજળી પેદા થાય. આ વીજળીવાળું પાણી ને આ વીજળી કાઢી લીધેલું, એવાં નોખાંનોખાં પાણી નથી હોતાં.’

પણ ડોસા મને સહેજે છોડે એવા નહોતા. કહે, ‘ઠીક. પણ કોલસાથી બનતી વીજળી અને પાણીથી બનતી વીજળીમાં તો ફરક હશે જ.’

‘વીજળી એટલે વીજળી. કાંઈ ફરક નહીં.’

‘મને એમ કે ભેંસના દૂધ ને ગાયના દૂધ જેવો ફરક તો હશે.’

ડોસા ભણ્યા હોત તો મોટા બૅરિસ્ટર હોત !

સવાર થતાં ચાલી નીકળ્યા. શહેરાવમાં નદીકાંઠે સ્ત્રીઓ નાહી રહી હતી, કિશોરો ધુબાકા મારી રહ્યા હતા, ગાયોનું ટોળું પાણી પી રહ્યું હતું અને

પનિહારીઓ માથા ઉપર બેડાં રાખીને ધૂળ ભરેલ પગદંડીઓ પર જઈ રહી હતી.

અહીંથી લુખ્ખી ખાડા-ટેકરાવાળી ભૂમિ પરથી ચાલ્યા. નર્મદા દૂર થઈ ગઈ. બહુ તરસ લાગી હતી. આગળ એક ઝૂંપડીમાં એક વૃદ્ધ યુગલ મળ્યું. મેં પૂછ્યું, 'પાણી ક્યાંથી લાવો છો ?'

'નર્મદાથી.'

'અહીં ક્યાં છે નર્મદા ?'

'અડધા ગાઉ પર છે.'

થોડા સમય પહેલાં વૃદ્ધા પડી ગઈ હતી. એનાથી ચલાતું નથી. એના ભાગનું પાણી પણ વૃદ્ધ જ લઈ આવે છે. લાઠીના ટેકે બહુ મુશ્કેલીએ ચાલે છે. આટલે દૂરથી પાણી કેવી રીતે લાવતા હશે ?

'દીકરો નથી ?'

'દીકરો છે, વહુ છે, પણ તેઓ નોખાં રહે છે.' કહીને વૃદ્ધ ચૂપ થઈ ગયા. એમનું મૌન ઘણું બધું કહી ગયું. તરસ તો ખૂબ લાગી હતી, પણ પાણી માગવાનું મન ન થયું. અમારા ચારને લાયક પાણી એમની પાસે હતું પણ નહીં.

વૃદ્ધે રસ્તો બતાવ્યો તો થોડી વારમાં જિઓરપાટી આવી ગયા. આનું બીજું નામ છે કુંભેશ્વર. અહીં નર્મદામાં સઢવાળી નાવ ચાલી રહી હતી. અહીંના પૂજારીજીએ રહેવા માટે અમને ઉપરના માળનો ઓરડો આપ્યો. ઓરડો ખૂબ સરસ હતો પણ કેટલાય દિવસથી બંધ હતો એટલે ધૂળથી ભરેલો હતો. અમે વાળીઝૂડીને સાફ કર્યો તો રાજદરબાર જેવો શોભી ઊઠ્યો. પૂજારીજી મૂળે મહારાષ્ટ્રના છે. એમના પૂર્વજો કેટલીક પેઢીઓથી અહીં વસી ગયા છે અને હવે અહીંના જ થઈ ગયા છે.

રાત્રે અગાસીમાં સૂતા. દરરોજ રાત્રે હું તારાઓને જોતો જોતો સૂતો. સવારે જાગતો ત્યારે બધું ઊલટપૂલટ થઈ જતું. એટલે સુધી કે પૂરી આકાશગંગા એક કોરે ખસી જતી.

સવારે ચાલી નીકળ્યા. આગળ બેત્રણ પનિહારીઓ ખૂબ દૂરથી નર્મદાજળ લાવી રહી હતી. મેં પૂછ્યું, 'શું તમારા ગામમાં કૂવો નથી ?'

'કૂવો તો છે પણ અમે શરૂથી જ નર્મદાનું પાણી પીધું છે એટલે કૂવાનું પાણી મોળું લાગે છે.'

આ સ્ત્રીઓનું કામ કૂવાના પાણીથી પણ ચાલી શકતું હતું. આવા ધોમ તડકામાં તનતોડ મહેનત કરવાની શી જરૂર હતી ? પણ નર્મદા તો બસ નર્મદા જ છે !

અમે નદી પાસેની પગદંડી પરથી જઈ રહ્યા હતા. પગદંડીમાં ખૂબ

ઉતાર-ચઢાવ હતા. વળી એ રેશમ જેવી સુંવાળી ધૂળથી ભરેલી હતી. વારે વારે ચડ-ઊતર કરતાં દમ નીકળી જતો હતો. એક ઠેકાણે મલય એવો તો સડસડાટ લસર્યો કે ધ્વનિની ગતિથી ઉપરથી નીચે આવી ગયો ! અનિલ કૅમેરા લઈને ચાલ્યો હતો. વચ્ચે વચ્ચે ફોટા પાડતો રહેતો. કેવું રૂડું થાત જો એ મલયાવતરણના આ દૃશ્યને ઝડપી લેત અને આગામી પેઢીઓ માટે એને સુરક્ષિત કરી દેત !

કરજણ દેખાવા લાગી. એક ખેડૂતે કહ્યું, 'ભારે જુસ્સાવાળી નદી છે. ચોમાસામાં આનો ઠસ્સો જોવા જેવો હોય છે.' વળી કહે, 'ગમે એટલો થાક લાગ્યો હોય, ગમે એટલી તરસ લાગી હોય, નર્મદામાં ડૂબકી દઈએ એટલે બધું ભૂલી જવાય. એવું અમી છે મા નર્મદામાં.'

કરજણ જ્યાં નર્મદાને મળે છે, ત્યાં બહુ કાદવ હતો. નદીમાં પાણી નહોતું રહ્યું, પણ પાણી ઓસરી જતાં કાદવ રહી ગયો હતો. પેલા ખેડૂતે અમને એ જગ્યા પાર કરાવી દીધી એટલે આગળ વધ્યા.

આખો દિવસ ચાલ ચાલ કરીએ છીએ. ચાલવાની ધૂનમાં બપોરની રસોઈ પણ નથી બનાવતા. પણ સાંજ ઢળતાં થાકીને લોથ થઈ જતા, ચાલ ધીમી થઈ જતી, ખભા ઝૂકી જતા, માથાથી પગ સુધી પરસેવાના રેલા ઊતરતા ને ભૂખથી બેહાલ થઈ જતા. આખા દિવસના ભૂખ્યા-તરસ્યા વિચારતા કે આજે ચાલ્યા એ ચાલ્યા, કાલથી આટલું નહીં ચાલીએ. પણ રોજ આમ વિચારતા ને રોજ પાછલા દિવસથી કાંઈક વધુ જ ચાલતા. હવે દરિયાકાંઠે પહોંચવા માટે અમે અધીરા બની ગયા છીએ.

ગુજરાતમાં ભયંકર દુકાળ પડ્યો છે. પાછલાં બે-ત્રણ વર્ષોથી પૂરતો વરસાદ ન થવાના કારણે ઘણાંખરાં કૂવા ને તળાવ સૂકાઈ ગયાં છે. પાણીની સપાટી ઘણી નીચે ચાલી ગઈ છે. ખેતરો કાં તો ખાલીખમ પડ્યાં છે, કાં એમાંનો મોલ સુકાઈ રહ્યો છે. આંખો હરિયાળી જોવા તલસી રહી છે. કપાસ, તંબાકુ, શેરડી, મગફળી વગેરે પેદા કરનાર ગુજરાતની સોહામણી ધરતી ભડકે બળી રહી છે. સૂકી, સળગતી ધરતી જોઈને મન ઊંડી ઉદાસીમાં ડૂબી જાય છે.

નમતે પહોરે ઓરી પહોંચ્યા. ઓરી મોટું ગામ છે. પાછલા થોડા દિવસોથી અમે મોરનો અવાજ સાંભળી રહ્યા છીએ. અહીં મોર બિલકુલ નજીકથી જોવા મળ્યા – ઘરોનાં છાપરાં ઉપર, વૃક્ષો પર અથવા સામે આંગણામાં. અમારા આકર્ષણનું કેન્દ્ર છે એની લાંબી લહેરદાર ડોક અને એથી વધુ તો એનાં પીછાં, જેમાં ઇન્દ્રધનુષી રંગોનું એક આખું પ્રદર્શન સમાયું છે. અનિલ અને મલય આને જોઈને બાળકોની જેમ ખુશ થઈ રહ્યા છે અને મોરનાં પીછાં એકઠાં કરી રહ્યા છે.

એટલા જ વિસ્મય-વિમુગ્ધ છીએ અમે અહીંનાં ગાય- બળદોને જોઈને. કેવડી મોટી ગાયો, કેવડા મોટા બળદો ! સામે આવે તો અમે ડરીને રસ્તો છોડી દઈએ. તેઓ અમારાથી બીને ખચકાઈને ઊભાં રહી જાય !

નર્મદાકાંઠે બહુ ધૂળ છે – રેશમી પોતવાળી બારીક ધૂળ. ગાયોનું ધણ જ્યારે ધૂળિયા માર્ગેથી વટાય, ત્યારે ધૂળના ગોટા ઊડે.

મંદિરના પંડિતજી મધ્યપ્રદેશના છે. નર્મદા પરિક્રમા કરી ચૂક્યા છે. પરિક્રમામાં એકલા જ હતા. કહે : એક નિરંજન, દો સુખી; તીનમેં ખટપટ, ચાર દુ:ખી !

બીજે દિવસે સાંજે અસા પહોંચ્યા. અહીં નર્મદાકાંઠે મંદિર છે. મોટું ચોગાન છે. સદાવ્રત, પાણી અને વીજળીની સગવડ તો લગભગ બધે જ હોય છે. અહીં ભોજન મફત મળે છે, પરંતુ આના બદલામાં મંદિરમાં ચાલી રહેલા અખંડ કીર્તનમાં સામેલ થવું અનિવાર્ય છે. ભજનને સાટે ભોજન !

સવારે ચાલીને ત્રીજે પહોરે મણિનાગેશ્વર પહોંચ્યા. મંદિર અને ધર્મશાળા નર્મદાકાંઠે જ છે. અહીં રાત રહ્યા. મંદિરમાં તો કેટલાંય શિવલિંગ છે અને દરેક શિવલિંગ ઉપર સર્પ બનેલા છે. નામ જ છે મણિનાગેશ્વર. અહીંના પૂજારીજીને પૂછ્યું, 'શું અહીં સાપ નીકળે છે ?'

'કેટલીય વાર, પેલા ઝાડમાં જ એક સાપ રહે છે. પણ હજી સુધી કોઈને કરડ્યો નથી.'

'તમને સાપનો ડર નથી લાગતો ?'

'એવું તો નથી કે ડર નથી લાગતો, પણ એ પોતાની મેળે નથી કરડતો. એના પર પગ પડી જાય ત્યારે જ કરડે છે. એક વાર રાતે હું સૂતો હતો. શિયાળાના દિવસો હતા. છાપરેથી એક સાપ મારા બિછાના પર પડ્યો. હૂંફ મળી એટલે ત્યાં જ સૂઈ ગયો. જ્યારે મારી નજર પડી ત્યારે પહેલાં તો હું ખૂબ ડરી ગયો. પણ પછી હુંય સૂઈ ગયો. સવારે ઊઠ્યો ત્યારે મારો મહેમાન ચાલ્યો ગયો હતો.'

થોડી વાર રહીને બોલ્યા, 'સાપ જેવું સુંદર પ્રાણી ઓછું જ મળશે. એ જ્યારે એની જૂની કાંચળી ઉતારે છે, ત્યારે નવી ત્વચામાં એની કાંતિ જોવા જેવી હોય છે. સાપોથી મને પ્યાર થઈ ગયો છે. વિચારું છું કે મણિનાગેશ્વર પછી હવે સર્પેશ્વર જઈને રહું.'

સવાર થતાં ચાલી નીકળ્યા. ખેતરોમાંથી થતા ત્રીજે પહોરે એક એવા સ્થળે આવી પહોંચ્યા કે જ્યાં સામે—

ભૂરો ભાસ્યો ઝાંખો, દૂરથી ધુમસે પા'ડ સરખો
નદી વચ્ચે ઊભો, નિરભયપણે એકસરખો.

ઓહો, આ તો સુપ્રસિદ્ધ કબીર વડ !

ઠરી મારી આંખો, કબીર વડ તુંને નીરખીને.

પણ અમે ત્યાં જઈએ કે ન જઈએ ? પરિક્રમાના નિયમો અનુસાર અમે નર્મદાની ધારા ઓળંગી ન શકીએ, ટાપુ પર ન જઈ શકીએ. પરંતુ જે કબીરવડ વિષે બચપણમાં વાંચેલી કવિતાનું આજેય ઝાંખું સ્મરણ છે, જેને જોવાની વર્ષોથી ઉત્સુકતા રહી છે, શું એને જોયા વિના જ ચાલ્યા જઈશું ? અહીં ફરી ક્યારે અવાશે ? વળી આ બાજુનો પ્રવાહ પણ તો સાવ છીછરો જ છે !

આને જોયા વિના મન માનશે નહીં. અવસર ચૂકી જઈશ તો મનમાં ખટક રહી જશે. તેમ અમે નિયમાનુસાર પરિક્રમા કરવાવાળા પરંપરાગત પરકમ્માવાસી પણ તો નથી. એટલે નર્મદાની ક્ષમાયાચના સહિત કબીરવડ જવા માટે પૂરા ઉત્સાહથી નદીના આછા પ્રવાહમાં ઊતર્યા.

૧૯. કબીરવડથી વિમલેશ્વર

ગુજરાતમાં નર્મદાનું સ્વરૂપ કેટલું બદલાઈ ગયું છે ! ચટ્ટાનો ક્યારની ગાયબ થઈ ગઈ છે. ચટ્ટાનોની ફાટીતૂટી કંથા પરથી નર્મદા રેતીની સુંવાળી સેજમાં આવી ગઈ છે. એનો પટ પહોળો થઈ ગયો છે ને ચાલ ધીમી. એની ધારા તો અવિરત વહી રહી છે, પણ એનો કલશોર નથી સંભળાતો. એ એટલી શાંત ને સમથળ વહે છે કે એનો પગરવ સુધ્ધાં નથી સંભળાતો. નર્મદા હવે બોલે ઓછું ને સાંભળે વધુ છે. હવે વનવિહાર ન રહ્યો, પહાડોથી સંતાકૂકડીની રમત ન રહી. એટલે સુધી કે જે પંચતત્ત્વોથી નર્મદાના દેહનું નિર્માણ થયું છે – પાણી, ચટ્ટાન, પ્રપાત, શોર અને વળાંક – એમાંથી એક એક કરીને ઘણાખરા વિદાય લઈ ગયા છે. સૌથી પહેલાં ગયો ધોધ, એ પછી ચટ્ટાન, ચટ્ટાનની સાથે જ શોર પણ ચાલ્યો ગયો. વળાંક પણ હવે પહેલાં જેવા ન રહ્યા.

આ છે જીવન. જેમજેમ જીવનનો સૂર્યાસ્ત નજીક આવતો જાય, તેમતેમ ઘણીખરી ચીજો છૂટતી જાય ને અંતિમ યાત્રા માટે યાત્રી હળવો થતો જાય.

નર્મદાની છીછરી ધારા પાર કરીને અમે કબીરવડ આવી ગયા. કહે છે કે સંત કબીર અહીં આવ્યા હતા. એમના પ્રતાપે વડનું એક વૃક્ષ એવું તો વિસ્તર્યું કે એની ઘટાદાર છાયામાં હજારો લોકો આશ્રય લઈ શકતા. પોતાની અસંખ્ય નાનીમોટી વડવાઈઓને લીધે એ કોઈક સહસ્રબાહુ સમ્રાટ જેવું શોભતું, પણ હવે તો એનો થોડોક જ ભાગ બચ્યો છે. આયે ઠીક ઠીક મોટો છે ને કોઈક ભવ્ય સ્મારક જેવો ઊભો છે. બીજાં કેટલાંય વૃક્ષો છે, ખાસ તો

આસોપાલવ છે, લીલાંછમ ખેતરો છે, પશુપક્ષી છે, મંદિર છે. કબીરવડના સાન્નિધ્યમાં અને આવા રમ્ય વાતાવરણમાં રહેવું બહુ ગમ્યું. વળી દ્વીપમાં રહેવાનો આ પ્રથમ અવસર છે. આજે અમે દ્વૈપાયન થયા છીએ !

હમણાં અંધારિયું છે. મેં જોયું કે અંધારિયામાં પણ લગભગ એટલી જ ચાંદની હોય છે, જેટલી અજવાળિયામાં. ચાંદની ઓછી નથી થતી, એનો માત્ર ઠામપલટો થાય છે. એકમાં રાત્રે પહેલાં ચાંદની, પછી અંધારું; બીજામાં પહેલાં અંધારું, પછી ચાંદની. ચાંદની બંનેમાં લગભગ સરખી, છતાં એક અજવાળિયું, બીજું અંધારિયું !

સવારે પાછા કાંઠે આવી ગયા ને નદીની સાથેસાથે ચાલ્યા. ઠેરઠેર ખેડૂતો વીજળીની મદદથી નદીમાંથી પાણી લઈ રહ્યા છે ને ખેતરોને પાણી પાઈ રહ્યા છે. કપાસ અને શેરડી ઉપરાંત કેળાંનાં મોટાં ખેતરો છે. કદલીવનમાંથી અમારી કેડી જાય છે ત્યારે બહુ સારું લાગે છે.

આગળ એક ગામ પડ્યું મઢી. અહીં એક યુવાન સંન્યાસીએ અમારું ઉમળકાભેર સ્વાગત કર્યું. કહે, 'જો તમે રોકાઈ ન શકો, તો કમસે કમ જમીને જાવ.' એના આગ્રહને અમે ટાળી ન શક્યા.

કોણ જાણે કેમ પણ સાપોની વાત નીકળી, તો એણે એક સંસ્મરણ સંભળાવ્યું :

બચપણમાં એક વાર મને એક સાપ કરડ્યો. પહેલાં તો હું ડરી ગયો પણ પછી જનોઈ ઉતારીને દંશથી થોડે ઉપર બાંધી દીધી. પછી છેકો મૂક્યો તો લોહી વહેવા લાગ્યું. ત્યાં તો મા આવી ગઈ. એ ખૂબ ગભરાઈ ગઈ. કોઈકે કહ્યું કે આને ખૂબ ઘી પીવડાવો તો ઝેર ઊતરી જશે. મને એક શેર ઘી પીવડાવવામાં આવ્યું. મેં કહ્યું કે હવે મને સૂઈ જવા દો. લોકોએ ખૂબ ના પાડી પણ હું ન માન્યો, સૂઈ ગયો. સવારે ઊઠ્યો તો એકદમ સાજોસારો ! માને કહ્યું, 'મા, મને રોજ સાપ કરડે તો કેવું સારું !' માએ ગભરાઈને પૂછ્યું, 'કેમ ?' મેં કહ્યું, 'રોજ એક શેર ઘી પીવા મળશેને, એટલે !' મા હસી પડી. ત્યારથી લઈને આજ દી સુધી મને સાપ નથી કરડ્યો.

જમવા ટાણે અમારી સાથે કેટલાય વૃદ્ધો હતા. ભોજન પીરસાઈ ગયું એટલે સૌએ મળીને પ્રાર્થના કરી. પ્રાર્થના પૂરી થતાં સંન્યાસીએ સવિનય કહ્યું, 'મહાત્મન્, ભોગ લગાયેં !'

આગળ નર્મદાની એક સહાયક નદીના કાંઠે છે ઉચેડિયા. કબીરવડથી અમારી સાથે ચાલતા કબીરપંથી ભાઈ અહીં રોકાઈ ગયા. મેં કહ્યું, 'તમે તો અમને મઝધારમાં છોડી દીધા.' એમણે કહ્યું, 'હું જ્યારે પણ જઈશ, એ મઝધાર જ હોવાની !'

અહીંથી સડક મળી. બાજુમાં રેલના પાટા પણ છે. થોડી વારમાં ધુમાડાના ગોટેગોટા ઉડાડતી આગગાડી નીકળી ગઈ.

હવે નર્મદા છૂટી ગઈ છે. હવે તો સમુદ્ર સુધી સડકથી જ જવું પડશે. સડક કંટાળાજનક છે, પણ હવે આ જ રસ્તો છે. આગળ નર્મદામાં મળતી નદીઓ, જેને અહીં ખાડી કહે છે, એમાં એટલો કાદવ છે કે એ પાર કરવું બહુ મુશ્કેલ થશે. વળી નર્મદાતટ વેરાન અને ઉજ્જડ છે એટલે અમને પણ સડકથી જવું ઠીક લાગ્યું.

રસ્તામાં બે ઘડી થાક ઉતારવા બેઠા. ત્યાં એક સારંગીવાદક પોતાનાં ગીત સંભળાવી રહ્યો હતો. એ ગાઈ રહ્યો હતો :

એક જીવને રે લાખો ઉપાધિ
કેમ જીવે જીવનાર રે !

એ હલકથી ગાઈ રહ્યો હતો. એનો કંઠ સૂરીલો હતો. ક્યારેક એ ગીતની કડીને વચ્ચેથી જ મૂકી દેતો ને બાદમાં ફરી પકડી લેતો. આ ગીતમાંથી એક ગહન વેદના ડોકાઈ રહી હતી. એથી વાતાવરણમાં ઉદાસી છવાઈ ગઈ.

ત્રીજે પહોરે ઉછાલી પહોંચ્યા. અહીં નર્મદાનંદજીનો આશ્રમ છે. એમણે નિયમાનુસાર નર્મદા પરિક્રમા કરેલી. આમાં એમને ત્રણ વર્ષથીય વધુ સમય લાગ્યો હતો. પરિક્રમાના બધા જ અનુભવો કાંઈ સુખદ ન હોય. થાકીને લોથ થઈ જવાય, ભૂલા પડી જવાય, ભૂખ્યા રહેવું પડે, ઠંડીમાં ઠૂંઠવાવું પડે, ઝઘડાળુ યાત્રી સાથે પનારો પડે તો ક્યારેક હડધૂત થવાનો વારોય આવે. આવી વિષમ પરિસ્થિતિમાંય, એટલે સુધી કે સખત તાવમાંય, એમણે રોજરોજની યાત્રાનું વર્ણન જે સ્વસ્થતા અને ચોકસાઈથી પોતાના પુસ્તક ‘એક સાધકની સ્વાનુભવકથા અથવા મારી નર્મદા પરિક્રમા’ના બે ભાગોમાં કર્યું છે, એ એમના પ્રત્યે બહુ આદર ઉપજાવે એવું છે. મેં આ બંને ભાગ વાંચ્યા હતા. એથી એમને મળવાની ખૂબ ઇચ્છા હતી, પરંતુ તેઓ બહાર ગયા હતા એથી મળી ન શકાયું. રાત અમે એમના આશ્રમમાં જ રહ્યા. ગામના વિદ્યાર્થીઓએ અમારી સેવામાં કાંઈ ઊણપ રહેવા ન દીધી.

અહીં પણ ખૂબ મોર છે.

બીજે દિવસે બપોર પહેલાં અંકલેશ્વર. આ નર્મદાથી દસેક કિલોમીટર દૂર છે. આની પાસપાસ પ્રાકૃતિક ગૅસ અને તેલના કૂવા છે. અહીંના તેલના કૂવાની જ્વાળાઓ રાત્રિના આકાશને રક્તરંજિત કરતી રહે છે.

રાત સજોદમાં રહ્યા. મંદિરના ખુલ્લા આંગણામાં સૂતા.

પાછલી રાતે એક ચળકતો તારો અર્ધચંદ્રની સાવ નજીક આવી ગયો હતો ને આજીજી કરી રહ્યો હતો, ‘મને જરા અડી લેવા દે ને ! જો હું આજે અબોટિયું પહેરીને આવ્યો છું !’

બીજે દિવસે સવારે હાંસોટ પહોંચ્યા. અનિલ હવે ડગલુંય ચાલી નહોતો શકતો. એ રસ્તામાં વારેવારે બેસી જતો, વિસામો લેતો ને લંગડાતો હાંસોટ

સુધી આવી ગયો હતો; પણ હવે આગળ ચાલવું એના માટે સંભવ નહોતું. ચંપલ ડંખવા લાગ્યાં એટલે અંકલેશ્વરથી કૅનવાસના જોડા ખરીદ્યા. હવે એનાથીય જખમ થઈ ગયા હતા. લાચાર થઈને અનિલે અને એની જોડે મલયે અહીંથી બસ લીધી. શ્યામલાલ અને હું પગે ચાલ્યા.

સૂરજ અગ્નિકુંડ જેવો સળગી રહ્યો છે. ડામરની સડકમાંથી ઝાળ નીકળી રહી છે ને શ્યામલાલ ઉઘાડા પગે છે. સીધી સપાટ સડકને છેડો જ ન હોય એવી અંતહીન જણાય છે. સડકની બંને બાજુ વિલાયતી બાવળની હાર ને એના બાદ નર્યો ખારો પટ છે. નર્મદા હવે કાંઠા વિનાની નદી છે. ભરતી ટાણે પાણી છલકાઈને દૂર દૂર સુધી ફરી વળે. એટલે સજોદ, હાંસોટ, કતપોર વગેરે ગામો નદીથી ઠીક ઠીક દૂર છે.

થાકથી ચૂર પણ ખુશીથી ભરપૂર અમે નમતે પહોરે કતપોર પહોંચ્યા. કતપોર નર્મદાકાંઠેનું છેલ્લું ગામ નથી. છેલ્લું ગામ વિમલેશ્વર છે, પણ દરિયો પાર કરાવનાર નાવ અહીંથી છૂટે છે એથી પરકમ્માવાસીઓની ભીડ અહીં રહે છે. અમે જ્યારે પહોંચ્યા, ત્યારે ત્યાં માત્ર ૭ પરિક્રમાવાસી હતા. અમારા જવાથી ૧૧ થયા, પણ જ્યાં સુધી ૨૫-૩૦ પરિક્રમાવાસી ભેગા ન થાય, ત્યાં સુધી નાવવાળો નાવ નથી ચલાવતો.

અહીં જે સાત પરિક્રમાવાસી રોકાણા છે, એમાંથી બે સંન્યાસી ઉત્તર પ્રદેશના છે. બાકીના પાંચે મધ્ય પ્રદેશના છે. એમાં પતિ-પત્ની છે, સાળો-બનેવી છે અને એક એકલો છે. અમે બધાં સાથે જ સમુદ્ર ઓળંગશું.

સાંજે નર્મદાકાંઠે જઈ આવ્યા. જોઈને જરા નિરાશા તો થઈ. કિનારા પર ખડક નહીં. રેતીના બદલે કાળો કાંપ ને ડહોળાયેલું ખારું પાણી ! નર્મદા અહીં દરિયા જેવી જણાય છે, પરંતુ એની સપાટી પર નાનું અમથું મોજુંય નથી. સામે વૃક્ષોની જે આછી રેખા દેખાય છે, એ સામા કાંઠાની નહીં, પણ નદીમાં આવેલા અલિયાબેટ નામના મોટા ટાપુની છે.

બીજે દિવસે સવારે વિમલેશ્વર ગયા.

નર્મદા સમુદ્રથી એટલી ધીમે ધીમે મળે છે કે એ નક્કી કરવું મુશ્કેલ છે કે ક્યાં નર્મદાનો અંત છે ને ક્યાં સમુદ્રનો આરંભ. તેમ છતાં વિમલેશ્વર નર્મદાકાંઠેનું છેલ્લું ગામ છે. એટલે અહીં રેવા-સાગર-સંગમ માનવામાં આવ્યો છે. પોતાની ૧૩૧૨ કિ.મી. લાંબી યાત્રા પૂરી કરીને નર્મદા અહીં સાગરમાં મળે છે. વિશ્વાસ નથી થતો કે આ એ જ નાનું નિર્ઝર છે, જે અમરકંટકથી ચાલ્યું હતું. અમરકંટકથી નીકળતી વેળા એમાં પ્રસ્થાનનો જેવો ઉત્સાહ હતો, અહીં મંજિલ પર પહોંચવાનો એવો જ સંતોષ છે.

અસીમ અને અપાર છે મારી ખુશી. આખરે હું સમુદ્ર સુધી આવી પહોંચ્યો હતો ! ભલે કટકે કટકે, પણ નર્મદાના ઊગમથી સંગમ સુધીની

મારી પદયાત્રા પૂરી થઈ હતી. જીવનનું બહુ મોટું સ્વપ્ન સાકાર થયું. છેલ્લાં કેટલાંય વર્ષોથી જે આશા સેવી હતી, જે મિલનને જોવા હું ઝંખી રહ્યો હતો, એ હવે મારી સામે છે. હર્ષોલ્લાસ મારા તન-મનમાં વ્યાપી ગયો. ઓહ, જીવન કેટલું સુખદ છે !

મારા હાથ આપોઆપ જોડાઈ ગયા. મેં નર્મદાનું આવાહન કર્યું. આવાહન શું કર્યું, બલકે રોઈ પડ્યો. પ્રસન્નતાનાં સહજ, સ્વચ્છ આંસુ મારા ગાલ પર ઢળી રહ્યાં હતાં. નિર્જન, નિઃસ્તબ્ધ રેતી તટે ચૂપચાપ બેઠોબેઠો હું નર્મદાનું યશોગાન કરતો રહ્યો.

મા નર્મદે ! તારા શાશ્વત સૌંદર્યથી તું નિત નૂતન છો. ચિર નવીન છો. તું પરિચિત છો, છતાં અદ્‌ભુત છો ! મૃદુલ સરિતા ! તને હું બચપણથી જાણું છું, તેમ છતાં તારા અનુપમ સૌંદર્યની એક ઝલક જ જોઈ શક્યો છું.

તું અહીં સમુદ્રને કહેતી જણાય છે, 'હું આવી ગઈ છું. મેં મારા જીવનનું કાર્ય પૂરું કરી લીધું છે. હવે હું અકલુષ ચેતનાની સાથે તારી પાસે આવી શકું છું.' અને સમુદ્ર પણ તારો એવી રીતે સ્વીકાર કરતો જણાય છે, કેમ જાણે તું એના કાળજાનો ટુકડો ન હો !

કેટકેટલું જોયા બાદ નર્મદા અહીં આવી છે ! શું અહીં નર્મદાને થોડું રોકાઈને, પાછા વળીને, પોતાના યાત્રાપથને એક વાર ફરીથી જોવાનું મન નહીં થતું હોય ? એને પહાડોની, જંગલોની, ખીણોની, તીર્થસ્થળોની, કિનારાઓની, ઘાટોની, જનપદોની, ખેતરોની, કોતરોની, બેટ-ભાઠાની, સીમ-શેઢાની યાદ તો આવતી હશે ! પાછું વળીને જોવાનું મન તો થતું હશે !

અહીં નર્મદાની યાત્રા પૂરી થાય છે. હવે તટનું બંધન ન રહ્યું. હવે એ સમુદ્રમાં ભળી જાય છે. હવે તો તાટસ્થ્ય નહીં પણ તાદાત્મ્ય એ જ ધર્મ !

અહીં રેવા-સાગર-સંગમમાં મેં સ્નાન કર્યું. અહીં નર્મદા સાવ છીછરી છે. નદીમાં રેતીને બદલે કાળો કાંપ છે, પાણી ખારું ને ડહોળું છે. તેમ છતાં સ્નાન કર્યું. સ્નાન કરતી વેળા સૌ સ્નેહી સ્વજનોને સંભાર્યા. આજે, જીવનના પરમ આનંદની ક્ષણોમાં, હું એ સૌને પણ આ આનંદમાં સામેલ કરવા ચાહું છું.

નર્મદા અહીં ખૂબ જ છીછરી છે. દૂરદૂર સુધી કાદવ છે. આમાં નાવ ન ચાલી શકે એથી કતપોરથી ચાલે છે. અહીંથી પાછા કતપોર આવ્યા. સડકથી ગયા હતા. નદીકાંઠેથી પાછા આવ્યા.

જ્યારે ૨૫-૩૦ પરકમ્માવાસી ભેગા થાય, ત્યારે જ નાવવાળો નાવ હંકારે. અહીં આવ્યે આજે બીજો દિવસ છે, પણ એક્કે પરકમ્માવાસી ન આવ્યો. હવે તો દિવાળી પછી જ આવશે. આવામાં તો અમને અહીં અઠવાડિયું

રહેવું પડે. આટલા દિવસો સુધી રોકાવાની સ્થિતિમાં અમે નથી. કંઈક કરવું જોઈએ.

માછીમાર ખારવાઓની વસતિ ગામ બહાર છે. ત્યાં રહે છે ગુમાન. એ જ સામે કાંઠે લઈ જાય છે. એને મળીને અમારી મુશ્કેલી કહી. એણે કહ્યું, ‘અહીં નર્મદાનો પટ ૨૦ કિ.મી. પહોળો છે. જવામાં દસેક કલાક લાગે. પવન અનુકૂળ ન હોય, તો વધુ પણ લાગે. આટલો જ સમય વળતાં થાય. વળી, આ એક માણસનું કામ નથી. બે જણ તો હોવા જ જોઈએ. અમારી મજૂરી પણ તો નીકળવી જોઈએ.’

મેં કહ્યું, ‘તારું નુકસાન નહીં થવા દઉં. મહેનતાણું આપીશ.’

‘કેટલું આપશો ?’

‘પચાસ રૂપિયા.’

‘મારો સાથી તો માછલાં પકડવા નાવમાં દરિયે ગયો છે, એટલે હું તો નહીં આવી શકું, પણ બેસો, બીજાને પૂછી જોઉં.’

એણે બે-ત્રણ નાવિકોને પૂછ્યું પણ કોઈ તૈયાર ન થયું. હું પૈસા વધારવા તૈયાર હતો પણ અમારી જોડે કોઈ વાત કરવાય તૈયાર નહોતું. ત્યાં બે કલાક સુધી બેઠા રહ્યા, છેવટે નિરાશ થઈને આવતા રહ્યા. આ કેવી મુસીબત આવી પડી ! આટલા દિવસો સુધી સવારથી સાંજ સુધી ચાલચાલ કર્યે રાખ્યું હતું, એ શું વ્યર્થ જશે ?

હું ભાગ્યવાદી નથી પણ આશાવાદી તો છું. ભગવાન કોઈક રસ્તો કાઢશે. આમ વિચારતો સૂઈ ગયો. સૂતાવેંત ઘસઘસાટ ઊંઘી ગયો.

સવારે ઊઠ્યો ત્યાં સામે ગુમાન ! ‘કાલે સવારે ચાર વાગ્યે આપણે નીકળશું. તમે સૌ એ પહેલાં નદીકાંઠે આવી જજો.’

અમારી ખુશીનું શું પૂછવું !

આજે અમે ખૂબ કાગળ લખ્યા – ખાસ તો પોસ્ટકાર્ડ, જેના પર રેખાંકન પણ કરતા. સૌથી વધુ કાર્ડ અનિલે લખ્યા. (બોલે ઓછું છે, પણ લખે ખૂબ છે ! રોજ મોડી રાત સુધી ડાયરી લખે છે. ખાસ આ માટે ઘરેથી એક નાનું લાલટેન લઈને ચાલ્યો છે !) પછી બધા કાગળ પોસ્ટ કરી દીધા.

ભાવિકો જ્યારે નદીમાં દીવા તરતા મૂકે, ત્યારે એમાંના કેટલાક દૂર સુધી જાય તો કેટલાક થોડે દૂર જઈને ડૂબી જાય અથવા ઓલવાઈ જાય. ટપાલમાં કાગળ નાખતી વેળા થાય કે જાણે હું ટપાલની નદીમાં દીવા વહેતા મૂકું છું. આમાંથી કેટલા મંજિલ સુધી પહોંચશે ને કેટલા અધવચ્ચે જ દમ તોડી દેશે ! એટલે કાગળ પોસ્ટ કરતી વેળા મનોમન હું આ પ્રાર્થના અવશ્ય કરું છું – જા વત્સ ! તારી યાત્રા શુભ થજો. તારા ગંતવ્ય સુધી નિર્વિઘ્ને પહોંચજે. રસ્તામાં તને અનાવશ્યક વિલંબ ન થાય. ટપાલના દેવતા તારું રક્ષણ કરે !

થોડી વાર પછી ટિકિટો લેવા અમે ફરી પોસ્ટ ઑફિસ ગયા. અમારા પોસ્ટ કરેલા પત્રો પોસ્ટમાસ્તરના ટેબલ પર પડ્યા હતા. ભલા પોસ્ટમાસ્તરે એમાંથી એક પોસ્ટકાર્ડ લઈ અમને આપતાં કહ્યું, 'આ તો સાવ કોરું છે. એક લીટીય નથી. માત્ર સરનામું છે. તમે લખતાં ભૂલી ગયા છો. હજી પણ લખી લો.'

પોસ્ટકાર્ડ સાચે જ કોરું હતું. અનિલે લખ્યું હતું. મેં એને લખી લેવા કહ્યું તો કહે, 'ના. એ બરાબર છે. મારા આ મિત્ર જોડે મારો આવો જ મૌન સંવાદ ચાલે છે' અને આમ એ કાર્ડ અનિલનું મૌન લઈને ગયું !

રાતના ત્રણના સુમારે ગુમાનનો દીકરો અમને લેવા આવ્યો. બંને સંન્યાસી અને બે-ત્રણ પરિક્રમાવાસી નહેરના પાણીમાં નહાવા ગયા હતા એટલે થોડી વાર થોભવું પડ્યું. રાત અંધારી હતી અને નદી ગામથી દોઢ-બે કિલોમીટર દૂર હતી, પણ ગુમાનનો દીકરો સાથે હતો. વળી એક વાર અમે ત્યાં જઈ પણ આવ્યા હતા. એટલે સહેલાઈથી નદીકાંઠે પહોંચી ગયા. નાવ કાદવમાં ઊભેલી હતી. અમારા પગ ઘૂંટણ સુધી કાદવમાં ખરડાઈ ગયા. સૌએ મળીને નાવને ધકેલી એટલે એ ખસી ને ઢાળ હોવાથી લપસીને પાણીમાં આવી ગઈ. શાંતિ ભંગ થવાથી પાણી ખળભળી ઊઠ્યાં. અમે સૌ હાલકડોલક નાવ પર સવાર થઈ ગયાં.

'ચાલો !'

બીજી જ પળે નાવ કાળા અંધકારમાં સમુદ્ર ભણી તેજીથી વધવા લાગી.

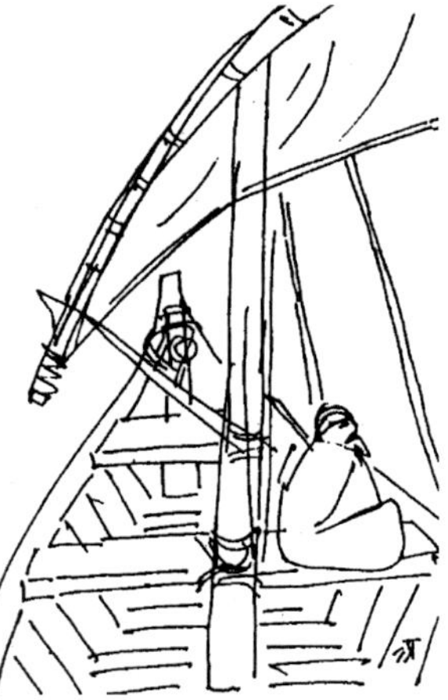

૨૦. વિમલેશ્વરથી મીઠીતલાઈ : સમુદ્રયાત્રા

રાતના અંધારામાં નર્મદા ઊંઘેટી જણાય છે. અમારી નાવ ઓટનાં વળતાં પાણી સાથે સમુદ્ર ભણી સડસડાટ જઈ રહી છે. દૂર-નજીક જ્યાં પણ નજર જાય છે, ત્યાં પાણી જ પાણી છે અને છે નિ:સ્તબ્ધતા – એક એવી નિષ્પંદ નીરવતા, કે જે જમીન પર સંભવ નથી.

પ્રભાતના પહોરમાં સમુદ્રની ગોદમાં હોવું પાવન લાગી રહ્યું છે. સ્વચ્છ શીતળ પવન રક્તમાં ઉત્સાહ ભરે છે. સમુદ્રનું સૌન્દર્ય ને એની શાંતિ મારા હૃદયમાં આવી બિરાજે છે. હૃદય અપૂર્વ આનંદથી ભરાઈ જાય છે. તારા ધીરેધીરે વિદાય લે છે ને પૂર્વના આકાશમાં અજવાળું ફેલાવા લાગે છે. જોતજોતાંમાં સમુદ્રના ગર્ભમાંથી સૂરજનો ગોળો નીકળે છે ને જંપી ગયેલાં જળ જાગી ઊઠે છે.

રાતના અંધારામાં જ્યારે નાવમાં બેઠા હતા ત્યારે અમે પોતાને કેટલા અસુરક્ષિત અનુભવ કરી રહ્યા હતા ! શ્યામલાલ જેવો બલિષ્ઠ યુવાન પણ ડરી રહ્યો હતો. એક તો અંધારું, તેમાં વળી દરિયો ! બન્નેના સમ્મિલિત ભયે અમારા કેટલાક સાથીઓને જકડી લીધા હતા. પણ હવે અંધારું દૂર થઈ ગયું છે અને એની સાથે ચાલ્યો ગયો છે મનનો ભય.

નાવમાં બેઠેલી પરકમ્માવાસી સ્ત્રીએ કહ્યું, 'તમે બધા ચૂપ કેમ બેઠા છો ? કંઈક ગાતા કેમ નથી ?'

એના પતિએ કહ્યું, 'તું જ શરૂ કર.'

જ્યારે અમે સૌએ પણ આ જ વાત કહી ત્યારે એણે એક ભજન

શરૂ કર્યું. બીજા એનો સાથ દેવા લાગ્યા. કંઈક બેસૂરું હોવા છતાં અત્યારે એ બહુ સારું લાગી રહ્યું હતું.

વચ્ચેવચ્ચે ગુમાન નાવમાં ભરાઈ જતા પાણીને ઉલેચતો રહે છે. કહે, 'આજે નાવડીમાં આપણે થોડાક જ માણસો છીએ. પણ જ્યારે ખીચોખીચ માણસો હોય ત્યારે તેઓ આપસમાં ખૂબ ઝઘડે — જગ્યા માટે, સામાન માટે કે પછી પાછલી વાતોને લઈને. ધરતીના ઝઘડા તેઓ સમુદ્રમાં લઈ આવે છે.'

મેં કહ્યું, 'તું સમુદ્રની વાત કરે છે, માણસ જલદી જ એના ઝઘડા અંતરીક્ષમાં લઈ જશે. લડાઈ-ઝઘડા માટે આ પૃથ્વી એને નાની પડે છે !'

એક જગ્યાએ ગુમાને કહ્યું, 'રેવા-સાગર-સંગમનું મૂળ સ્થાન આવ્યું. બસ આના પછી નર્મદા નથી.'

આમ તો કતપોરથી જ નર્મદા સમુદ્રનાં દ્વાર ખખડાવે છે અને વિમલેશ્વર નર્મદાકાંઠેનું છેલ્લું ગામ એટલે રેવા-સાગર-સંગમ ત્યાં માનવામાં આવે છે, પરંતુ એ પછી પણ નર્મદાનો મુખ્ય પ્રવાહ, ક્રમશઃ ક્ષીણ થતો ને દરિયામાં છેલ્લી પગલી પાડતો, અહીં સુધી આવે છે ને અહીં પૂરેપૂરો નિઃશેષ થઈ જાય છે. આના પછી દરિયામાં નર્મદાનું પગેરું નથી મળતું, એટલે અસલી રેવા-સાગર-સંગમ આ છે. આપણને કંઈ ખબર ન પડે, બધે એકસરખું પાણી લાગે, પણ આ મિલનબિંદુને અહીંના નાવિકો બરાબર વરતે છે (એમની પાસે રેવા-સાગર-સંગમનો પીનકોડ નંબર છે !) એટલે ગુમાને અમને એ જગ્યા બતાવી.

સૌએ સંગમનું જળ માથે ચડાવ્યું. રેવા તથા સાગરનું સાથે આણેલી સામગ્રીથી પૂજન કર્યું. નારિયેળ વધેરીને પ્રસાદ વહેંચ્યો. નર્મદાની આરતી અને નર્મદાષ્ટક ગવાયાં. વાતાવરણમાં અગરબત્તીની સુગંધ છવાઈ ગઈ. અભય મુનિએ મંત્રોચ્ચાર કર્યા. ચેતન મુનિએ શંખ ફૂંક્યો. મેં આ લીટીઓ લખી :

પૃથ્વી પર ત્રણ ભાગ પાણી
અને એક ભાગ જમીન છે.
આપણા શરીરમાં ત્રણ ભાગ પાણી
અને એક ભાગ હાડકાં છે
બિલકુલ એ જ અનુપાત !
આપણું હૃદય ધડકે છે
સમુદ્ર ઘૂઘવે છે.
સમુદ્રનો ઘુઘવાટ
ક્યાંક ધરતીની છાતીના ધબકારા તો નથી !
એ સાચું કે સમુદ્રનું પાણી ખારું છે
પણ આપણને તો એ મીઠું પાણી જ આપે છે.

વાદળથી ખારું પાણી તો નથી વરસતું !
શબરીની જેમ ચાખી ચાખીને
એ મીઠાં જળ જ આપે છે !
સમુદ્ર શબરી, ધરતી રામ
યુગયુગની કહાણી અવિરામ !

કવિતા અચાનક, એક જ વારમાં નહોતી આવી. છેલ્લા ત્રણચાર દિવસોથી એ મારા મનનાં મકાનમાં આવ-જા કરી રહી હતી. મકાન પસંદ આવી ગયું તો કાલે પેશગી દઈ ગઈ અને આજે રહેવા આવી ગઈ !

થોડી વારમાં ધોળાં ફૂલ જેવો એક નાનો ટાપુ આવ્યો. દરિયાની સપાટીથી સહેજ ઊંચો. ભરતી ટાણે ડૂબી જાય છે. અહીં અમે સૌ થોડી વાર માટે ઊતર્યાં ને એની અત્યંત સ્વચ્છ રેતીમાં પગલાં પાડતાં રહ્યાં.

મને થયું કે આ ટાપુનું કંઈક નામ રાખીએ. તરત જ મનમાં નામ ઝબક્યું : આપણા દેશની લોકમાતાઓના અનન્ય ઉપાસક અને એમનું કાવ્યમય સૌન્દર્યસિક્ત વર્ણન કરનાર કાકા કાલેલકરની સ્મૃતિમાં જ આનું નામ રાખવું જોઈએ. ઉભયાન્વયી નર્મદાના સાગર સંગમે આવેલા આ દ્વીપ સાથે દત્તાત્રેય બાળકૃષ્ણ કાલેલકરનું નામ જોડવું સર્વથા ઉચિત લેખાશે. એટલે એ નવાનક્કોર ટાપુની અત્યંત ઊજળી રેતી ઉપર મેં મોટા અક્ષરે લખ્યું : 'દત્તાત્રેય દ્વીપ.'

જાણું છું, થોડી જ વારમાં આના પર ભરતીનાં પાણી ફરી વળશે ને આ અક્ષરો ભૂંસાઈ જશે. પણ સરિત-પુત્ર કાકાસાહેબને સરિત-પતિ સમુદ્ર વડે પોતાનું નામ ભૂંસાતું જોવું પણ ગમશે.

આગળ વધ્યાં. શાંત સમુદ્રથી પવનની લહેરીઓ આવી રહી છે. અડધાથી વધુ પરકમ્માવાસીઓ સૂઈ ગયાં છે. એટલે સુધી કે ગુમાન સુધ્ધાં સૂઈ ગયો છે. થોડી વાર પછી જેના ભરોસે નાવ મૂકીને સૂઈ ગયો હતો, એનો એ સાગરીત પણ સૂઈ ગયો !

ગુમાન જ્યારે ઊઠ્યો ત્યારે જોયું કે નાવ સમુદ્રમાં કંઈક વધુ જ દૂર ચાલી આવી છે.

એણે તરત સઢ સંકેલી લીધો. લંગર નાખી દીધું. નાવ એક જગ્યાએ સ્થિર થઈ ગઈ અને પાણી પર હંસની જેમ ડોલતી રહી.

સમુદ્રમાં લોઢાનો એક મોટો મંડપ દેખાઈ રહ્યો છે. સમુદ્રમાંથી તેલ કાઢવા માટે આ લોહ-મંડપ ઊભો કરવામાં આવ્યો હતો, પણ તેલ ન નીકળ્યું એટલે પડતો મૂકી દીધો.

બધા તાપથી પરેશાન છે. નાવ એક જગ્યાએ ઊભી રહી ગઈ એથી તડકો વધુ તેજ લાગી રહ્યો છે. મલય અને અનિલ ટૂંટિયું વાળીને સૂઈ ગયા છે. મેં મનોમન પ્રાર્થના કરી, 'હે દક્ષિણ દિશાના પવન ! હે મલયાનિલ ! આવો ને અમારી નાવને પાર લગાવો !'

ભાગ્યથી અમને બહુ વાર વાટ જોવી ન પડી. અડધા એક કલાકમાં પવન શરૂ થઈ ગયો તો ગુમાને સઢ ખોલી દીધો, લંગર ઉઠાવી લીધું. સઢમાં પવન ભરાયો એટલે અમારી નાવ તેજીથી ઉત્તર ભણી વધવા લાગી.

ઊંઘને લીધે મારી પાંપણ ભારી થવા લાગી એથી હું પણ સૂઈ ગયો. જ્યારે આંખ ઊઘડી ત્યારે દૂર એક દીવાદાંડી દેખાવા લાગી હતી. થોડી વારમાં ઉત્તરકાંઠાની ઝાડીની આછી રેખા દેખાવા લાગી તો બધાનાં મન ખીલી ઊઠ્યાં. તાપને લીધે મ્લાન અને રુક્ષ બની ગયેલા અમારા ચહેરા પર આનંદની ઝલક આવી ગઈ. હવે ભરતી શરૂ થઈ ગઈ હતી. અમારી નાવ તેજીથી નદીકાંઠે જઈ રહી હતી. એકલદોકલ માછીમારનાં હોડકાં પણ દેખાવાં લાગ્યાં.

ઉત્તર તટનું પ્રથમ ગામ છે હરિકાધામ. એ પછી મીઠી- તલાઈ. બંને પાસે જ છે. મીઠીતલાઈમાં રહેવાની સગવડ છે, ખાસ તો પાણીની, એટલે ગુમાને અમને ત્યાં ઉતાર્યા. બપોરના બે વાગી રહ્યા હતા. સૂર્યના પ્રખર તાપમાં નદીની રેતી ગરમ તવા જેવી તપી ગઈ હતી. એ પાર કરવામાં પરકમ્માવાસીઓના પગ દાઝી ગયા. બન્ને સંન્યાસીઓએ એવી તો દોટ મૂકી કે બધાં હસી પડ્યાં. કેટલાકે પગે પાટા બાંધ્યા.

મીઠીતલાઈ જોતાંવેંત ગમી ગયું. અહીં છે એક મંદિર, ધર્મશાળા અને એક વડ જેની ચારે બાજુ છે ચબૂતરો. અમે આ ચબૂતરા પર જ રહેઠાણ રાખ્યું. સામે કૂવો છે. પાસેના ગામ જાગેશ્વરના કૂવા સૂકાઈ ગયા છે એથી ત્યાંની સ્ત્રીઓ અહીં આખો દિવસ બેડાં સીંચતી રહે છે. સ્ત્રીઓ ઘાઘરા પર સાડી પહેરે છે પણ કામ કરતી વેળા સાડીનો કછોટો ભીડે છે.

દરેક ગામમાં લોકો કૂવાનું જ પાણી પીએ છે. કેમકે નર્મદાનું પાણી ખારું છે. કૂવાના પાણીમાંય ખારાશ તો રહે છે પણ અહીંના કૂવાનું પાણી બહુ સારું છે.

સમુદ્ર સાવ નજીક છે. સાંજે અમે સમુદ્રકાંઠે થઈને હરિકાધામ ફરવા ગયા. અહીં સમુદ્રકાંઠે ક્યારેક મોટી દીવાલ બની હતી, પણ ક્રુદ્ધ સમુદ્રે એને ક્ષતવિક્ષત કરી નાખી છે. આગળ એક જૂનું વહાણ રેતીમાં ખૂંપી ગયેલું જોવા મળ્યું.

રાત્રે ચબૂતરા પર સૂતા. સવારે ચાર વાગ્યે અંધારામાં ગુમાન જ્યારે પાછો જવા લાગ્યો, ત્યારે મંદિરના પૂજારીને દેવા માટે મને એક સંદેશ દેતો ગયો.

સવારે પાછા હરિકાધામ ગયા. સાથે બંને સંન્યાસી પણ છે. અહીં એક દીવાદાંડી છે. એના ઉપર ચડીને સમુદ્ર જોયો. ખરું જોતાં આ સમુદ્ર નથી, ખાડી છે. ખંભાતની ખાડી. સામે સૌરાષ્ટ્ર છે. ત્યાંના ઘોઘા બંદરની દીવાદાંડી અહીંથી દેખાતી રહે છે.

ત્રણચાર દિવસના સંગાથને લીધે બંને સંન્યાસીઓથી ઘરોબો થઈ ગયો છે. અભય મુનિ મોટા છે, ચેતન મુનિ નાના. બન્ને સવારે ખૂબ વહેલા નાહીને આખા શરીરે રાખ ચોળે છે. કહે છે કે આ અલખ વસ્ત્ર છે.

અભય મુનિ ખુશમિજાજ અને વાતોડિયા છે. મને એમના સ્વભાવમાં રહેલું રમતિયાળપણું બહુ ગમી ગયું. એમને છેડવા ખાતર મેં કહ્યું, માણસ પાપ-પુણ્ય બન્ને કરે છે. પાપની સજા મળે છે ને પુણ્યનું ઇનામ. ધારો કે એક માણસે સોળ આના પાપ કર્યાં અને બાર આના પુણ્ય કર્યું. હવે એના પાપમાંથી એનું પુણ્ય બાદ કરીને બાકી બચેલ ચાર આના પાપની સજા થશે, કે બન્ને ખાતાં અલગ અલગ ચાલશે ? સોળ આના પાપની સજા નોખી, ને બાર આના પુણ્યનું ઇનામ નોખું ?'

અભય મુનિએ હસીને કહ્યું, 'હું કહું કે બન્ને ખાતાં અલગ અલગ ચાલશે, અથવા કહું કે તમને વિકલ્પ આપવામાં આવશે; ઇચ્છશો તો એક કરી દેવામાં આવશે, ઇચ્છશો તો અલગ અલગ ચાલશે. તો મારું આ કહેવું સાચું કે ખોટું, એની ખાતરી તમે કેવી રીતે કરશો ? ત્યાંથી કોઈ આવશે નહીં અને અહીંથી કોઈ જશે નહીં. હવે સત્ય શું છે, એની ખબર કેમ પડે ?'

'તેમ છતાં તમે શું વિચારો છો ?'

'પોતપોતાના વિશ્વાસની વાત છે. જુઓ, તમે કહ્યું કે સારા કર્મનું સારું ફળ મળે છે ને બૂરા કર્મનું બૂરું. આ પણ તો એક વિશ્વાસ જ છે. આને તમે સિદ્ધ નથી કરી શકતા. કેટલીય વાર તો આપણે આનું ઊલટું જ જોઈએ છીએ. પાપી મોજ કરે છે, ધર્મી દુઃખ વેઠે છે.'

. શૂન્ય દૃષ્ટિએ સમુદ્ર ભણી જોતાં બોલ્યા, 'કેટલાક પ્રશ્નો મને પણ મૂંઝવે છે. ધારો કે એક માણસ ખૂબ જ ભલો છે, પણ જીવનમાં એને બહુ દુઃખ વેઠવું પડ્યું. તો આપણે કહીએ છીએ કે આ એના પૂર્વજન્મનાં ખરાબ કર્મોનું ફળ છે. ક્યાં ખરાબ કર્મોનું - આની તો એને ખબર જ ન પડી ! એને સજા આપવામાં આવે છે, પણ એને કહેવામાં નથી આવતું કે આ કયા ગુનાની સજા છે. આ કેવો ન્યાય છે મારા ભાઈ !'

અભય મુનિ પોતાની ધૂનમાં બોલ્યે જાય છે, 'વિચારું છું કે ભગવાન ઉધારી રાખે છે જ શા માટે ? આ જન્મની સજા આ જન્મમાં કેમ નહીં ? આ જન્મે જ હિસાબ ચૂકતે શા માટે નહીં ? ગુનો એક જન્મમાં, સજા બીજા જન્મમાં ! કેમ જાણે ભગવાન આપણને લલચાવી રહ્યો ન હોય કે હમણાં નિરાંતે પાપ કરી લો, સજા કોઈક બીજા જન્મે સગવડે ભોગવી લેજો. શું કહો છો ચેતન મુનિ !'

ચૂપ રહેનાર ચેતન મુનિ હસીને બોલ્યા, 'આ તો એવું થયું કે કોઈક નાનું બાળક કાચનો ગ્લાસ ફોડી નાખે, એ સમયે તો એનો પિતા કંઈ ન

બોલે, ચૂપચાપ જોતો રહે, પણ એ જ્યારે જવાન થઈ જાય ત્યારે ઓચિંતાનો ધડ દઈને તમાચો ઠોકી દે !'

અભય મુનિ ખડખડાટ હસી પડ્યા. કહે, 'અને એ પણ ન બતાવે કે આ કયા ગુનાની ધોલ હતી !'

મસ્તમૌલા છે અભય મુનિ, જીવંત ને હસમુખ. એમના હોઠ પર સ્મિત બરાબર ઝૂલતું રહે છે. 'સારું કામ આપણે એટલા માટે નહીં કરીએ, કેમકે એનું સારું ફળ મળશે, બલકે એટલા માટે કરશું કેમકે આપણે મનુષ્ય છીએ ને આપણે સારું કામ કરવું જોઈએ – સારું ફળ મળે, ચાહે ન મળે.'

અમે મંત્રમુગ્ધ થઈને સાંભળી રહ્યા છીએ, 'દુઃખ તો જીવનમાં આવશે. સારામાં સારો માણસ પણ એનાથી બચી નથી શકતો. ભગવાન સોળ આના સુખી કોઈનેય નથી રાખતો. આમ શા માટે થાય છે, એની આપણને ખબર નથી. તેમ છતાં, દુઃખ વેઠીને પણ આપણે સારું થવું જોઈએ. તો જ આપણે મનુષ્ય છીએ. ઇનામના લોભમાં સારું થવું મનુષ્યને શોભા નથી દેતું. આ મનુષ્યની ગરિમાથી મેળ નથી ખાતું. આ તો સાટું થયું, સોદો થયો.'

આજે અભય મુનિ રંગમાં છે. પોતાની ભાવનાઓના પ્રવાહમાં કદાચ અમને પણ ભૂલી ગયા છે : 'ક્યારેક લાગે છે કે સ્વર્ગ અને નરક એક જાતની પરીકથા છે – મોટાંઓની પરીકથા ! લોકોને તો પરીકથા ગમે ને ?'

અમે ચૂપચાપ સાંભળી રહ્યા છીએ. તેઓ શબ્દમાં શબ્દ પરોવી રહ્યા છે. 'હું શાસ્ત્ર નથી ભણ્યો. ધર્મ-અધર્મનું મને જ્ઞાન નથી. પણ કાંઈક સાંભળું છું, કાંઈક વિચારું છું, એના પરથી કહું છું. આ નર્મદા – પર્વત શિખરેથી ઊતરીને, વાત્સલ્ય વેરતી, મીઠાં જળની લહાણ કરતી, મેદાનોને ધાન્યથી હર્યાંભર્યાં કરતી ને પોતાનું સર્વસ્વ લૂંટાવતી અહીં સમુદ્રમાં મળે છે. જે દિવસે આ નર્મદા આપણા ભીતરમાં પ્રવાહિત થશે, તે દિવસે આપણો આખો દૃષ્ટિકોણ જ બદલાઈ જશે. આપણે લેવા નહીં પણ દેવા ઇચ્છીશું, જીવવા નહીં પણ જિવાડવા ચાહીશું. છે આ અઘરું. પારકાંને માટે જીવવું સહેલું નથી. આમાં બહુ કષ્ટ છે. પણ સ્વેચ્છાએ આપણે જે કષ્ટ વેઠીએ છીએ, એ પણ મધુર લાગે છે.'

આ છે અભય મુનિ ! આજે તેઓ કોઈ રુક્ષ સંન્યાસી નહીં પણ સંવેદનશીલ કવિ લાગે છે. તેઓ થોડી વાર ચૂપ રહ્યા, જાણે અંતર્લીન થઈ ગયા હોય. હવે એમનો સ્વર ગંભીર થઈ ગયો. 'શૂલપાણ ઝાડીની વાત છે. હું એકલો જ ચાલી રહ્યો હતો. ભીલોએ મને પૂરેપૂરો લૂંટી લીધો હતો. મારી પાસે કંઈ જ નહોતું રહ્યું. ભૂખથી બેહાલ હતો. ઘણી વાર પછી એક ભીલની ઝૂંપડી આવી. ભીલને કહ્યું, 'બહુ ભૂખ લાગી છે. કંઈક ખાવા આપ.' એ ઝૂંપડીમાં ગયો ને જારનો એક રોટલો લઈ આવ્યો. સાથે ન મીઠું ન મરચું,

માત્ર રોટલો. હું પણ એવો ભૂખ્યો ડાંસ કે એ લૂખા રોટલાને હુસહુસ ખાઈ ગયો ને બીજાની વાટ જોવા લાગ્યો. પણ બીજો રોટલો ન આવ્યો. થોડી વારે ભીલ જ બહાર આવ્યો. કહે – હું જાણું છું કે તું હજુ ભૂખ્યો છે. ઘરમાં કુલ ચાર રોટલા હતા. એક તને આપ્યો, એક મેં લીધો, એક મારી સ્ત્રીએ ને અડધો અડધો રોટલો બે બાળકોમાં વહેંચી દીધો. હવે ઘરમાં નથી રોટલો કે નથી લોટ.'

એમની વાત સાંભળીને અવાક્ રહી ગયા. એમણે ધીમેથી ઉમેર્યું, કેમ જાણે સ્વગત બોલતા ન હોય, 'આ છે ધર્મ.'

મારા મનનો ખૂણે-ખૂણો ઉજાસથી ભરાઈ ગયો. ખાલી ખેતરોમાં થઈને ક્યારે પાછા મીઠીતલાઈ આવી ગયા, કંઈ ખબરેય ન પડી.

૨૧. મીઠીતલાઈથી કોલીયાદ

નદી છે જન્મજાત યાત્રી. જન્મ લેતાં જ ચાલી નીકળે છે અને એક વાર જે ચાલી તો ક્ષણ માટે પણ રોકાતી નથી. ધરતી જ્યારે ગાઢ નિદ્રામાં સૂતી હોય ત્યારે પણ એ અબાધ ગતિએ ચાલતી જ રહે છે - દિવસ અને રાત, રાત અને દિવસ ! થાકવું કે થોભવું તો એ જાણતી જ નથી. બસ, ચાલતી રહે છે અવિરામ ! ચરૈવેતિ, ચરૈવેતિ ! આ જ છે એનું વ્રત, આ જ છે એનો જીવનદાયી સંદેશ.

પણ દરેક યાત્રાનો અંત હોય છે. આરંભ હોય તો અંત પણ હોય. નર્મદાની યાત્રાનો અહીં અંત છે. નર્મદા અહીં સાગરમાં ઊતરે છે ને સ્વયં સાગર થઈ જાય છે.

અહીં નર્મદાનો પટ ૨૦ કિલોમીટર પહોળો છે. દક્ષિણ તટ છીછરો ને કાદવભર્યો છે, પણ આ ઉત્તર તટ ઊંડો છે ને અહીં અત્યંત સ્વચ્છ રેતી છે. દક્ષિણકાંઠેનાં ગામો નદીથી દૂર છે, ઉત્તરકાંઠેનાં પાસે છે. હરિકાધામ તો બિલકુલ કાંઠા પર છે. મીઠીતલાઈ સહેજ દૂર છે, પરંતુ બંનેમાંથી ગામ એક્કે નથી. બંને જગ્યાએ માત્ર મંદિર, ધર્મશાળા કે બે-ચાર ઘર છે. બંને જગ્યાએ સરસ એકાંત છે.

અમે મીઠીતલાઈમાં છીએ. અહીંના સ્વામીજી ખૂબ જ સૌમ્ય, શાંત અને મૃદુભાષી છે. મધ્યપ્રદેશના છે. ગુજરાતમાં નર્મદાકાંઠેના મંદિરોનાં ઘણાખરા પૂજારીઓ મધ્યપ્રદેશના જ હોય છે. અમને મળીને બહુ રાજી થયા. મેં કહ્યું, ‘જતી વેળા ગુમાન કહી ગયો છે કે ત્રણ-ચાર દિવસ બાદ એ પાછો આવશે. એને તમારાથી કંઈક જરૂરી કામ છે.’

'ભારે મુસીબતમાં પડી ગયો છે ગુમાન. થયું એમ કે થોડા વખત પહેલાં એના ગામમાં એક ઝઘડો થયો અને એમાં એક માણસ જાનથી માર્યો ગયો. મૃતકના પક્ષ તરફથી ખૂનીઓનાં જે નામ અપાયાં, એમાં એક નામ ગુમાનનું પણ છે, પરંતુ તે દિવસે તો ગુમાન ત્યાં હતો જ નહીં, અહીં હતો. પરકમ્માવાસીઓને નાવમાં લઈને અહીં આવ્યો હતો. રાત પણ અહીં જ રહ્યો હતો. એ ઇચ્છે છે કે હું એને પ્રમાણપત્ર આપું કે તે દિવસે એ અહીં હતો.'

'પછી વાંધો શું છે ?'

'પ્રમાણપત્ર તો હું આપી દઉં, પણ પછી આ જ વાત કહેવા મારે કોર્ટમાં જવું પડશે. એક સાધુ થઈને કોરટ-કચેરીએ જવું સારું નથી લાગતું. હું મારું જીવન શાંતિપૂર્વક વિતાવવા ઇચ્છું છું. પણ એક નિરપરાધને સજા થાય એ પણ નથી ગમતું. ભારે ધર્મસંકટમાં છું.'

પછી એમણે એક સંસ્મરણ સંભળાવ્યું. 'પાસેના ગામના પૂજારીજી બહુ જ સાધુચરિત હતા. મંદિર સાથે કેટલાય એકર જમીન લાગેલી હતી, પરંતુ એમાં એવીય જમીન હતી, જે હજી દાનદાતાના નામે જ હતી, મંદિરના નામે નહોતી ચડી. એમના વંશજોએ આનો લાભ લઈને કેસ કર્યો કે આ જમીન તો અમારી છે, મંદિરે આના પર ગેરકાયદે કબજો કર્યો છે. પૂજારીજી પાસે સમન્સ આવ્યો તો પૂજારીજી હતપ્રભ. કહે, કચેરીએ જવાની શી જરૂર હતી, મને કહેત તો હું જ એ જમીન પાછી આપી દેત. હવે આ ગામમાં મારે એક ક્ષણ પણ નથી રહેવું અને તેઓ અહીં ચાલ્યા આવ્યા. આ વડ નીચે આસન જમાવ્યું. ધીરે ધીરે એક કુટી બની, પાકી બાંધણીનું આ મકાન તો પાછળથી બન્યું.'

'ગામના લોકો એમને મનાવવા ન આવ્યા ?'

'આવ્યા, પણ તેઓ માન્યા નહીં. કહે મર્યા પછી લઈ જજો. એમ જ થયું. એમની અંત્યેષ્ટિ એ ગામમાં થઈ, પણ જીવતેજીવ એક્કે વાર ન ગયા. એમનો જીવનદીપ અહીં જ બુઝાયો.'

થોડું થોભીને બોલ્યા, 'કોરટ-કચેરીએ જવું કોઈનેય ગમતું નથી, સાધુ-સંન્યાસીને તો જરાય નહીં. પણ નથી જતો તો એક નિરપરાધને સજા થઈ શકે છે. અજબ દુવિધામાં છું. કચેરી જવાય નથી ઇચ્છતો અને એક નિર્દોષનું અમંગલ થતું જોવાય નથી ચાહતો. જુઓ, ઈશ્વર કંઈક ને કંઈક રસ્તો કાઢશે.'

આપણા જીવનમાં એવા અવસર આવે જ છે, જ્યારે આપણામાં આગળ વધવાનું સાહસ નથી હોતું ને પાછળ હઠવામાં ભોંઠપ આવે છે.

સાંજે સમુદ્ર કાંઠે એકલો ટહેલતો રહ્યો. નિર્જન રેતાળ કાંઠે ટહેલવું ખૂબ સારું લાગે છે. કાંઠેથી સમુદ્રના મીઠાના ગંધવાળી લહેરો આવતી હતી. (સલૂણી સંધ્યા હતી !) ભરતીનું પાણી ઊતરી ગયું હતું. સમુદ્રનું પાણી જ્યારે ઊતરે છે ત્યારે પોતાની પાછળ પોતાની છાપ છોડી જાય છે. રેતી ઉપર અવનવું ચિતરામણ અથવા વેલબુટ્ટાનું નાજુક નકશીકામ મૂકી જાય છે.

અહીંથી રાત્રિના આકાશમાં અંકલેશ્વરના તેલના કૂવાઓની જ્વાળાઓ દેખાતી રહે છે. એવું લાગે છે કે જાણે કાળા આસમાનમાં લાલ વાવટા ફરકી રહ્યા હોય.

અમારું ભોજન લૂખુંસૂકું છે. એમાં કોઈ સ્વાદ નથી, પણ થોડા દિવસોથી તુવેરની લીલી શીંગો મળવા લાગી છે. આ ગુજરાત સિવાય બીજે ક્યાંય નહોતી મળી. એના શાકે તો એક ચપટીમાં અમારા ભોજનની નીરસતા દૂર કરી દીધી છે. એનું શાક ખૂબ ભાવે છે. મારું ચાલે તો એના પર સોનાનો વરખ ચોંટાડીને ખાઉં !

આજે દિવાળી છે, અમાસની રાત. આજે રાતે દરિયામાં મોટી ભરતી આવશે. એ જોવા જશું.

જમીપરવારીને બેઠા હતા ત્યાં પાસેના ગામ જાગેશ્વરથી ગીતોના બોલ-કિલ્લોલ આવવા લાગ્યા તો હું અને મલય ત્યાં ગયા. ત્યાં રાસગરબા થઈ રહ્યા હતા. એક મોટા ચોગાનમાં આખું ગામ હલક્યું હતું. રંગબેરંગી કપડાંમાં સજીધજીને વહુવારુઓ અને કન્યાઓ ઝાંઝરના ઝમકારે ઘૂમી રહી હતી ને ગાઈ રહી હતી :

મથુરામાં ખેલ ખેલી આવ્યા
હો કા'ન તમે ક્યાં રમી આવ્યા !

બચપણમાં કેટલીય વાર સાંભળેલું આ ગીત કેવું તો મીઠું લાગી રહ્યું હતું ! આવાં ગીતો થકી જ ગુજરાતી ભાષા જોડેનો અમારો નાતો અનેક પેઢીઓ સુધી ટકી રહેશે. અમે જબલપુરમાં વસી ગયાં છીએ. આગળ જતાં અમારું કુટુંબ હિંદીભાષી થઈ જશે, પરંતુ બધાં એકીસાથે નહીં થાય. પુરુષોની ગુજરાતીનાં કાંગરા પહેલાં ખરશે. તેઓ ત્રણેક પેઢીમાં જ હિંદીભાષી થઈ જશે. પરંતુ સ્ત્રીઓને પાંચ-છ પેઢી થઈ જશે. વારતહેવારે ગવાતાં આપણા રાસ, ગરબા, લોકગીતો ને લગ્નગીતો ગુજરાતી ભાષાથી એમનો નાતો સહેજે તૂટવા નહીં દે. 'મેંદી તે વાવી માળવે', 'ખમ્મા મારા નંદજીના લાલ', 'વહુએ વગોવ્યાં મોટાં ખોરડાં' જેવાં લોકગીતો, 'વૈષ્ણવ જન' જેવાં ભજનો કે તરેહતરેહનાં લગ્નગીતો એમનો ગુજરાતી ભાષા જોડેનો સંબંધ સેંકડો વર્ષો સુધી ટકાવી રાખશે. ગદ્ય કરતાં પદ્યનાં મૂળિયાં ઊંડાં હોય છે. એટલે જ ગદ્ય કરતાં પદ્યની આવરદા વધુ હોય છે. મારા મનમાં આ ગીતનો પડઘો આ રીતે પડ્યો :

ગિરિ તળેટીમાં ખેલ ખેલી આવ્યાં
હો રેવા તમે ક્યાં રમી આવ્યાં !
ધસમસતાં વહેણ ક્યાં મૂકી આવ્યાં !
આ છાનાં વહેણ કોનાં લઈ આવ્યાં !
મીઠાં મધુરાં જળ ક્યાં મૂકી આવ્યાં !
આ ખારાં જળ કોનાં લઈ આવ્યાં !

રાસ ખૂબ ચગ્યો હતો. સ્ત્રીઓ જાણે હવામાં ઊડી રહી ન હોય ! ખુશીભર્યો કોલાહલ એમને સાથ આપી રહ્યો હતો. વાતાવરણ ઉત્સાહ અને ઉલ્લાસથી છલકતું હતું. ગુજરાતમાં ભયંકર દુકાળ પડ્યો છે. આ ગામના કૂવા સુકાઈ ગયા છે. આ જ સ્ત્રીઓ આખો દિવસ મીઠીતલાઈને કૂવે બેડાં સીંચતી રહેતી, પણ અત્યારે આ બધું ભૂલીને આનંદ અને ઉલ્લાસની રમણે ચડી છે ! મન મૂકીને ગાઈ રહી છે ! આખું ગામ ઉત્સવઘેલું થયું છે ! આ માનવની અસીમ આસ્થા અને અતૂટ આત્મવિશ્વાસનું પરિચાયક છે.

ગરબા નોરતામાં થાય, શરદ પૂનમની રાતે થાય. દિવાળીની રાતે અહીં જોવા મળ્યા. તહેવાર ઊજવવાનું કોઈ આ ગામથી શીખે.

અડધી રાત વીત્યે ભરતી જોવા અમે સમુદ્રકાંઠે ગયા, પણ જેવું ધાર્યું હતું એવું તાંડવ નહોતું. જો પથરાળ ખડક હોત તો પાણી એનાથી અથડાત, ભરતીના લોઢ ઊછળત, પણ અહીં તો સમથળ રેતાળ કાંઠો છે એટલે સમુદ્ર અશ્વની જેમ દોડતો નથી, હણહણતો નથી. વળી આ સમુદ્ર પણ તો નથી. આ તો નદીનું મુખ અથવા ખંભાતની ખાડી છે. દરિયાનાં મોજાં આવે છે ને જાય છે, આવે છે ને જાય છે. ઘણી વાર સુધી સમ્મોહિત જેવા અમે આ જોતા રહ્યા, મોજાનો આછો રવ સાંભળતા રહ્યા, પછી આવતા રહ્યા.

સવારે હું વહેલો જાગી ગયો. થોડી વારમાં અમે અહીંથી ચાલી નીકળશું, પણ મારા વહેલા જાગવાનું એક કારણ હજી છે. આજે બેસતું વર્ષ છે, પડવો છે. વિચાર્યું કે જઈને મા નર્મદાને પડવાના પ્રણામ કરી આવું. આવો સુયોગ જીવનમાં ફરી ક્યારે આવશે !

પરોઢ થતાં પહેલાંની ખામોશીમાં નર્મદા સાથે સાવ એકલા હોવાની અનુભૂતિ વિલક્ષણ હતી. નર્મદાનું શાંત સૌંદર્ય એટલું અભિભૂત કરવાવાળું હતું કે હું એને નિહાળતો જ રહી ગયો. ઓહ ! નર્મદા કેટલી ભવ્ય અને કેટલી પાવન લાગી રહી છે !

સાગરમાંથી સૂરજે કોર કાઢી એટલે બંને હાથ જોડીને મા નર્મદાને પ્રણામ કર્યા – પડવાના પ્રથમ પ્રણામ ! ત્વદીય પાદ પંકજં નમામિ દેવિ નર્મદે !

કેટલું સારું લાગ્યું ! મન શાંતિથી ભરાઈ ગયું. એક અલૌકિક શાંતિ મારા રોમેરોમમાં વ્યાપ્ત થઈ ગઈ.

હું પાછો વળવાનો જ હતો કે સહસા મને મારા પિતાનું સ્મરણ થયું. આ દિવસે દર વર્ષે સૌ પ્રથમ પિતાના ચરણસ્પર્શ કરતો. પણ હવે પિતા ન રહ્યા. દોઢેક વર્ષ પહેલાં, ૮૭ વર્ષની ઉંમરે, માત્ર ૬ કલાકની માંદગીમાં એમનું દેહાવસાન થયું. તેઓ જેટલા પ્રકૃતિપ્રેમી હતા, એટલા જ સાહિત્યાનુરાગી હતા. આ બંને ગુણ મને એમની પાસેથી વારસામાં મળ્યા છે. પગે ચાલવાનો શોખ પણ એમનો જ દીધેલ છે. એમના જવાથી મને લાગ્યું કે ઓચિંતાની મારી પાંખ કપાઈ ગઈ છે અને હવે હું ઊડવામાં અસમર્થ છું. પણ એક

દિવસે સહસા લાગ્યું કે ના, પિતા ગયા નથી. એમનું શરીર ન રહ્યું, પણ એક ઊર્જા રૂપે તેઓ આજે પણ મને શક્તિ પ્રદાન કરી રહ્યા છે. મારા મંગલની કામના કરી રહ્યા છે. પુત્રોને શક્તિ પ્રદાન કરનાર પિતાનો પ્રેમ આજે પણ મારી સાથે છે.

રેવા-સાગર-સંગમ પર ઊભા રહીને બીજા પ્રણામ મેં મારા સ્વર્ગીય માતાપિતાને કર્યા ને પાછો આવી ગયો.

અહીં મીઠીતલાઈમાં કેટલી શાંતિ છે ! ભૂમિ, સાગર ને આકાશ આવરતી અદ્‌ભુત શાંતિ. સાગર જેવી નર્મદા સાવ પાસે જ છે. નીરવ નર્મદા જાણે ફૂલશય્યામાં પોઢી છે. એનો રેતાળ કાંઠો અત્યંત સ્વચ્છ છે. સૌથી વધુ તો નર્મદાના છેડા પર હોવાની અનુભૂતિ ઉત્તેજનાભરી છે. અહીં તો અઠવાડિયું રહીએ તોય ધરવ ન થાય.

કતપોર અને અહીં મળીને પાંચેક દિવસનો આરામ મળી ગયો છે. એ બહુ જરૂરી હતો. અનિલના પગમાં ઘાવ થઈ ગયા હતા, શ્યામલાલના ઉઘાડા પગમાં ચીરા પડી ગયા હતા ને કાંટોય વાગ્યો હતો. મારા પગે ફોલ્લો થઈ ગયો હતો. પણ હવે અમે ફરીથી ચાલવા લાયક થઈ ગયા છીએ. હવે અમે પાણી પીને દાણા ખાઈને તૈયાર થયેલા ઘોડા જેવા તાજામાજા થઈ ગયા છીએ.

અમે બહુ ભારે મનથી સંન્યાસીઓથી વિદાય લીધી. તેઓ દહેજ જશે. અમે નર્મદાકાંઠે આગળ વધશું. સંગાથ તો માત્ર પાંચ દિવસનો હતો, પણ તેઓ લાંબા સમય સુધી મારી સ્મૃતિમાં જળવાઈ રહેશે. આવી આકસ્મિક મુલાકાતો ક્યારેક કેવી ઊંડી અસર મૂકી જાય છે !

અહીંથી અમે નર્મદાના ઉત્તર તટની પદયાત્રાનો શુભારંભ કરી રહ્યા છીએ. આના માટે નવા વર્ષના પહેલા દિવસથી – પડવાથી – વધુ સારો દિવસ બીજો કયો હોઈ શકે ? આમ અમે નર્મદાનો ખોળો ખૂંદવા ખંભાતની ખાડીથી ચાલી નીકળ્યા કાર્તિકસ્ય પ્રથમ દિવસે !

રસ્તામાં એક ઠેકાણે વિસામો ખાવા બેઠા. અનિલે પૂછ્યું, ‘શું ધર્મ જરૂરી છે ? સમાજના સંચાલન માટે શું કાયદો પૂરતો નથી ? ધર્મ ન હોય તો ન ચાલે ?’

આટલું બોલીને અનિલ ચૂપ થઈ જાય એટલે એને નિરાંત ! પછી હું બોલ બોલ કર્યે રાખું ! કહ્યું :

કાયદો કહેશે – ચોરી ન કરો, લૂંટફાટ ન કરો. પણ કાયદો એમ ન કહી શકે કે દાન કરો, ત્યાગ કરો. કાયદો કહેશે – ખૂન ન કરો, હત્યા ન કરો. પણ કાયદો એમ ન કહી શકે કે બીજાને માટે તમારા પ્રાણ ન્યોચ્છાવર કરી દો. આ તો ધર્મ જ કહી શકે. કાયદો કહે છે, ખરાબ કામ ન કરો એટલે થયું. ધર્મ કહે છે, આટલાથી બસ નહીં થાય. કંઈક સારું કામ કરો.

આમ જ્યાં કાયદાનું કામ પૂરું થાય છે, ત્યાંથી ધર્મનું શરૂ થાય છે. કાયદો જરૂરી છે. એ આપણને અરાજકતામાંથી ઉગારે છે. આપણા હક્કનું રક્ષણ કરે છે, પરંતુ સમાજને ઊંચે લઈ જાય છે ધર્મ. ત્યાગની, સેવાની, સ્વાર્પણની પ્રેરણા તો ધર્મ જ આપી શકે. કાયદાનું એ ગજું નહીં.

મલય અને શ્યામલાલ પણ મારી વાત ધ્યાનથી સાંભળી રહ્યા હતા એટલે મેં આગળ ચલાવ્યું :

બજારે આપણે ખરીદી કરવા જઈએ, ત્યારે આપણે દુકાનદારને રૂપિયો આપીએ ને બદલામાં એ આપણને રૂપિયાની ચીજ આપે. આ થઈ કાયદેસર વાત. જેટલું લેવું એટલું આપવું – આ છે ન્યાય. આ છે કાયદો. જો આટલું હોત તોય ઘણું હતું.

પરંતુ આપણે ઇચ્છીએ છીએ કે આપણે આપીએ તો રૂપિયો, પણ બદલામાં ચીજ મળે સવા રૂપિયાની. એવી જ રીતે દુકાનદાર ઇચ્છે કે એ રૂપિયો લઈને બાર જ આનાની ચીજ આપે. એટલે જ એ ભેળસેળ કરવા કે ઓછું તોલવા પ્રેરાય છે. વધુ લેવું ને ઓછું આપવું – આ છે અન્યાય. આ કાયદાથી વિરુદ્ધ છે. આવા લોકો ગુનેગાર છે ને સજાને પાત્ર છે. જો અન્યાય ન હોત તો ન્યાયાલય પણ ન હોત, કોર્ટકચેરી ને કાયદાકાનૂન પણ ન હોત. આ કેવી વિચિત્ર વાત છે કે ન્યાયાલયનું અસ્તિત્વ અન્યાયના લીધે છે.

હજી એક ત્રીજી સ્થિતિ પણ થઈ શકે. એવો ઘરાક પણ હોઈ શકે જે આપે તો રૂપિયો, પણ બદલામાં ચીજ ઇચ્છે બાર આનાની. તેમ એવો દુકાનદાર પણ હોઈ શકે જે રૂપિયાની ચીજ આપીને બદલામાં બાર જ આના ઇચ્છે. તમે કહેશો કે આવું તે ક્યાંય થાય ? થાય. મહાત્મા ગાંધી ને વિનોબા આનાં શ્રેષ્ઠ ઉદાહરણ છે. એમણે સમાજથી કેટલું લીધું ને કેવડું બધું આપ્યું ! સમાજ પાસેથી બે રોટી ને એક લંગોટી લઈને જિંદગી માનવજાત માટે ન્યોચ્છાવર કરી દીધી. સાચા સાધુસંતો, સમાજસેવકો, સેવાભાવી શિક્ષકો કે તન તોડીને મહેનત કરતા ખેડૂતો ને મજૂરો પણ આ જ કોટિમાં આવે છે. ધરતીનું લૂણ તો આ લોકો જ છે. તો આ જે ત્રીજી સ્થિતિ છે – ઓછું લેવું ને વધુ આપવું – આ છે ધર્મ. પાસા પાડ્યા પહેલાંનો ધર્મ. આને ધર્મ કહો, અધ્યાત્મ કહો કે માનવધર્મ કહો. કાયદો આવશ્યક છે, પણ પર્યાપ્ત નથી. કાયદા પર અટકી જવાનું નથી. એથી આગળ વધીને ધર્મના શિખરની ઝાંખી પણ મેળવવી જોઈએ.

આટલું કહીને મેં બોલવું બંધ કર્યું ને આગળ જવા પગ ઉપાડ્યા. ત્યારે મને શું ખબર કે આજનો મારો દિવસ જ બોલબોલ કરવાનો છે ! મારા બોલબોલનો આ અંત નહીં પણ આરંભ છે ! પણ બસ, આજનો જ દિવસ હોં !

૨૨. કોલીયાદથી ભરૂચ

એ સાચું કે નદીને બે કાંઠા હોય છે, પણ આપણને કામ તો એ જ કાંઠો આવે છે જે આપણી બાજુ હોય છે. અહીં આપણે નહાઈ શકીએ, તરી શકીએ, પનિહારીઓ પાણી ભરી શકે અથવા ખેડૂતો એમનાં ખેતરો માટે પાણી લઈ શકે. આપણી બાજુનો કાંઠો આપણા માટે અનેક રીતે કલ્યાણકારી છે. સામા કાંઠાનો આપણા માટે આવો કોઈ ઉપયોગ નથી. માત્ર અહીં બેઠા બેઠા એનું સૌંદર્ય માણી શકીએ. તો એક રીતે કહી શકાય કે નદી સત્ય છે, આપણી બાજુનો કાંઠો શિવમ્ છે અને સામેનો કાંઠો સુંદરમ્ છે. સત્યમ્, શિવમ્, સુંદરમ્ !

સત્યની નદીના એક કાંઠાનું નામ શિવમ્, બીજા કાંઠાનું નામ સુંદરમ્.

પરંતુ જે સામે કાંઠે રહેતા હોય, એમને એમનો કાંઠો શિવમ્ અને આપણો કાંઠો સુંદરમ્. આપણાથી ઠીક વિપરીત છતાં બન્ને સાચા.

એટલે જ જ્યારે રસ્તે ચાલતાં અનિલે મને પૂછ્યું કે તમે પુનર્જન્મમાં માનો છો, ત્યારે મેં કહ્યું કે ધારો કે હું માનું છું અને તું નથી માનતો; તો હુંયે સાચો ને તુંયે સાચો.

અનિલ કહે, ‘એમ કેમ બને ? અત્યારે આપણે નર્મદાના ઉત્તરકાંઠે છીએ એ પણ સાચું અને દક્ષિણકાંઠે છીએ એ પણ સાચું ?’

હવે અભય મુનિ નથી એટલે આચાર્યનું પદ મને પ્રાપ્ત થયું છે. કહ્યું, ‘આવી સ્થૂળ વાતોમાં સાચું નહીં પણ કેટલીક સૂક્ષ્મ બાબતોમાં સાચું હોઈ શકે. બન્નેની વાત એકબીજાની વિરુદ્ધ હોવા છતાં બન્ને સાચા હોઈ શકે. આવી બાબતોમાં તમે કઈ ભોંય પર ઊભા છો એના પર ઘણો આધાર રહે છે.

જેવી જેની સ્થિતિ અથવા જેવી જેની મન:સ્થિતિ. જેમને પુનર્જન્મની માન્યતાથી જીવનમાં બળ મળતું હોય, એમના માટે આ માન્યતા વરદાન જેવી છે. છેવટે તો આ શ્રદ્ધાની વાત છે, તર્કની નહીં. એથી આવી બાબતોમાં આ જ સાચું એમ કહેવા કરતાં આ પણ સાચું હોઈ શકે છે, એમ કહેવું વધુ સારું. યહી સચ હૈ એમ નહીં પણ યહ ભી સચ હો સકતા હૈ, એમ કહેવું વધુ સારું. આવી બાબતોમાં 'હી' નહીં પણ 'ભી'.

થોડી વાર પછી કહ્યું, 'ક્યારેક લાગે કે આપણો આ દેહ એ નદીકાંઠેનું એક ગામ છે. જેમ જેમ નદીનાં જળ આગળ વધતાં જાય, તેમતેમ એક પછી એક ગામ આવતાં જાય. એવી જ રીતે અનેક દેહોમાં થતી જીવન-નદી આગળ વધતી જાય. છેવટે નદી સમુદ્રમાં ભળી જાય એમ આત્મા પરમાત્મામાં ભળી જાય. જ્યારે આવા વિચારો આવે, ત્યારે પૂર્વજન્મ અને પુનર્જન્મમાં વિશ્વાસ બેસે અને પ્રમાણ માગવાનું મન ન થાય.'

અનિલ મારી વાત ધ્યાનથી સાંભળી રહ્યો હતો. 'તો ક્યારેક એવો વિચાર પણ આવે કે પૂર્વજન્મ આપણને અતીતમાં લઈ જાય ને પુનર્જન્મ ભવિષ્યમાં. હું તો વર્તમાનમાં જ રહેવું પસંદ કરું. આ જ જન્મમાં થોડાં વર્ષો પછીનું ભવિષ્ય તો આપણે જાણતાં નથી, પછી બીજા જન્મોની આળપંપાળ ક્યાં કરવી ? જ્યારે આવા વિચારો આવે, ત્યારે પુનર્જન્મમાં માનવું અનાવશ્યક લાગે. આથી હજી સુધી હું એ નક્કી નથી કરી શક્યો કે હું પૂર્વજન્મમાં માનું છું કે નથી માનતો. છતાં તર્ક ખાતર માની લઈએ કે હું માનું છું અને તું નથી માનતો. તો હુંય સાચો ને તુંય સાચો. આવી બાબતોમાં 'હી' નહીં પણ 'ભી'.

તડકો ઊકળતા પાણીની જેમ દઝાડે છે. કોઈ જો અમારા ઉપર વાદળનો માફો નાખી છાંયો કરી દે તો કેવું સારું ! કોઈ વૃક્ષ નીચે જો વિસામો ખાવા બેસીએ, તો ઝટ ઊઠવાનું મન નથી થતું. એટલે સહેજે વાતોએ વળગીએ જેથી વધુમાં વધુ સમય સુધી છાંયે બેસી રહેવા મળે.

અંભેઠા અને સુઆ થઈને આગળ વધ્યા. માર્ગે નર્મદાના વિશાળ જળરાશિનું દર્શન થતું રહેતું. સળગતા બપોરે કોલીયાદ પહોંચ્યા. ગામમાં તળાવકાંઠે ઝાડ હેઠે ઉતારો રાખ્યો. બધા પરકમ્માવાસીઓ અહીં જ રાતવાસો કરે છે.

રાત્રે જમીપરવારીને બેઠા હતા, ત્યાં ગામલોકોનું આવવું શરૂ થઈ ગયું. સ્ત્રી, પુરુષ સૌ આવ્યાં. આ સૌ 'સ્વાધ્યાય' પરિવારનાં સદસ્યો છે. કોઈ ભર્યાભાદર્યા કુટુંબના સભ્યો જેવા આ ભાઈબહેનો દર અઠવાડિયે એક વાર અહીં એકત્ર થાય છે. બધાં શિસ્તબદ્ધ બેસી ગયાં અને ઘણી વાર સુધી સંસ્કૃત શ્લોકોનો સમવેત સ્વરોમાં પાઠ કરતાં રહ્યાં. ભજનો પણ ગાયાં. પછી એક

ભાઈ ઊભા થઈને બોલ્યા, 'આજે જે પરકમ્માવાસીઓ અહીં આવ્યા છે, એમાં એક શિક્ષક છે, બાકીના એમના વિદ્યાર્થીઓ છે. મારી એમને વિનંતી છે કે તેઓ આપણને કંઈક કહે.'

મને આમ અચાનક બોલવું પડશે, એવું ધાર્યું ન હતું. જે મધુરતાથી એમણે અમારો આદર કર્યો હતો એ વિરલ હતો, એટલે સહેજ સંકોચ સાથે બોલવું શરૂ કર્યું. દરેક શબ્દનો સ્પષ્ટ ઉચ્ચાર કરતો બોલ્યો, 'ભાઈઓ અને બહેનો, આપના સંસ્કૃત શ્લોકોનો સસ્વર પાઠ અમે બહુ રસપૂર્વક સાંભળી રહ્યા હતા. ખૂબ સારું લાગી રહ્યું હતું. કાલે જાગેશ્વરમાં અમે બહેનોને રાસગરબા લેતી જોઈ. આજે તમને ગાતાં સાંભળ્યાં. આ બહુ મોટી વાત છે. ભગવાન કૃષ્ણ જાતે વાંસળી વગાડતા. ભગવાન શિવ સ્વયં નૃત્ય કરતા. જાતે નાચવું-ગાવું પ્રથમ દર્જાનો આનંદ છે. ટીવી પર બીજાને નાચતા-ગાવા જોવા બીજા દર્જાનો આનંદ છે. આપણે માત્ર દર્શક નહીં પણ ભાગીદાર થવું જોઈએ. સક્રિય સર્જનાત્મક આનંદ જ સાચો આનંદ છે. એ જ મને અહીં જોવા મળ્યો. ખૂબ ખુશી થઈ.'

સૌ મારી વાત શાંતિપૂર્વક સાંભળી રહ્યાં હતાં. 'પહેલાં આનંદની દરેક ચીજ બહાર હતી – નદી, પહાડ, જંગલ, તીર્થ, ફૂલ, પક્ષી. હવે બધું અંદર છે – ટીવીની અંદર ! ટીવીએ આપણને ઘરમાં ગોંધી મૂક્યા છે, નિષ્ક્રિય કરી દીધા છે અને બદલામાં આપણને આનંદ પણ ન આપ્યો, માત્ર આનંદનું છોડિયું પકડાવી દીધું !'

હવે મારો સંકોચ દૂર થઈ ગયો હતો. 'નયણાં હરિને નીરખવા આળસ કરે, પણ ટીવી જોવા ઊલળે ! ટીવી આપણા મગજમાં કેવડો કચરો ઠાલવે છે ! નર્યો કાદવ, નર્યો કાંપ !'

હવે હું બહુ આવેગપૂર્વક બોલી રહ્યો હતો, 'ટીવી એ સાધુના વેશમાં ઘૂસી આવેલો રાવણ છે ! આપણા દેશમાં તો એનું એક જ માથું છે પણ બીજા દેશોમાં તો એ દસ ચેનલવાળો દશાનન છે !'

આજે હું ટીવીને ભોંયભેગો કરીને જ રહીશ કે શું ! હું આથીય મોટો હુમલો કરવાવાળો હતો ત્યાં અચાનક ખ્યાલ આવ્યો કે આ હું શું બોલી રહ્યો છું ! મને કંઈ અહીં ટીવીની વિરુદ્ધ બોલવા માટે નથી બોલાવ્યો. વળી આ ગામમાં તો ટીવી પણ નથી. મારી તલવારની ધાર તીક્ષ્ણ છે, પણ સામે શત્રુ જ નથી ! હું નાહક હવામાં તલવાર વીંઝી રહ્યો છું ! એટલે લોકો જો કે બહુ શાંતિથી સાંભળી રહ્યા હતા, તેમ છતાં મેં વિષય બદલી નાખ્યો ને નર્મદા પરિક્રમાનાં સંસ્મરણો સંભળાવ્યાં. પ્રશ્નોના જવાબ આપ્યા. અંતે કોઈએ કહ્યું કે અમને થોડું તમારા વિષે કહો, એટલે બોલ્યો :

હું જોકે મધ્યપ્રદેશથી આવી રહ્યો છું પણ અમે મૂળ કચ્છના. પિતા

ચુસ્ત ગાંધીવાદી. માતાપિતા બન્ને ખાદી પહેરતાં ને અમને પણ પહેરાવતાં. એ જમાનામાં કેવી તો જાડી ખાદી ! અસ્પૃશ્યતા નિવારણ એમનું પ્રિય કાર્ય. આ અંગે એક વાર ઠક્કરબાપાને અને એક વાર નાનાભાઈ ભટ્ટને અમારે ગામ લઈ આવેલા.

પછી પિતા મધ્યપ્રદેશના જબલપુરમાં સ્થાયી થયા. મારો જન્મ જબલપુરમાં. મને સરકારી નિશાળમાં મૂકવો એમને ગમે નહીં. એ દિવસોમાં કચ્છમાં ભુજ પાસે સદનવાડી નામની દક્ષિણામૂર્તિની ઢબે ચાલતી સરસ રાષ્ટ્રીય શાળા હતી. જબલપુરથી મને ત્યાં મોકલ્યો. ત્યાં મને ખૂબ ગમ્યું. પણ બે'ક વર્ષ પછી બીજું વિશ્વયુદ્ધ ફાટી નીકળ્યું એટલે મારી બાએ મને ત્યાંથી બોલાવી લીધો.

કૉલેજનું શિક્ષણ જબલપુરમાં લીધું પણ મારું મન ચિત્રકળામાં, એટલે મને શાંતિનિકેતન મૂક્યો. ત્યાં હું પાંચ વર્ષ રહ્યો. આચાર્ય નંદલાલ વસુ જેવા મહાન કળાકાર પાસે રહેવા ને શીખવા મળ્યું. આને હું મારા પૂર્વજન્મનાં પુણ્યોનું ફળ માનું છું.

આમ મને ઉત્તમ શિક્ષણ આપવામાં પિતાએ કાંઈ બાકી ન રાખ્યું. પણ કહે છે ને કે કારેલાને ઘીમાં તળ્યું ને ચાસણીમાં ઝબોળ્યું, પણ કારેલું તો કારેલું જ રહ્યું ! મારું પણ આવું જ થયું. પણ જાગ્યા ત્યારથી સવાર. છેલ્લાં દસેક વર્ષોથી આ પરિક્રમાનું કાર્ય કરી રહ્યો છું ને એનો મને ખૂબ આનંદ છે.

સૌનો આભાર માનીને મારી વાત પૂરી કરી એટલે લોકોએ કહ્યું, 'તમે તો સરસ ગુજરાતી બોલો છો.' અનિલે કહ્યું, 'તમે જે કંઈ બોલ્યા, એ બધું અમે સમજી ગયા, પણ અહીંના લોકોની ગુજરાતી સમજાતી નથી.'

વાત એમ છે કે અહીંના લોકો બહુ જલદી જલદી બોલે છે. ક્યારેક તો કેટલાક શબ્દો મોંમાં જ રહી જાય છે. ઉચ્ચારણમાં પણ ફેર છે. નહીં તો હિન્દી અને ગુજરાતીમાં ફરક જ કેટલો છે ! માલવી, નિમાડી કે રાજસ્થાની સાંભળીએ, ત્યારે એવું જ લાગે કે જાણે ગુજરાતી સાંભળી રહ્યા છીએ. ગુજરાતી એ હિન્દીનું જ સરળ રૂપ છે.

જ્યારથી ગુજરાતમાં આવ્યા છીએ, ત્યારથી આશ્રય સ્થળ શોધવું નથી પડતું. દરેક ઠેકાણે મંદિર કે ધર્મશાળા મળી જાય છે. બધી વાતની સગવડ છે, પણ નુકસાન એ છે કે ગામલોકોથી આત્મીયતા નથી બંધાતી. પહેલાં પટવારી, કોટવાળ કે કોઈ અન્ય ગ્રામીણના ઘેર ઊતરતા, એથી એના પૂરા કુટુંબથી ઘરોબો થઈ જતો. હવે એ નથી થતું. ભાગ્યથી આજે આ ગામના લોકો જોડે એવી જ આત્મીયતા બંધાઈ ગઈ છે. એથી ખૂબ સારું લાગી રહ્યું છે.

સવારે ચાલ્યા. રસ્તામાં એક ભાઈનો સાથ થઈ ગયો. પૂછ્યું, 'ક્યાં જાવ છો ?' કહે, 'મારી બેનને ગામ. આજે ભાઈબીજ છે ને, બેનનાં કુશળ લેવા

જાઉં છું.' આવો ભાઈ દરેક બેનને મળો !

ત્રીજે પહોરે ભારભૂત પહોંચ્યા. ભારભૂત નર્મદાકાંઠે છે. કાંઠા પર જ મંદિર ને ધર્મશાળા છે. ત્યાં જ ઊતર્યા, અહીં પણ સમુદ્રના તાલેતાલે નર્મદા એનો છંદ, એનો લય બદલતી રહે છે. નદીમાં ભરતીઓટનો ખેલ ચાલતો રહે છે.

થોડે દૂર એક કુટુંબ ભેંસો પાળીને દૂધ વેચતું હતું. ત્યાં અમે દૂધ લેવા ગયા. આ કુટુંબ મૂળ ભાવનગરનું, પણ ત્રણ પેઢીથી અહીં વસી ગયું છે. અમને નવા જોઈને રબારણ બેને પૂછ્યું, 'કોણ છો ? ક્યાંથી આવો છો ?'

પહેલાં હું કહેતો કે હું અધ્યાપક છું. લોકોને આ શબ્દ અઘરો જણાતાં કહેવા લાગ્યો કે શિક્ષક છું. જેવો શિક્ષક કહું કે લોકો કહેશે, 'કોણ માસ્તર ?' ગુજરાતમાં લોકો મને માસ્તર જ કહે છે. આ શબ્દ ગમતો તો નથી, પણ હવે એનો સ્વીકાર કરી લીધો છે. એટલે કહ્યું, 'હું માસ્તર છું. આ મારા વિદ્યાર્થીઓ છે. અમે નર્મદાનો પગપાળો પ્રવાસ કરી રહ્યા છીએ.'

રબારણે કહ્યું, 'તમે દ્રોણ ગુરુનો ચીલો રાખ્યો છે. તમે માસ્તર નહીં પણ ગુરુ છો. તે હેં ગુરુદેવ, તમે ક્યાં સુધી જાશો ?'

આ અભણ રબારણ ! આ અશિક્ષિત પણ સુસંસ્કૃત બેનને હું જોતો જ રહી ગયો. અને રૂડો પ્રતાપ આ 'માસ્તર' શબ્દનો – એના થકી જ તો મને આ બેનના ઉમદા સંસ્કારનો પરિચય થયો.

આજે હું ખૂબ ખુશ છું. આજે મને માસ્તરમાંથી એકદમ ગુરુની પદવી પર બઢતી મળી છે !

સાંજે આકાશમાં બીજનો ચંદ્ર દેખાયો, નીચે કમળની પાંખડી જેવો બંકિમ ચંદ્ર ને ઉપર બારીક વૃત્તાકાર રેખા. જાણે ચંદ્રના ભીતરનો ગર કોઈક ખાઈ ગયું છે ને ખાલી કોચલું રહી ગયું છે !

સવારે ચાલ્યા. રસ્તો નદીકાંઠે જ છે. ખેતરોમાં મોલ સુકાઈ રહ્યો છે. ખેતરો સૂમસામ પડ્યાં છે. વૃક્ષો બળ્યાંઝળ્યાં લાગે છે. સદીઓથી પોતાની સમૃદ્ધિ માટે પ્રસિદ્ધ ગુજરાતની રળિયામણી ભૂમિ ઉપરાછાપરી પડેલા દુકાળોને લીધે ઉજ્જડ ને વેરાન પડી છે.

જ્યારે અમારી યાત્રા પૂરી થશે, ત્યારે મારા ત્રણ સાથીદારો તરત ઘેર જશે, હું બે'ક દિવસ રોકાઈને નીકળીશ. મેં અનિલને કહ્યું, 'જ્યારે મારો સામાન આપવા તમે મારે ઘેર જશો, ત્યારે સહેજે મારી પત્ની મારા વિષે પૂછશે. ત્યારે તું કહેજે કે સર તો સંન્યાસી થઈ ગયા ! કહેજે, યાત્રામાં બે સંન્યાસીઓનો સાથ થઈ ગયો હતો. સર એમનાથી એટલા પ્રભાવિત થઈ ગયા કે સંન્યાસ લેવા તૈયાર થઈ ગયા ! અહીં થોડું થોભજે, ગુરુ-પત્નીના ચહેરાના ભાવ

જોજે, પછી કહેજે – અમે તો આ સાંભળીને અવાક્ ! સરને અચાનક આ શું થઈ ગયું ! અમે એમને ખૂબ સમજાવ્યા. અમારાથી તો ન માન્યા. જ્યારે ખુદ સંન્યાસીએ અને મંદિરના પૂજારીએ સમજાવ્યા, બલકે ધમકાવ્યા ત્યારે માંડ સમજ્યા. કહે – અચ્છા, સંન્યાસ તો નહીં લઉં, પણ હવે બાકી રહેલી પરિક્રમા પૂરી કરીને જ ઘરે આવીશ. તમે ચિંતા ન કરતા. સર ત્રણેક મહિનામાં આવી જશે. આટલું કહીને થોભજે. ગુરુ-પત્નીનો રડમસ ચહેરો જોઈને ચૂપ થઈ જજે, મારો કાગળ આપી દેજે ને ધીમેથી સરકી જજે. કાગળમાં હું લખી જ દઈશ કે થોડા દિવસ બાદ આવીશ. બોલ, કહી શકીશ ?'

અનિલે કહ્યું, 'મારાથી આ નહીં બને.'

જાણું છું, અનિલ નહીં કહી શકે. અનિલ અને શ્યામલાલ આમેય બહુ ઓછું બોલે છે. અનિલ તો વગર બોલ્યે આખો દિવસ રહી શકે છે. આવી વાત કેમ કરીને કહી શકે ! થોડીઘણી ઉમેદ મલયથી છે. 'કેમ મલય, તું શું કહે છે ?'

'હું કહી દઈશ !'

'શાબાશ ! રડમસ ચહેરે કહેજે, નહીં તો પોકળ પાધરું થઈ જશે ! બની શકે તો બેચાર આંસુ પણ પાડી દેજે.'

મલયે બીડું જરૂર ઝડપ્યું પણ કહી એ પણ ન શક્યો. આમ આ નાટક લખાયું ખરું પણ ભજવાયું નહીં.

બળબળતા બપોરે ભરૂચ પહોંચ્યા. મંદિર ને ધર્મશાળા નર્મદાકાંઠે જ છે. ત્યાં જ રહ્યા. નદીમાં સઢવાળી નૌકાઓ રસળતી ફરે છે અથવા કાંઠે ઊભી છે. નદીનું પાણી ખારું છે. સમુદ્ર જાણે અહીં સુધી નર્મદાનું સામૈયું કરવા આવે છે. ભારભૂતની જેમ અહીં પણ નદીમાં ભરતી-ઓટની લીલા ચાલતી રહે છે. પાણી ક્યારેક સામે કાંઠે, તો ક્યારેક આ કાંઠે. નર્મદા જાણે બે કાંઠાની વચ્ચે ઝૂલતી રહે છે.

ભરૂચમાં બહુ ગંદકી છે. પહાડો અને ખેતરોની સ્વચ્છતામાં ભમ્યા બાદ શહેર મને નિરાશાજનક લાગ્યું. વર્ષો પૂર્વે શહેરના રક્ષણ કાજે નદીકાંઠે રચાયેલો કોટ દીનહીન જણાય છે. પરંતુ ક્યારેક આ જ ભરૂચ સમૃદ્ધ અને પ્રખ્યાત હતું. પશ્ચિમ ભારતનું ધીકતું બંદર હતું. ત્યારે એનું નામ ભૃગુકચ્છ હતું. દેશવિદેશનાં વહાણો અહીં લાંગરતાં. અહીંના શાહસોદાગરો વેપાર અર્થે પૂર્વે જાવા-સુમાત્રા સુધી અને પશ્ચિમે આફ્રિકા, ઈરાન કે ઇજિપ્ત સુધી દરિયો ખેડતા. અહીંના સાગરખેડુઓની સારાયે અરબી સમુદ્ર પર હાક વાગતી. ત્યારે કેવો વૈભવ, કેવી જાહોજલાલી રહી હશે આ નગરની ! આજેય એ નર્મદાકાંઠનું સૌથી મોટું શહેર છે.

હવે વાચકોથી વિદાય લેવાનો, સભા વિસર્જન કરવાનો સમય આવી

પહોંચ્યો છે. યાત્રા તો અમે આગળ નારેશ્વરમાં સમાપ્ત કરી, પણ વર્ણન અહીં જ પૂરું કરું છું. જતાં જતાં એક વાત કહેવા માગું છું. સૌંદર્યથી છલોછલ ભરેલી નર્મદામાંથી હું એક બેડું જ સૌંદર્ય લઈ શક્યો છું. સામે તો અફાટ સમુદ્ર છે, પણ આપણે તો એટલું જ લઈ શકીએ, જેટલું આપણું પાત્ર હોય. વ્યક્ત તો એથીય ઓછું કરી શક્યો છું, જેટલું હૈયે છે એટલું હોઠે ક્યાં આવ્યું છે! નર્મદા-સૌંદર્યની બહુ સામાન્ય ઝલક જ ઝીલી શક્યો છું. ખરી વાત તો એ છે કે નર્મદાનું સમગ્ર રૂપ મેં જોયું જ ક્યાં છે! એના સૌમ્ય-રૌદ્ર રૂપમાંથી વધુ તો એનું સૌમ્ય રૂપ જ જોયું. ચોમાસામાં એના કાંઠે ચાતુર્માસ નથી કર્યો. શિયાળામાં એની હાડ કંપાવનાર ટાઢનો અનુભવ નથી કર્યો. પરકમ્માવાસીઓને ભિક્ષા ન મળતાં ક્ષુધાનો જે અનુભવ થાય, એનોય અનુભવ નથી કર્યો. પરિક્રમાના નિયમોનું પાલન નથી કર્યું. ન તો ઉઘાડા પગે ચાલ્યો, ન ભિક્ષા માગી. પરિક્રમા પણ પૂરી નથી કરી.

તેમ છતાં, જેટલું ભમ્યો, જેટલું જોયું, જાણ્યું ને માણ્યું, એ પણ કંઈ કમ તો નથી. મેં નર્મદાને પ્રગટ થતી જોઈ, અન્ય નદીઓથી પુષ્ટ થતી જોઈ ને સમુદ્રમાં લુપ્ત થતી જોઈ. એને કિનારાઓથી ગોઠડી કરતી જોઈ, શિલાઓ પર શિલ્પ કંડારતી જોઈ ને રેતી પર ઝીણું ચિતરામણ કરતીય જોઈ. ભેંકાર પહાડોની પગવાટો પર ચાલ્યો ને ગાઢ જંગલમાં ભોંય પર સૂતો. ઊગમથી સંગમ સુધીની તો પૂરી પદયાત્રા કરી. નર્મદાને હું રોજ જોતો ને રોજ મને એનાં નવતર દર્શન થતાં. રોજ લાગતું કે વિધાતાએ એને નવેસરથી સરજી છે. ટાઢતડકાની પરવા કર્યા વિના એના કાંઠે ચાલતો રહેતો ને સાંજ પડ્યે અજાણ્યા લોકોનાં ઘરનાં બારણાં ઠોકતો કે પડુંપડું થતી ધર્મશાળાઓમાં રાત રહેતો. હું એ પરકમ્માવાસીઓ જોડે પણ ચાલ્યો કે જેઓ લૂખુંપાખું, અરધુંપરધું ખાઈને લંબી તાણીને સૂઈ જતા ને સવાર થતાં જ ખભે ખડિયો નાખીને આગળ વધતા. જે ભોળા ગ્રામીણોને ઘેર હું રહ્યો, એમના નિશ્છલ હૃદયોમાં મને નર્મદાની જ છબી જોવા મળી. એમનો પ્યાર જાણે આજેય મારા ઉપર વરસી રહ્યો છે. ઘરબાર, કુટુંબકબીલો, નોકરીચાકરી, બધું ભૂલીને જીવનના કેટલાય દિવસો મેં બહુ મસ્તીની સાથે નર્મદાકાંઠે વિતાવ્યા છે. એ દિવસોની યાદ મને આજેય રસવિભોર કરી દે છે.

નર્મદાનું હું આંશિક સૌંદર્ય જ જોઈ શક્યો. પણ વિચારું છું કે જ્યારે આંશિક સૌંદર્ય આવડું છે, ત્યારે પૂર્ણ સૌંદર્ય કેટલું હશે!

નર્મદાતીરેથી પાછો વળતો, ત્યારે મારી નજરની સામે નર્મદા લહેરાતી રહેતી. એનો નાદ મારા કાનમાં ગુંજતો રહેતો. મારી રગેરગમાં નર્મદા પ્રવાહિત થતી રહેતી. એટલે જ મારું મન પોકારી પોકારીને કહેવા માગે છે, 'સાંભળો, હું નર્મદાકાંઠેથી આવું છું. નર્મદા સૌંદર્યનો થોડોશો પ્રસાદ લાવ્યો છું. આ

પ્રસાદ લો ને જો વધુ મેળવવાનું મન થાય, તો એક દિવસ વહેલી સવારે ઘરનાં કમાડ વાસીને, સીધા નર્મદાકાંઠે નીકળી જજો. સાંભળો છો ને આપ સૌ, હું નર્મદાતટનો વાસી બોલી રહ્યો છું !'

મા નર્મદે ! ભવિષ્યમાં પણ તારે કાંઠે આવતો રહીશ. બનશે તો બાકીની પરિક્રમાય પૂરી કરીશ. પણ લખવું અહીં પૂરું કરું છું. હા, એક વાત કહેવા ચાહું છું. હું તારા કાંઠે આવતો, કેટલાય દિવસો સુધી ચાલતો ને પછી પાછો ઘરે આવી જતો. પરંતુ એક વાર એવો આવીશ કે પછી પાછો નહીં આવું. તારા કાંઠે હંમેશને માટે મીઠી નીંદરમાં સૂઈ જઈશ. ત્યારે થાબડીને સુવાડી દેજે. બસ, આ એક જ આકાંક્ષા છે. આને પૂરી કરજે માડી !

[સમાપ્ત]

રેખાંકનો

અને પરિશિષ્ટ

24.10.78

પરિશિષ્ટ

નર્મદાકાંઠેનું સૌથી મોટું તીર્થ ઑંકારેશ્વર. પણ એ નર્મદાની વચ્ચે ટાપુ પર આવેલું છે એટલે પરિક્રમાવાસીથી ત્યાં જઈ ન શકાય. એથી જ્યારે એની પરિક્રમા પૂરી થઈ જાય, ત્યારે એ છેલ્લે ત્યાં જળ ચડાવવા જાય. ત્યારે જ એની પરિક્રમા પૂરી થયેલી ગણાય. એવી જ રીતે પરિશિષ્ટ રૂપે આ બયાન આપીશ ત્યારે જ આ પુસ્તક પૂરું થયું ગણાશે.

પરિક્રમાના આ લેખો પ્રથમ 'અખંડ આનંદ'માં પ્રસિદ્ધ થયા. જેમજેમ પરિક્રમા થતી જાય, તેમતેમ લેખો લખાતા જાય. સાત-આઠ લેખો ભેગા થાય એટલે 'અખંડ આનંદ'ને મોકલું ને એમાં એ રેખાંકનો સાથે છપાય. વાચકોએ આ લેખમાળાનું ઉમળકાભેર સ્વાગત કર્યું. વાચકો 'અખંડ આનંદ' કાર્યાલયમાંથી મારું સરનામું મેળવીને મને પત્રો લખતા અને પોતાનો આનંદ વ્યક્ત કરતા. એક વાર ૧૯-૪-૯૦ના દિને મુલુન્ડ, મુંબઈથી લખાયેલો એક પત્ર આવ્યો. પત્રલેખક મહેશ દોશીના જ શબ્દો ઉતારું છું :

> **અમને 'પરિક્રમા નર્મદા મૈયાની' પુસ્તકની બે નકલ જોઈએ છે. જો પુસ્તક તૈયાર ન થયું હોય તો તેની સળંગ ઝેરોક્ષ નકલ મોકલશો તો પણ ચાલશે. જે કંઈ ખર્ચ થશે તે અમે ખુશીથી મોકલી આપશું. આ રીતે મંગાવવાનું કારણ એટલું જ કે અમારા એક સંબંધીને કેન્સર થયેલ છે. તેઓ પથારીવશ છે. અમે એમને આપના નર્મદા પરિક્રમાવાળા ૪-૫ અંકો વાંચવા આપેલા. તે એમને એટલા બધા ગમ્યા કે ન પૂછો વાત. એમનો એટલો બધો આગ્રહ છે કે એમને કોઈ પણ હિસાબે બધા જ લેખો એક સાથે વાંચવા જોઈએ છે. અમે 'અખંડ આનંદ' કાર્યાલય, અમદાવાદ તપાસ કરી. પરંતુ એમની પાસે જૂના અંકો નથી. તેઓએ આપનો સંપર્ક સાધવા જણાવ્યું છે. તો મહેરબાની કરીને અમારા વડીલની ઇચ્છા પૂરી થાય એમ કરશો. બીજું આપે એક લેખમાં જણાવ્યું છે કે આજના ટીવી અને વીડિયો કેસેટના આ યુગમાં આ પુસ્તક ભલા કોણ વાંચશે ! એ વિષે એટલું જ લખવાનું કે આપનો આ પ્રયાસ નિષ્ફળ નહીં જાય. જરૂરથી લોકો આ પુસ્તકને આવકારશે અને માથે ચડાવશે.**

આ વાંચીને મને વેદના અને આનંદ બંને થયાં. ત્યાં સુધી પ્રસિદ્ધ થઈ ગયેલા ૧૮ લેખોની તરત જ ઝેરોક્ષ નકલ કરાવી એને પુસ્તકનું રૂપમાં આપીને એમને સપ્રેમ ભેટ મોકલી આપ્યું. એટલે એમનો બીજો પત્ર આવ્યો :

પુસ્તક સમયસર મળી ગયું. એ જ દિવસે પુસ્તક હૉસ્પિટલ પહોંચતું કર્યું. આજે સવારે અમારા વડીલે પુસ્તક પૂરું કર્યું. આ પુસ્તકે એમને ઘણી જ રાહત પહોંચાડી છે. આને હૉસ્પિટલના ડૉક્ટર અને તેમનાં પત્ની વાંચી રહ્યાં છે. તેમને પણ આ પુસ્તક ખૂબ જ ગમ્યું છે. આપે આ પુસ્તક જે ઝડપથી તૈયાર કરીને મોકલાવેલ છે તે આનંદ સાથે નવાઈ પણ પમાડે છે. આનાથી અમારા વડીલને જે રાહત થઈ છે તે શબ્દોમાં વર્ણવી શકાય તેમ નથી. કેટલેય ઠેકાણે તેમને ખૂબ જ હસવું આવ્યું અને અમે પણ એ પુસ્તક વાંચીને આનંદ કરીએ છીએ. આ સાથે રૂ. ૨૦૦-૦૦નું મનીઑર્ડર મોકલાવેલ છે. પુસ્તક પ્રસિદ્ધ થયે અમને જાણ કરશો. ખૂબ ખૂબ આભાર.

આ તદ્દન અજાણ્યા ભાઈને હું કદી મળ્યો નથી. એમના વિષે કે એમના રુગ્ણ વડીલ વિષે કંઈ જાણતો નથી. અસહ્ય યાતના ભોગવતા કેન્સરના દર્દીને જો કોઈ લખાણ થોડી પણ રાહત આપી શકે, તો એના લેખક માટે એ કેટલા મોટા સંતોષનો વિષય હોઈ શકે, એની કલ્પના સહેજે થઈ શકે. તેમાંય મારા જેવા સાવ અદના ને અજાણ્યા લેખક માટે તો આ અકલ્પનીય જ કહેવાય. આ લેખો વિષે મનમાં એક નવી શ્રદ્ધા જાગી. લાગ્યું કે સમાજને આની આવશ્યકતા છે. આ લેખોની કંઈક ઉપયોગિતા પણ છે. એ પછી ૨૨-૧૧-૯૦ના રોજ લખાયેલો એમનો ત્રીજો પત્ર આવ્યો :

‘જન્મભૂમિ પ્રવાસી’માં છપાઈ રહેલી આપની લેખમાળા નિયમિત વાંચીએ છીએ. છેલ્લા હપ્તાની આતુરતાપૂર્વક રાહ જોઈએ છીએ. કેટલાય પ્રસંગો હૃદયને સ્પર્શી જાય છે. મનને પ્રફુલ્લિત કરી દે એવાં વાક્યો ઠેર ઠેર વેરાયેલાં છે. બીજું આપે જેમના માટે પુસ્તક મોકલ્યું હતું તે અમારા વડીલ અવસાન પામ્યા છે.

વાંચીને દુ:ખ તો થયું, પણ આવા સાહિત્યાનુરાગી સજ્જન માટે ગૌરવનો અનુભવ પણ કર્યો.

‘અખંડ આનંદ’ પછી આ લેખોનું ‘જન્મભૂમિ પ્રવાસી’માં ધારાવાહિક પ્રકાશન થયું. રંગીન ચિત્રો કે રેખાંકનો સાથે અને આકર્ષક મથાળાં સાથે બહુ સુંદર રીતે એમાં આ લેખો પ્રસિદ્ધ થયા. અહીં પણ એનું એવું જ સ્વાગત થયું. એ લેખમાળા વાંચીને મુંબઈના હિંમતભાઈ પંડ્યા અને એમના મિત્રો અમરકંટક જોવા પ્રેરાયા. વળતી વખતે સૌ જબલપુર આવ્યા. કહે કે અમરકંટકથી અહીં સુધી તમને યાદ કરતાં કરતાં આવ્યાં છીએ. હિંમતભાઈએ મને કહ્યું કે આપણે આ પુસ્તક કરવું જ છે. આ પુસ્તકના પ્રકાશનમાં એમણે શરૂથી જ ખૂબ રસ લીધો છે. એવી જ મમતા પ્રદીપ સંઘવીની રહી છે. ભેડાઘાટની નર્મદા જોવા તેઓ પણ સપરિવાર અહીં જબલપુર આવ્યા. ભોળાભાઈ પટેલ જેવા શીર્ષસ્થ સાહિત્યકાર અને પ્રકાશ વેગડ જેવા આત્મીય સ્વજને પણ આ પુસ્તકના પ્રકાશનમાં સક્રિય રસ લીધો છે. આ સૌ સજ્જનોના સદ્ભાવ બદલ હું એમનો અંત:કરણપૂર્વક આભાર માનું છું. ‘અખંડ આનંદ’ અને ‘જન્મભૂમિ પ્રવાસી’ના તંત્રીઓનો પણ ઋણી છું.

'અખંડ આનંદ' માસિકે એક વાર મારું સરનામું આપ્યું. પછી તો અનેક પત્રો આવ્યા. એમાંથી થોડા પત્રો ટૂંકાવીને અહીં આપું છું. આ પત્રોના કારણે વાચકોથી આત્મીયતા બંધાઈ. પરિક્રમા કરતી વેળા લાગતું કે મારી જોડે મારા વાચકો પણ અદૃશ્ય સહયાત્રીઓની જેમ મારી સાથે ચાલી રહ્યા છે. છેલ્લા પાંચ પત્રો 'જન્મભૂમિ પ્રવાસી'ના લોકવાણી વિભાગમાં છપાયેલા. અંતિમ પત્ર એક પ્રસિદ્ધ મરાઠી લેખિકાનો છે. એનો ગુજરાતી અનુવાદ આપ્યો છે. સૌ પત્રલેખકોનો ઋણ સ્વીકાર કરું છું.

૧. 'પરિક્રમા' એ વાચકોમાં સારો રસ જાગ્રત કર્યો છે. રૂબરૂમાં તથા પત્ર દ્વારા પરિક્રમા અંગે પ્રોત્સાહક પ્રતિભાવો જાણવા મળ્યા છે. ઘણાને સરનામું પણ મોકલ્યું છે. આપને પરિક્રમા પૂરી કરવાનું બળ મળે તેવો એકંદર પ્રતિભાવ છે.

અમદાવાદ **-રમણભાઈ ભટ્ટ**

-તંત્રી, 'અખંડ આનંદ'

૨. તમે પરિક્રમા દરમ્યાન આશ્રમે આવ્યા હતા. 'અખંડ આનંદ'માં તમારી પરિક્રમા વિષયક લેખમાળા છપાય છે તે અમારા વાંચવામાં છે જ. તમને મળવાની મહારાજશ્રી (પૂ. નર્મદાનંદજી મહારાજ)ને પણ ઇચ્છા હતી. તમારી ચિત્રાત્મક સુંદર લેખનશૈલી, રેખાચિત્રો વગેરે દ્વારા વ્યક્ત થતો તમારો પ્રકૃતિપ્રેમ મહારાજશ્રીને ઘણો ગમ્યો છે. ગુજરાત બહાર મધ્યપ્રદેશમાં રહેવા છતાં, તમારી ગુજરાતી ભાષા આટલી રસાળ અને વેધક રહી છે એ ઘણા આનંદની વાત છે. યાત્રા-સાહિત્યમાં તમારું આ લખાણ આગવી ભાત પાડશે. તમને, તમારા સાથીદારોને, મહારાજશ્રીના શુભાશીર્વાદ.

ઉછાલી -વ્યવસ્થાપક, **શ્રી દત્ત આશ્રમ**

૩. 'અખંડ આનંદ'માં આપની સાથે નર્મદા પરિક્રમા કરવાની ખૂબ મજા આવે છે. આપનાં લખાણ તથા રેખાંકનો ખૂબ જ ગમે છે. આતુરતાપૂર્વક આપના પુસ્તકની પ્રતીક્ષા કરું છું. શૂલપાણેશ્વરથી આપની યાત્રા ક્યારે શરૂ થશે ? જોડાવું ગમે તો ઘણું; પછી તો જેવો યોગ.

ચંદ્રકલંકને છૂંદણાં કહેવાની કલ્પના બહુ સરસ. 'કૃષ્ણકલી' મારી પણ પ્રિય કવિતા છે. તમારું તે વિષેનું લખાણ ખૂબ ગમ્યું. મારા બે મિત્રો, જે રસપૂર્વક આપની લેખમાળા નિયમિત વાંચે છે, તેઓ પણ નર્મદા પરિક્રમામાં તાદાત્મ્ય અનુભવે છે. આપ ઘણું ઘણું વધારે કેમ નથી લખતા તે અમારી સામૂહિક ફરિયાદ છે.

મુંબઈ **-પ્રદીપ સંઘવી**

૪. 'પરિક્રમા' હું હોંશપૂર્વક વાંચું છું. નિતાંત બે વાર વાંચું અને ફરી 'અખંડ આનંદ' લઉં તો વળી નજર કરી લઉં. નર્મદા પરિક્રમામાં તમારી સાથે જાણે હું પ્રવાસમાં જોડાયેલો હોઉં એવું લાગે છે. લેખમાળા એટલી રસપ્રદ અને નિત્ય નાવીન્યભરી લાગી છે - રોચક બાની અને અવનવી જાણકારી. પરિક્રમાનું પુસ્તક અવશ્ય પ્રગટ કરશો. એને ગ્રાહકો અને વાંચકો મળશે જ એની મને પ્રતીતિ છે.

તમારી આ પરિક્રમાનું વર્ણન ભવિષ્યની પેઢીને સ્વપ્નકથા જેવું લાગશે. મનમાં કદાચ દુઃખી પણ થશે કે આવું તો અમારે નસીબે માણવાનું-જોવાનું રહ્યું નહીં !

તમારી લેખમાળાનું હાર્દિક સ્વાગત કરું છું. એમાં આવતા નર્મદાના વર્ણનમાં હું ડૂબી જાઉં છું અને નર્મદા મારી નજર સમક્ષ ખડી થઈ જાય છે.

ઘાણી, જિ. સુરત **-અનુપસિંહજી પરમાર**

૫. તમારું પ્રવાસવર્ણન વાંચી આનંદવિભોર બન્યો. પરિક્રમા તમે કરો છો, પરંતુ તમારા પ્રવાસવર્ણને તો અમને પણ પરિક્રમાના જાણે સાથી બનાવી દીધા.
કાળાં ડિબાંગ વાદળોમાં રૂપેરી કોર દેખાય, તેમ તમારો વાચકવર્ગ ભલે થોડો હશે, પરંતુ એ સત્ત્વશીલ, સમજુ અને સાહિત્યપ્રેમી હશે. ખૂબ તંદુરસ્ત રહી પરિક્રમા પૂર્ણ કરો અને ગુજરાતના સાહિત્યપ્રેમીઓને પરિક્રમાનું પુસ્તક અર્પણ કરો.
બીલીમોરા **-હરિપ્રસાદ ગુલાબભાઈ નાયક**

૬. 'અખંડ આનંદ'માં આપની લેખમાળા ખરેખર અખંડ અને અદ્વિતીય આનંદ આપે છે. આપની વર્ણનશક્તિની સાથે આપનાં રેખાંકનો પણ ખરેખર પ્રશંસા માગી લે છે. નર્મદાને આપે અનેક વિશેષણોથી નવાજી છે. એ નવાજેશ પણ હૃદયસ્પર્શી છે. અમારા પૂ. મુનિ શ્રી પ્રદ્યુમ્નવિજયજી (જૈન મુનિ) પણ આનંદના સહભાગી છે. તેઓશ્રીએ આપને ધર્મલાભ જણાવ્યા છે.
અમદાવાદ **-સુરેશ કાપડિયા**

૭. નર્મદા મૈયાની પરિક્રમાનું વર્ણન વાંચી આપની સાથે જ યાત્રા કરતા હોઈએ એવી ધન્યતા અનુભવીએ છીએ.
ભદ્રેશ્વર, કચ્છ **-જીવરાજ ડી. ઠક્કર**

૮. આ ઉંમરે, આટલી તકલીફો સહન કરી આપે જે પરિક્રમા કરી, તે માટે આપને તથા આપના સાથીઓને ધન્યવાદ. પુસ્તક આકારે તૈયાર થયે જણાવશો જેથી સંપૂર્ણપણે એક બેઠકે વાંચી જવાય.
થાણે **-વસંત ગાંધી**

૯. તમારી લેખમાળાથી હું ખૂબ જ પ્રભાવિત થયો છું. આવા સાહસપૂર્ણ પ્રવાસવર્ણનને પુસ્તકાકારે પ્રગટ કરો. ગુજરાતમાં આવું સાહિત્ય પ્રમાણમાં ઘણું ઓછું છે.
ગાંધીધામ **-માવજી કે. સાવલા**

૧૦. જબલપુરમાં, ગુજરાતથી આટલે વેગળે, તમે દીવો અખંડ રાખ્યો છે, એનો મહિમા છે.
વડોદરા **-સિતાંશુ યશશ્ચંદ્ર**

૧૧. નર્મદા પ્રત્યેની તમારી શ્રદ્ધા, લેખનશૈલી, ભાષા પ્રભુત્વ વગેરેના લીધે તમારો પરિક્રમાનો લેખ મને ઘણો જ ગમી ગયો.
તરસાલી, જિ. વડોદરા **-ડૉ. રમણલાલ ડી. પાઠક**

૧૨. આને સાચા અર્થમાં યાત્રા કહેવાય. જેમ શ્રમમાં ભક્તિ મળે ત્યારે તે શ્રમયજ્ઞ ગણાય, તેમ પ્રવાસમાં ભક્તિ મળે ત્યારે તે યાત્રા બને છે. મૃત્યુવિષયક કરેલી મીમાંસા ગમી. આપની પદયાત્રાથી પૂ. પ્રમુખ સ્વામીજી પણ ખૂબ રાજી થયા.
દાદર, મુંબઈ **-સાધુ પ્રીતમપ્રસાદ દાસ**

૧૩. તમારી લેખમાળા ખૂબ જ ગમી. ત્રણ વખત વાંચી ગયો. તમે આલેખેલા પ્રસંગો હૃદયને સ્પર્શી જાય છે. ઈશ્વરે તમને ચિત્રકળા ઉપરાંત લેખનકળા ઉપર જે સિદ્ધિ બક્ષી છે, તે અત્યંત પ્રશંસનીય છે. રેખાંકનો પણ ઘણાં ગમ્યાં. કોઈક તો પૂ. નંદબાબુના રેખાંકનનું સ્મરણ કરાવી જાય છે.
વડોદરા **-બિહારીલાલ બારભૈયા**

૧૪. સૌંદર્ય સરિતા સરસ વહે છે.
મુંબઈ **-તરુ કજારિયા**

૧૫. ઇચ્છું છું કે આવાં પ્રવાસવર્ણનો બીજાં પણ તૈયાર કર્યાં હશે, કદાચ એનું પુસ્તક

પણ કર્યું હશે, નહીં કર્યું હોય તો કરવું જોઈશે. ઉત્તમ સાહિત્ય ખરીદનારા થોડા અને એ સારી રીતે છપાવવાનો ખર્ચ ઘણો. આવી કઠણાઈ છે. પણ એનો અનુભવ તો કવિ શ્રી ન્હાનાલાલને પણ થયેલો. આવું થતું જ આવ્યું છે. નવું નથી. ને આવું જ રહેવાનું.

બ્રહ્મજ્યોતિ; પો. મોગરી **-નાનુભાઈ દવે**

૧૬. અમૃતલાલ વેગડ જેવા વયસ્ક કલાકારે કુદરતને ખોળે પોતાનું અસ્તિત્વ સમર્પીને પ્રારંભેલી નર્મદા પ્રદક્ષિણાના લેખો શુષ્ક કે નીરસ નથી. તેમાં જ્ઞાન અને તત્ત્વ છે. નિરીક્ષણ છે. એક અણજાણ દુનિયા અને તેમાં વસતા ગ્રામજનોના જીવનનો ધબકાર તેમાં હૂબહૂ ઝિલાયો છે. કલાકારમાં વસતા કવિ અને તેના સંવેદનશીલ આત્માએ નિખાલસતાપૂર્વક નિરૂપેલું જીવનનું અણદીઠું સ્વરૂપ સમગ્ર લખાણમાં એક રસ થઈ ગયું છે.

સાંતાક્રુઝ, મુંબઈ **-દક્ષા અજમેરા**

૧૭. 'આ ચંદ્રને તે અનુવાદક કહેવો, અનુગાયક કહેવો કે અનુસર્જક કહેવો' શીર્ષક વાંચીને આખો લેખ વાંચવા પ્રેરાઈ. અમૃતલાલભાઈની ચંદ્ર, સૂરજ, ચાંદની તથા તડકા વિષેની કલ્પનાઓ વાંચીને મુગ્ધ થઈ જવાયું. અદ્‌ભુત રસદર્શન કરાવી જાય છે. અલૌલિક ઉપમા દ્વારા લેખક આપણને ચંદ્રનગરીમાં લઈ જાય છે. હવેથી જ્યારે ચંદ્રને જોઈશ ત્યારે અમૃતભાઈ યાદ આવશે.

પોરબંદર **-ઊર્મિલા જૂંગી**

૧૮. ચિત્રકાર અમૃતલાલ વેગડની નર્મદા પરકમ્માની યાત્રાકથા વાંચતાં અમૃતપાનનો આનંદ અનુભવાય છે. કાકા કાલેલકરની યાત્રાકથાઓ પછી ગુજરાતીમાં આટલી સાચુકલી અને સંતર્પક યાત્રાકથા મેં તો પ્રથમ વાર વાંચી. 'કુમાર'ના જૂના અંકોમાં શ્રી વેગડની ચિત્રકળા માણતો અને 'સૌંદર્યસરિતા'ના હપ્તાઓ સાથે તમે તેમનાં ચિત્રો-રેખાંકનો છાપો છો તે પણ ગમે છે. તેમની પીંછી કરતાંય તેમની કલમમાંથી જે અદ્‌ભુત ચિત્રો-કલ્પનો ઝરે છે તેનું આકંઠ પાન કરતાં તો ધન્ય ધન્ય થઈ જવાય છે.

કલકત્તા **-જયંતિલાલ મહેતા**

૧૯. અમૃતલાલ વેગડને ખૂબ અભિનંદન. તેમની કલમ માટે 'અદ્‌ભુત' સિવાય બીજો શબ્દ સૂઝતો નથી.

ટાન્ઝાનિયા **-જયશ્રી વિઠલાણી**

૨૦. અમૃતલાલ વેગડે ઘેર બેઠાં નર્મદાની પરિક્રમા કરાવી. સૌન્દર્યસરિતાની લેખમાળા વાંચી ધન્ય થઈ ગયાં.

મુંબઈ **-રોશન દાફડા**

૨૧. આપને યાદ હશે, ભોપાલમાં મધ્ય પ્રદેશ સાહિત્ય પરિષદનાં ૧૫-૪-૯૪ના દિને થયેલા અલંકરણ સમારોહમાં આપણે સાથે હતાં. આ પત્ર હું આપને એટલા માટે લખી રહી છું કે હું આપની પરિક્રમાના પુસ્તક 'સૌન્દર્ય કી નદી નર્મદા'નો મરાઠી અનુવાદ કરવા ઇચ્છું છું. આપ આની અનુમતિ આપીને મને ઉપકૃત કરશો એવી વિનંતી છે. મારા વિષે લખતાં મને સંકોચ થાય છે. પણ મરાઠીમાં નવલકથા, કવિતા, નાટક, નિબંધ વગેરેનાં મારાં ૩૦ પુસ્તકો પ્રસિદ્ધ થઈ ચૂક્યાં છે અને મને અનેક પુરસ્કારો મળી ચૂક્યા છે. હું આપના પુસ્તકનો ઉત્તમમાં ઉત્તમ અનુવાદ કરીશ એની ખાતરી આપું છું.

નંદુરબાર **-વિજયા જહાગીરદાર**

ગુજરાત સાહિત્ય અકાદમીનો પ્રથમ પુરસ્કાર ૧૯૯૪.

ગુજરાતી સાહિત્ય પરિષદનું કાકાસાહેબ કાલેલકર પારિતોષિક ૧૯૯૪-૯૫.

'પરિક્રમા નર્મદા મૈયાની' પ્રથમ આવૃત્તિના પ્રતિભાવો

૧

'અખંડ આનંદ'માં એક સચિત્ર શ્રેણી વાંચવા મળી – 'પરિક્રમા નર્મદા મૈયાની.' મન રાજી રાજી થઈ ગયું. એ લેખો એટલા ગમતા કે 'અખંડ આનંદ'માંથી લેખ કાઢીને સાચવી રાખતો. પછી તો એ શ્રેણી સુંદર ઘાટઘુટમાં પુસ્તક રૂપે પ્રકટ થઈ. પુસ્તક વાંચ્યા પછી આપણને થાય કે અરે, આ આટલી દીર્ઘ નર્મદા પરિક્રમા તો થઈ પણ ગઈ ! પરકમ્માવાસી લેખકે એમની રુચિર કાવ્યશ્રીસભર શૈલીમાં નર્મદાના સૌન્દર્યને અને એની શોભાને મૂર્તિમંત કરી છે. પણ અહીં માત્ર નર્મદા અને પ્રકૃતિનું કોરું સૌન્દર્ય નથી. એ સાથે ઊઘડતો આવે છે નર્મદાની ક્રોડમાં વસતો મનુષ્ય લોક – તેમાંય વિશેષ તો ગ્રામીણ કે આદિવાસી સ્ત્રી-પુરુષો, નર્મદાનાં સંતાનો. પણ અનેક માનવીય ચહેરાઓ વચ્ચે જે મુખ્ય ચહેરો છે, તે તો નર્મદા મૈયાનો. નર્મદાનાં વિભિન્ન રૂપ લેખક આપણી સમક્ષ આપતા ગયા છે, તેમાં કેટલાકનું વર્ણન તો નરી કવિતા છે. એક મર્મસ્પર્શી પ્રસંગ પરકમ્માના ખર્ચ માટે પત્નીએ આપેલી વીંટીનો છે.

નર્મદા લોકનું શ્રદ્ધાન્વિત રૂપદર્શન કરાવતા આ પુસ્તકનું સ્વાગત કરવાનું મન થાય છે.

'સંદેશ', અમદાવાદ — ***– ભોળાભાઈ પટેલ***

૨

અમૃતલાલ વેગડની નર્મદા પ્રત્યેની ભક્તિ એમનો શ્વાસ છે તો કુદરત પ્રત્યેનો પ્રેમ એમનો પ્રાણ છે. નિસર્ગનું સૌન્દર્ય માણ્યાનો આનંદ એમના સર્જનમાં સુંદર અને સહજ અભિવ્યક્તિ પામે છે. એમનું આહ્‌લાદક પ્રકૃતિવર્ણન વાચકને રસતરબોળ કરે છે. ગ્રામવાસીઓ સાથે મીઠો સંપર્ક યાત્રાવર્ણનમાં મીઠી વીરડી સમાન છે. મૂંઝવણભરી અને કષ્ટદાયી અનેક ઘટનાઓ બની, પણ લેખકે એની રજૂઆત ખૂબ હળવાશભરી રીતે, રસમય અને રમૂજભરી શૈલીમાં કરી છે. પુસ્તકમાં ગ્રામીણ પ્રજાજીવનનો ધબકાર ઝિલાયો છે. હિન્દીભાષી પ્રદેશમાં રહેતા હોવા છતાં લેખકે પોતાની માતૃભાષાની સમૃદ્ધિ જાળવી રાખી છે. એમનું ગદ્ય ગાંધીજીના ગદ્ય જેવું સરળ અને પારદર્શી છે. એમની રસાળ, પ્રવાહી, જીવંત શૈલી કાકાસાહેબનું પ્રવાસવર્ણન તાજું કરાવે છે. વચ્ચે વચ્ચે લેખકનું ચિંતન પણ રજૂ થયું છે પણ ક્યાંય વિદ્વત્તાનો ભાર નથી. લેખનમાં લેખકના હૃદયની સરળતા અને બુદ્ધિની પરિપકવતા એક સાથે ચાલે છે. એની સ્વાભાવિકતામાં વાચક ખેંચાયેલો રહે છે.

કવિતા, વાર્તા, નવલકથા અને આત્મકથા એક સાથે વાંચ્યાનો આનંદ આપતું આ પ્રવાસવર્ણન સાદ્યન્ત રમણીય છે.

'જન્મભૂમિ', મુંબઈ — ***– મંજુ ડગલી***

૩

ગુજરાતી પ્રવાસ લેખકોમાંથી કોઈ એકની જ પસંદગી કરવાની હોય તો કાકા કાલેલકરની કરવી, ભોળાભાઈ પટેલની કરવી કે પછી અન્ય કોઈની ? જો કોઈ વિશિષ્ટ લેખકની પસંદગી કરવાની હોય તો અમૃતલાલ વેગડ પર કળશ ઢોળવો જોઈએ. વેગડ એક કરતાં વધુ અર્થમાં વિશિષ્ટ છે. સૌ પ્રથમ તેઓ 'લેખક' નથી છતાં અદ્‌ભુત શૈલીમાં પ્રવાસવર્ણન લખે છે. એમનો પ્રવાસ મોટરગાડી કે વિમાનમાં બેસીને નથી થયો, પગપાળા થયો છે. એમના પુસ્તકમાં જંગલ, સાધુ અને નદીનું વિશ્વ ખૂલે છે. 'પરિક્રમા નર્મદા મૈયાની' પુસ્તક માત્ર ટ્રાવેલોગ ન બની રહેતાં એક અનુભૂતિની યાત્રા બની જાય છે.

'મુંબઈ સમાચાર', મુંબઈ — *સૌરભ શાહ*

૪

પગપાળા પ્રવાસ કરનાર પ્રવાસકારો હવે એન્ડેન્જર્ડ સ્પીસીસ તરીકે લુપ્ત થતા જાય છે — આવું હું વિચારતો હતો ત્યાં તો અમૃતલાલ વેગડ ક્ષિતિજેથી તબક્યા — 'પરિક્રમા નર્મદા મૈયાની' લઈને. આ પરિક્રમા માત્ર ભાવિક શ્રદ્ધાળુની પરિક્રમા નથી. એથીય વિશેષ સૌંદર્યલુબ્ધ ચિત્રકાર-લેખકની છે. પરકમ્માકારે કેટલાંય પાત્રોને એકાદ પ્રસંગના લસરકે આપણા મનમાં રમતાં મૂકી દીધાં છે. કેટલાંય વર્ણનો, નિરીક્ષણો, ઉપમાઓ યાદ રહી જાય છે. અનેક ઠેકાણે આપણને લેખકના નર્મનો લાભ મળે છે. સાથે સ્વસ્થ ચિંતન પણ અવારનવાર ડોકિયાં કરી જાય છે. તેમના સાથીદારોને તેમના ચિંતનનો લાભ આપે છે, તો વનવાસે નીકળેલા રામની જેમ ઠેકઠેકાણે સાધુ-સંતોની ચિંતન પ્રસાદીય ગ્રહણ કરે છે. વિમલેશ્વરમાં નર્મદાની સાગરસંગમની ક્ષણો એટલે યાત્રાની પરમ પૂર્તિ. આ ક્ષણો ભાવવાહી બની છે.

ઘણાં વરસો પછી આપણને કાકા સાહેબ અને સ્વામી આનંદના વારસદાર મળ્યા.

'પરબ', અમદાવાદ — *યજ્ઞેશ દવે*

૫

'પરિક્રમા' પુસ્તક દ્વારા તમારી ઓળખાણ થઈ. મારી નવલકથા 'અંત આરંભ'ના કથાવસ્તુનું કેન્દ્ર નર્મદા છે. આ કારણસર હું મધ્યપ્રદેશના પ્રવાસે નીકળવાનો છું. અમરકંટક પછી જબલપુર આવીશ. જબલપુરના મારા રોકાણ દરમિયાન તમને મળવાની ઇચ્છા છે.

'અંત આરંભ' નવલકથા નર્મદાકાંઠે વહેતી હોવાથી તમને યાદ કરતો રહું છું.

મુંબઈ — *હરકિસન મહેતા*
તંત્રી, 'ચિત્રલેખા'

૬

લેખકના નિવેદનમાં તમે લખ્યું છે, 'આ પુસ્તકથી જાણે હું ગુજરાત અને ગુજરાતી ભાષાથી વિદાય લઈ રહ્યો છું.' પુસ્તક વાંચ્યા પછી હું કહી શકું કે તમે જે ઘડીએ ગુજરાતી સાહિત્યને આ પુસ્તક આપ્યું તે ઘડીથી જ તમે ગુજરાતી ભાષા અને સાહિત્યના થઈ ગયા છો. આ એક જ પુસ્તકથી તમે ગુજરાતી સાહિત્ય સર્જકોની પંક્તિમાં બેસી ગયા છો. તમે ધારો તોય ગુજરાત કે ગુજરાતી ભાષાથી વિદાય લઈ શકવાના નથી. તમારી ગુજરાતી સારી નથી, એ વાત

પણ ખોટી. ભાષા સાથેનો તમારો લગાવ તો વાક્યે વાક્યે દેખાય છે. સાદી, સરળ અને વાચકનું દીલ જીતી લે એવું ગુજરાતી લખવું સહેલું નથી પણ તમે એ કરી શક્યા છો. માટે હવે પુસ્તકની બીજી આવૃત્તિ વેળાએ પેલું વાક્ય રદબાતલ કરજો.

દહીસર (પશ્ચિમ), મુંબઈ — *મીનાક્ષી દીક્ષિત*

૭

તમે એવું કેમ કહો છો કે 'ગુજરાત અને ગુજરાતી ભાષાથી વિદાય લઈ રહ્યો છું.' નહીં, મારી હઠ છે. તમારે એવું નહીં કહેવાનું. ખરેખર તો આ ગ્રંથથી તમે ગુજરાત અને ગુજરાતી ભાષામાં આવ્યા છો, રોપાયા છો. મનમાં એક વાર સ્થિર થયેલા પ્રેમની વળી વિદાય કેવી !

અનુભવનો સોંસરવો નિચોડ એ આ ગ્રંથની મોટી ઘટના છે. આ ગ્રંથના શબ્દે શબ્દે અનુભૂતિની પ્રાંજલતા પ્રકટી છે. એથી આ બધું દિવસોના દિવસો લગી મનમાંથી ખસતું નથી. જીવનમાં એક જ વાર પરિક્રમા ને એક જ વાર આવું લખાય તોય ધન્ય !

વડોદરા — *સિલાસ પટેલિયા*

૮

તમારું પુસ્તક ખૂબ જ ગમ્યું. પ્રવાસ-પરિક્રમાના અનુભવોનો ખજાનો, મોતીના દાણાની જેમ તેમાં સંગ્રહાયો છે. સંક્ષિપ્ત શૈલીમાં તમે રત્નો ગૂંથવાનું કામ કર્યું છે. નર્મદા કાંઠાને તમે જીવતો કર્યો છે. જીવંત શૈલી માટે આવું સરસ પુસ્તક આપવા બદલ ધન્યવાદ.

ગાંધીનગર — *ડૉ. સોમાભાઈ પટેલ*

૯

પુસ્તક આસ્વાદ લેતાં લેતાં ખૂબ રસપૂર્વક વાંચ્યું. અંતે પહોંચતાં જુદા પડવાનો એક અમુખર વિષાદ અનુભવ્યો. કાકા સાહેબની શૈલીનું સ્મરણ થયું. ક્યાંક ક્યાંક તો એથી યે વિશેષ અને ચડિયાતો આનંદ થયો! તમારી શૈલી તો સજીવ-સુંદર છે જ. ઉપરાંત પ્રસંગોમાંથી તમે જે અર્થઘટનો તારવ્યાં છે, સૂક્તિરૂપ વિધાનો કર્યાં છે, તે ખરેખર મર્મસ્પર્શી છે. તમારા હૃદયમાંથી નીકળેલી વાણી ભાવકના હૃદયને સીધી જ સ્પર્શી જાય છે. સરળ ભાષા-શૈલી આટલી વેધક હોય, એ એક મોટી સિદ્ધિ ગણાય.

મહેસાણા — *તુલસીભાઈ પટેલ*

૧૦

સાતમે માળે, નાનકડી અગાસીમાં આરામખુરશીમાં બેઠે બેઠે, અક્ષર સૂઝે ત્યાં સુધી વાંચ્યે જ ગયો, ઊભા થઈ બત્તી કરવાનું ય મન ન થયું !

સુરત — *રમેશ શાહ*

૧૧

સ્નેહભીનાં ધર્મલાભ, તમારું પુસ્તક વાંચ્યા પછી એક માંગણી મૂકવાનું મન થાય છે. 'પરિક્રમા' સિવાયનું જે કાંઈ તમારું નાનું-મોટું ગુજરાતી લખાણ હોય, તેનો એક સંગ્રહ પ્રકાશિત કરો. જરૂર કરો. ગુજરાતી સાહિત્ય થોડું સમૃદ્ધ થશે.

સુરત — *પ્રદ્યુમ્ન સૂરિ*

૧૨

ગયા મે-જૂનમાં કૅનેડા તથા અમેરિકાની મારી મુસાફરી ખૂબ સફળ રહી. મારા ક્ષેત્રના ઘણા નામી વિદ્વાનોની મુલાકાતથી એક નવી જ દિશા સાંપડી. ત્યાંની યુનિવર્સિટીઓ સાચા અર્થમાં વિદ્યાધામ છે. પરંતુ જ્યારથી 'પરિક્રમા નર્મદા મૈયાની' વાંચી છે ત્યારથી તેનો અંગ્રેજીમાં અનુવાદ કરવાની ઝંખના રહી છે. ઘણી માનસિક તૈયારી પછી હું આ કઠિન કાર્ય કરવા સજ્જ થઈ છું. આ સાહસમાં આપના આશીર્વાદ અને અનુમતિ મોકલી ઉપકૃત કરશો.

એમ. એમ. યુનિવર્સિટી, વડોદરા — ***ડૉ. ભારતી પરીખ***

૧૩

તમારા પુસ્તકમાં નર્મદા નદીનું અત્યંત સુંદર વર્ણન એટલી તો સરળ ભાષામાં થયું છે કે પુસ્તક વારેવારે વાંચવાનું મન થાય છે. હું મરાઠી ભાષી છું. મરાઠીમાં પણ મેં આ વિષય ઉપર બેત્રણ પુસ્તકો વાંચ્યાં છે પરંતુ આ પુસ્તકની વાત એમાં નથી. તમને પૂછવાનો મોહ થાય છે કે શું હું આ પુસ્તકનો મરાઠી અનુવાદ કરી શકું છું ? લાભ અથવા પ્રસિદ્ધિની ઇચ્છાથી નહીં પણ આવું સુંદર વર્ણન મરાઠીમાં પણ હોય એવી ઇચ્છાથી હું આ નિવેદન કરી રહી છું.

દાદર, મુંબઈ — ***મીનળ ફડણીસ***

૧૪

તમારું પુસ્તક મેં શરૂઆતથી, અંતમાં, વચ્ચેથી - આડેધડ વાંચ્યું છે; આગલા પ્રવાસને પાછલા સાથે સાંકળ્યા વગર પણ વાંચી શકાય એટલે. ઘણી વાતો તો ત્રણથી ચાર વાર વાંચી છે. મેં એક બીજું કામ કર્યું છે — તમારા પુસ્તકના 'કથાવાંચન'નું. મારા એક સ્નેહીની ઉંમર ૮૦ની આસપાસ છે. સંસ્કૃત, ગુજરાતી અને અંગ્રેજી સાહિત્યના અનહદ પ્રેમી. કંઈક સારું વાંચ્યું હોય તો એમને સંભળાવવા લઈ જાઉં. ઘણુંખરું એ અંગ્રેજીમાં હોય. એક વાર તમારું પુસ્તક વાંચવા લઈ ગયો. દોઢેક કલાક વાંચ્યું હશે. ખૂબ ખુશ થયા. મેં એક બીજો વિચાર કર્યો છે. 'ભેડાઘાટ'ના વર્ણનનો અંગ્રેજીમાં અનુવાદ કરીને મારા ફ્રેન્ચ મિત્રોને મોકલવો છે. પ્રથમ ફ્રેન્ચમાં કરવા વિચાર્યું હતું, પણ એ મુશ્કેલ થશે.

મેં જ્યારે આ પુસ્તક વાંચ્યું છે, ત્યારે આંખો ભીની થયા વિના નથી રહી.

વરસોવા, મુંબઈ — ***બાબુભાઈ કરાણી***

લેખકના પુસ્તકો

ગુજરાતી

+ **પરિક્રમા નર્મદા મૈયાની** *[ગુજરાત સાહિત્ય અકાદમીનું પ્રથમ પારિતોષિક, ગુજરાતી સાહિત્ય પરિષદનું કાકાસાહેબ કાલેલકર પારિતોષિક]* + **સૌંદર્યની નદી નર્મદા** *[સાહિત્ય અકાદમી, દિલ્હીનો અકાદમી પુરસ્કાર તથા ગુજરાત સાહિત્ય અકાદમીનું પ્રથમ પારિતોષિક]*
+ **થોડું સોનું, થોડું રૂપું** *[ગુજરાતી સાહિત્ય પરિષદનું પરમાનંદ કુંવરજી કાપડિયા પારિતોષિક]*
+ **સ્મૃતિઓનું શાન્તિનિકેતન** + **નદિયા ગહરી, નાવ પુરાની**
+ **સરોવર છલી પડ્યાં!** + **તીરે તીરે નર્મદા**

હિન્દી

+ सौंदर्य की नदी नर्मदा *[મધ્યપ્રદેશ શાસનનું રાષ્ટ્રીય શરદ જોશી સન્માન અને મધ્યપ્રદેશ સાહિત્ય પરિષદનો અખિલ ભારતીય પુરસ્કાર, કેન્દ્ર સરકારનો મહાપંડિત રાહુલ સાંકૃત્યાન પુરસ્કાર, મ.પ્ર. હિન્દી ગ્રન્થ અકાદમીનું ડૉ. શંકરદયાલ શર્મા સૃજન સન્માન]*
+ अमृतस्य नर्मदा *[મધ્યપ્રદેશ શાસનનું રાષ્ટ્રીય શરદ જોશી સન્માન, કેન્દ્ર સરકારનો મહાપંડિત રાહુલ સાંકૃત્યાન પુરસ્કાર, મ.પ્ર. હિન્દી ગ્રન્થ અકાદમીનું ડૉ. શંકરદયાલ શર્મા સૃજન સન્માન]*
+ तीरे तीरे नर्मदा *[વારાસણીનો પં. વિદ્યાનિવાસ મિશ્ર પુરસ્કાર]*

મરાઠી

+ सौंदर्यवती नर्मदा + अमृतस्य नर्मदा + तीरे तीरे नर्मदा

[ત્રણેયના અનુવાદક : મીનલ ફડણીસ]

બંગાળી

+ **સૌંદર્યેર નદી નર્મદા** + **અમૃતસ્ય નર્મદા** + **તીરે તીરે નર્મદા**

[ત્રણેયના અનુવાદક : તપેન ભટ્ટાચાર્ય]

અંગ્રેજી

+ **Narmada : River of Beauty** + **Narmada : River of Joy**

[Both Translated by M. Maddrell]

સંસ્કૃત

+ सौन्दर्यस्रोतस्विनीनर्मदा *[અનુવાદ : પ્રવીણ પંડ્યા]*

રાજસ્થાની

+ રૂપાળી નદી નર્મદા *[અનુવાદ : દુલારામ સહારણ]*

Druck:
CPI Druckdienstleistungen GmbH
im Auftrag der
Kolibri 360 GmbH
Ferdinand-Jühlke-Str. 7
99095 Erfurt

FSC
www.fsc.org
MIX
Papier | Fördert
gute Waldnutzung
FSC® C083411

Kolibri 360 GmbH
Ferdinand-Jühlke-Straße 7
99095 Erfurt, Deutschland
produktsicherheit@kolibri360.de